'विनिंग इन ट्रबल्ड टाइम्स' या पुस्तकाचा मराठी अनुवाद

वादळातील दीपस्तंभ

आता कशाला हरायची बात, करू संकटांवरी मात!

मूळ लेखक
डॉ. क्रेफ्लो डॉलर

अनुवाद
गौरी गाडेकर

मेहता पब्लिशिंग हाऊस

Mehta Publishing House, 1941, Madiwale Colony, Sadashiv Peth, Pune 411030.
✆ +91 020-24476924 / 24460313
Email : info@mehtapublishinghouse.com
production@mehtapublishinghouse.com
sales@mehtapublishinghouse.com
Website : www.mehtapublishinghouse.com

◆ *या पुस्तकातील लेखकाची मते, घटना, वर्णने ही त्या लेखकाची असून याच्याशी प्रकाशक सहमत असतीलच असे नाही.*

WINNING IN TROUBLED TIMES

by **Dr. CREFLO DOLLAR**

This Edition Published by Arrangement with FaithWords, New York, USA.

Translated into Marathi Language by Gauri Gadekar

वादळातील दीपस्तंभ / मार्गदर्शनपर

अनुवाद : गौरी गाडेकर
१/६०२, कैरव, जी. ई. लिंक्स, राम मंदिर रोड,
गोरेगाव (प.), मुंबई – ४००१०४.

मराठी अनुवादाचे व प्रकाशनाचे हक्क मेहता पब्लिशिंग हाऊस, पुणे.

प्रकाशक : सुनील अनिल मेहता, मेहता पब्लिशिंग हाऊस,
१९४१, सदाशिव पेठ, माडीवाले कॉलनी, पुणे – ४११०३०.

मुद्रक : रेप्रो इंडिया लि., मराठे उद्योग भवन,
अप्पासाहेब मराठे मार्ग, प्रभादेवी, मुंबई – ४०००२५.

मुखपृष्ठ : चंद्रमोहन कुलकर्णी

प्रथमावृत्ती : १२ नोव्हेंबर, २०१५

किंमत : ₹ २५०/-

ISBN 9788184989229

‘क्रेफ्लो डॉलर मिनिस्ट्रीज’चे भागीदार, मित्रपरिवार आणि
आधारस्तंभ यांना ‘विनिंग इन ट्रबल्ड टाइम्स’
अर्पण

आम्ही जगभरातील लोकांच्या जीवनात परिवर्तन घडवून
आणत असताना तुम्ही दिलेल्या आधाराबद्दल आणि
केलेल्या प्रार्थनांबद्दल धन्यवाद.
विजयी होत रहा!

देवापासून जन्मलेला प्रत्येक जण जगावर मात करतो.
जगावर; अगदी आपल्या श्रद्धेवर मात करणं हा विजय आहे.
*– १ जॉन ५:४ (एनआयव्ही)**

(NIV - New International Version – बायबलच्या नव्या आंतरराष्ट्रीय स्वरूपानुसार)

प्रस्तावना

सश्रद्ध नेहमीच जिंकतात

डिसेंबर २००७मध्ये अमेरिकेत अधिकृतरीत्या मंदीची घोषणा झाली, तेव्हा त्याच्या परिणामांना सश्रद्ध कसा प्रतिसाद देतात, त्याचं मी निरीक्षण करू लागलो. मला असं आढळलं की, बऱ्याच लोकांना कठीण परिस्थितीवर मात करण्याकरिता श्रद्धेचा उपयोग कसा करावा तेच ठाऊक नव्हतं. ते पाहून मी खूप अस्वस्थ झालो. हे पुरेसं नव्हतं म्हणून की काय, मला कळलं की, एका अहवालानुसार सश्रद्ध लोकांमधील घटस्फोटांचं प्रमाण अश्रद्ध लोकांमधील घटस्फोटांच्या प्रमाणाएवढंच होतं. दुर्दैवाने मी अशा निष्कर्षाप्रत आलो की, अडचणीच्या प्रसंगी तग धरण्याकरिता श्रद्धेचा आधार कसा घ्यावा, याविषयी बऱ्याच सश्रद्धांना पुरेशी माहिती नाही. त्यामुळे ताणतणावामुळे कठीण परिस्थितीचा सामना करण्याची वेळ त्यांच्यावर येते. म्हणूनच संकट आलं की, जगातील इतर माणसांप्रमाणेच त्यांच्यावरही दुःख सोसायची पाळी येते आणि बरे दिवस आले, तरीही हे चालूच राहतं.

मला हेच स्पष्ट करायचं आहे, 'देवाच्या राज्यात कधीही मंदी येत नाही. देव कधीच दिवाळखोर होत नाही.' लक्षात घ्या की, जगात काहीही चाललेलं असलं तरी देव कधीच पराभूत होत नाही. जर आपलं उगमस्थान असलेला देव कधी पराभूत होत नसेल, तर आपण देवावर विश्वास ठेवणारेही कधी पराभूत होऊ शकत नाही. म्हणजेच आपण नेहमीच जिंकतो!

मला ते दिवस अजूनही आठवतात. माझी आर्थिक परिस्थिती एवढी बिघडली होती की, त्यातून बाहेर पडायचा मार्ग मला दिसत नव्हता. माझं वैवाहिक जीवन सुरळीत कसं करावं, तेही मला कळत नव्हतं. काय करावं, हे न कळणं यासारखी

दु:खदायक गोष्ट नाही. पण नंतर देवाने मला बायबलमधील तत्त्वांचा साक्षात्कार घडवला आणि त्यायोगे प्रतिकूल परिस्थितीवर विजय मिळवण्याची ताकद मला दिली. बायबलच्या तत्त्वांमधील ज्ञान देवाच्या माणसांनाही मिळावं आणि त्यांनी संकटातून बाहेर यावं, असं मला उत्कटतेने वाटतं. मला जेव्हा या गोष्टींचा साक्षात्कार झाला, तेव्हा मी आर्थिक तणावातून मुक्त झालो. अगदी मला आणि माझी पत्नी टॅफी हिला वर्षानुवर्षं बंधनात ठेवणाऱ्या भल्यामोठ्या कर्जाचा ताणही कमी झाला. डोक्यावर कर्जाचा बोजा असेल, तर त्यातून निर्माण होणाऱ्या ताणतणाव आणि इतर समस्या यांमुळे आपल्या अख्ख्या आयुष्यावरच परिणाम होतो. पण 'शब्दा'च्या ज्ञानाद्वारे देवाने आम्हाला सामर्थ्य दिलं आणि त्या आर्थिक ओझ्यातून मुक्त केलं. आम्ही आता जसे आहोत, जिथे आहोत, तिथपर्यंत देवानेच आम्हाला आणलं आहे.

देवाच्या 'शब्दा'*चा अभ्यास करून, ते शिकवून देवाने आम्हाला जे ज्ञान दिलं ते इतरांपर्यंत पोहोचवणं, हाच या पुस्तकाचा उद्देश आहे. याशिवाय समृद्धीकडे बघायच्या तुमच्या दृष्टिकोनाला मला आव्हान द्यायचं आहे. '३ जॉन २' या अवतरणाविषयी आपण पुढे चर्चा करणार आहोत. त्या अवतरणाच्या अर्थाचं तुम्ही चिंतन करावं असं मला वाटतं. कारण तुम्ही अगदी कठीण परिस्थितीत असलात, तरी देव तुम्हाला समृद्ध करील यावर तुम्ही मनापासून विश्वास ठेवणं आवश्यक आहे.

रोजच्या बायबलपठणासाठी संदर्भग्रंथ किंवा मार्गदर्शक म्हणूनही हे पुस्तक वापरता येईल. आपल्या रोजच्या जीवनात येणाऱ्या समस्यांविषयीच्या चर्चासत्रांमध्ये किंवा बायबलच्या अभ्यासाच्या वेळी तुम्ही हे पुस्तक वापरावं, असा माझा आग्रह आहे.

समृद्धीचं खरं स्वरूप

तिसरा जॉन २मध्ये म्हटलं आहे, "जिवलगांनो, तुम्ही समृद्ध (Prosper - प्रॉस्पर) व्हावं, निरोगी व्हावं आणि तुमचा आत्माही समृद्ध व्हावा, ही माझी सर्वांत महत्त्वाची इच्छा आहे." 'Prosper – प्रॉस्पर' हा शब्द 'युडू' (euodoó) या ग्रीक शब्दापासून आला आहे. युडू हा ग्रीक शब्द 'गुडबाय', 'फेअरवेल' किंवा 'बॉन व्होयॅज' याप्रमाणे निरोप देताना वापरतात. या मूळ ग्रीक शब्दाचा अर्थ आहे, सुखरूप मुक्कामाला पोहोचण्यात यशस्वी व्हा. म्हणून त्यापासून तयार झालेल्या Prosper या शब्दाचा अर्थ आहे, जीवनाच्या प्रत्येक क्षेत्रात नेहमीच कल्याण होवो.

समृद्धीविषयीच्या या संदेशावर वर्षानुवर्षं टीका होत आली आहे. कारण लोकांना शत्रूने फसवलं आहे. सैतानाला लोकांच्या मनात भरवून द्यायचं असतं –

** देवाचा 'शब्द' म्हणजे बायबल*

‘धर्मोपदेशकांचा फक्त पैशांवर डोळा असतो.’ माझ्याबाबतीत सांगायचं झालं तर, मला स्वत:ला लोकांचा पैसा लुबाडण्यात रस नाही. देवाबद्दल माझ्या मनात नितांत आदर आहे. मी त्याचा सन्मान करतो, असं असताना मी त्याचे लोक, त्या लोकांचे पैसे, यात ढवळाढवळ कशी करीन? उलट देवाच्या पद्धतीने लोकांना समृद्ध झालेलं बघण्यात मला जास्त रस आहे.

पैसा हा समृद्धीचा फक्त एक भाग आहे. आरोग्य, नातेसंबंध, संसार, कुटुंब याबाबतीत समृद्धी नसेल, तर काय उपयोग त्या फुगलेल्या बँक खात्याचा?

आयुष्याच्या प्रत्येक क्षेत्रात यशस्वी होणं, ही खरी समृद्धी. यशस्वी होणं म्हणजे इच्छित पातळीएवढं उत्कृष्ट होणं. उदाहरणार्थ, चैतन्याची समृद्धी म्हणजे पुनर्जन्म, येशू ख्रिस्ताशी अगदी जवळचं नातं जुळणं. जेव्हा माझा आत्मा समृद्ध होतो, तेव्हा माझे विचार, निर्णय, भावना निकोप आणि दृढ होतात. आरोग्याची समृद्धी म्हणजे निरोगी असणं, कोणतीही विकृती वा आजारपण नसणं. देवाच्या इच्छेनुसार समृद्ध होणं म्हणजे प्रत्येक क्षेत्रात समृद्ध होणं. कारण त्याचे दास समृद्ध झाले की, त्याला आनंद होतो. (साम [Psalm] ३५:२७)

आपण खरंखुरं समृद्ध व्हावं असं देवाला का वाटतं? कारण त्याची सेवा करण्यात आपला फायदा असतो, हे त्याला जगाला दाखवायचं असतं. जेव्हा आपण समृद्ध होतो, तेव्हा आपण इतरांना मदत करू शकतो, इतरांची सेवा करू शकतो. जेव्हा चर्च समृद्ध होतं, तेव्हा ख्रिस्ताचा संदेश जगभर पोहोचवण्यासाठी आपण समर्थ होतो. कोणताही डाग किंवा सुरकुती नसलेल्या चर्चसाठी येशू परत येत आहे. याचा अर्थ, तो आजारी, दिवाळखोर, दडपलेल्या भक्तांसाठी परत येत नसून वैभवशाली चर्चकरिता परत येत आहे.

आयुष्याच्या प्रत्येक क्षेत्रात तुम्ही परिपूर्ण होऊ शकता

रोमन्स १२:२मध्ये म्हटलं आहे, “तुम्ही इतरांप्रमाणे वागू नका; तर तुमच्या मनात नवचैतन्य आणून तुमचं स्वरूप बदला आणि चांगलं, स्वीकारार्ह, परिपूर्ण, देवाच्या इच्छेनुरूप म्हणजे काय ते जगाला दाखवून द्या.” खरी समृद्धी आणि फसवी समृद्धी यात अंतर आहे. सर्वांत मोठा फरक म्हणजे देवाच्या आशीर्वादामुळे खरोखरीची संपन्नता येते. त्यात देव दु:खाची भर घालत नाही. (प्रोव्हर्ब्स १०:२२). संपन्नता या शब्दाचा या संदर्भात अर्थ होतो पूर्णत्व, अखंडत्व, कोणतीही कमतरता नसलेलं.

अनेक लोक लौकिक मार्गांनी, म्हणजे स्वार्थ, लोभ, लालसा वगैरे मार्गांनी, संपन्न होतात. पण खरंतर, ते स्वत:लाच फसवत असतात. वरवर पाहता त्यांच्याकडे महागडी कार, चांगली नोकरी, सुखी संसार वगैरे सगळं काही असतं. पण नीट पाहिलं तर कळतं की, त्यांच्याजवळ असलेल्या या गोष्टींमुळे त्यांच्या पदरी दु:खच

पडतं आहे. कार, घर यांमुळे त्यांना एवढं जबरदस्त कर्ज झालेलं असू शकतं की, लठ्ठ पगाराची नोकरीही पुरी पडणार नाही. काहींचा संसार अगदी आदर्श वाटत असला, तरी बंद दरवाजाआड काय घडतं, त्याची बाहेरून कल्पना येत नाही. काही जणांना अगदी मनासारखी नोकरी मिळाली आहे, असं आपल्याला वाटत असतं. पण त्यांना आत खोलवर जाणवणारं दु:ख, एकाकीपणा आपल्याला ठाऊक नसतो. हे झालं लौकिक मार्गाने मिळवलेल्या समृद्धीचं. पण देवाचे मार्ग हे नेहमीच परिपूर्ण असतात. आपल्या सर्व गोष्टी तो परिपूर्ण करून देतो.

लोक मला नेहमी एक प्रश्न विचारत असतात. खऱ्या समृद्धीमागचं रहस्य त्यांना जाणून घ्यायचं असतं. रहस्य हेच आहे की, मी देवाच्या 'शब्दा'नुसार जगतो. जगाच्या, सरकारच्या किंवा इतर कोणाच्याही कार्यपद्धतीवर माझा विश्वास नाही. माझा खरा विश्वास आहे देवावर, त्याच्या कार्यप्रणालीवर. हे पुस्तक वाचत असताना, आपल्याला कधीही निराश न करणाऱ्या त्या प्रेमळ 'पित्या'वर तुम्ही विश्वास ठेवावा, असं माझं आग्रहाचं सांगणं आहे.

एखाद्या खडतर गोष्टीसाठी तुम्ही संघर्ष करत असाल, जगातील अंदाधुंदीमुळे तुम्ही हैराण झाला असाल, तर हे पुस्तक उघडा. त्यातून बाहेर पडायचा मार्ग तुम्हाला नक्की सापडेल. पण त्यासाठी आवश्यक आहेत दोन महत्त्वाचे बदल. तुमची विचार करण्याची पद्धत आणि देवाच्या राज्याकडे बघायचा तुमचा दृष्टिकोन, या दोन्ही गोष्टींत तुम्हाला बदल करावा लागेल.

देव आपल्याला नेहमीच विजयी करत असतो. हे पुस्तक वाचत असताना तुम्हाला व्यावहारिक ज्ञान मिळेल, बायबलमधील तत्त्वांचं स्पष्ट आकलन होईल. त्यांचं आचरण केल्याने जीवनातील सर्व क्षेत्रांत तुम्हाला चिरस्थायी यश मिळेल. तुम्ही कशाचाही सामना करत असलात, परिस्थिती कितीही गंभीर वाटत असली, तुम्हाला काहीही वाटत असलं, तरी देव तुम्हाला यशाची खात्री देतो. तुम्ही नेहमीच जिंकता. आपण नेहमीच जिंकतो!

◆

अनुक्रमणिका

विभाग पहिला
व्यवसायात आणि आर्थिक बाबतीत यशस्वी व्हा / १

१. संयोग खऱ्या समृद्धीसाठी / ३
२. 'श्रम'या शब्दाला घाबरू नका / १२
३. व्यवसायाची नीतितत्त्वं ठरवा / २१
४. आर्थिक तत्त्वं व्यवहारात आणा / २७
५. कर्जावर विजय / ३६

विभाग दुसरा
नातेसंबंधात यशस्वी व्हा / ४७

६. मैत्री जोडणं / ४९
७. जोडीदाराची निवड / ५८
८. सुखी वैवाहिक जीवन / ६९
९. मुलांचं संगोपन / ८१

विभाग तिसरा
नकारात्मक भावनांवर विजय मिळवा / ९३

१०. त्यातून बाहेर पडा / ९५
११. विषादाला निरोप द्या / १०५
१२. आपल्याला खीळ घालणारा न्यूनगंड / ११६
१३. संदेह : प्रगतीतील अडथळा / १२६

१४. निर्भर्त्सनेतून मुक्तता / १३७
१५. क्रोधाची हाताळणी / १४७
१६. नकारापासून सुटका / १५७
१७. तणावमुक्त व्हा / १६८
१८. भीती : सर्वांचा शत्रू नंबर वन! / १७९

विभाग चौथा
व्यसनाधिनतेवर विजय मिळवा / १८९

१९. वासनेविरुद्ध लढाई / १९१
२०. स्वार्थावर मात / २०२

निष्कर्ष
विजयाकडे नेणारं परिवर्तन करायची वेळ आली आहे / २१२

विभाग पहिला

व्यवसायात आणि आर्थिक बाबतीत यशस्वी व्हा

१

संयोग खऱ्या समृद्धीसाठी

श्रद्धा म्हणजे भरवसा. निष्ठा म्हणजे बांधिलकी. निष्ठा म्हणते, "काहीही झालं तरी मी देवावर विश्वास ठेवणारच."

मी लहान असताना आमच्या कुटुंबाची आर्थिक परिस्थिती विशेष चांगली नव्हती. खर्चाची तोंडमिळवणी करता करता माझ्या आईवडिलांच्या नाकी नऊ यायचे. ते बघूनच मी निर्धार केला की, माझ्या आयुष्यात असं होऊ द्यायचं नाही. आपण समृद्ध व्हावं आणि इतरांनाही समृद्ध व्हायला मदत करावी, असं मला तीव्रतेने वाटायचे.

देवाने मला धर्मोपदेशक म्हणून बोलावण्याअगोदरची गोष्ट. काही परंपरागत धार्मिक शिकवणी ऐकून मी निराश झालो होतो. देवाचा 'शब्द' रोजच्या व्यवहारात कसा लागू करावा, हे बऱ्याच सश्रद्धांना बरेचदा कळत नाही. त्यामुळे त्याच्या 'शब्दा'चा योग्य तो परिणाम होत नाही. ते दिवाळखोर, कर्जबाजारी होतात; परिणामी वैतागतात. तथापि मला मात्र वाटत होतं, 'शब्द' जीवनात कसा आचरणात आणावा, हे लोकांना शिकवलं, तर ते समृद्ध होतील. हा विचार माझ्या मनात घोळत असताना देव मला म्हणाला, "हेच करण्यासाठी मी तुला बोलावत आहे."

लोक समृद्ध व्हावेत ही देवाची इच्छा आहे, हे त्यांना शिकवण्यासाठी मला नेमलं आहे. समृद्धीचा संबंध फक्त आर्थिक बाबींशी नसून जीवनाच्या सर्व क्षेत्रांशी आहे. समृद्धी म्हणजे उत्कृष्टतेची अपेक्षित पातळी गाठणं, इच्छित क्षेत्रात चांगली प्रगती करणं. दुर्दैवाने काही सश्रद्ध, समृद्धी या शब्दाचा संबंध फक्त आर्थिक परिस्थितीशी लावतात. फक्त पैशांवरच लक्ष केंद्रित करणाऱ्यांना, या संदेशाचा खरा अर्थ कळणार नाही. शिवाय काही भाविकांना बायबलमधील विशिष्ट तत्त्वं ठाऊक आहेत; पण ते ज्ञान ते योग्य रितीने वापरत नाहीत.

आकड्यांची योग्य जुळणी झाली तरच तिजोरीचं कुलूप उघडू शकतं. त्याचप्रमाणे खऱ्या समृद्धीचं कुलूप उघडण्यासाठी सात पायऱ्यांचा संयोग आवश्यक आहे.

बायबलमधील नियम ही प्रस्थापित तत्त्वं आहेत. कोणीही त्यांचा अवलंब केल्यास त्याला निश्चितपणे फळ मिळतं. इतक्या वर्षांत मी काही तत्त्वं शिकलो आहे. ती आचरणात आणल्यामुळे माझं दारिद्र्य संपून माझ्या आयुष्यात सुबत्ता आली आहे. त्या तत्त्वांच्या आचरणाने आपल्या आयुष्यात सुबत्ता भरभरून वाहते.

जेव्हा आध्यात्मिक आणि नैसर्गिक नियम हातात हात घालून चालू लागतात, तेव्हा शक्ती निर्माण होते. या शक्तीमुळे पदार्थांची, परिस्थितीची पुनर्मांडणी होते व त्यात बदल होतात; पण त्यासाठी आध्यात्मिक आणि नैसर्गिक या दोन्हींचाही संयोग झाला पाहिजे. बऱ्याच सश्रद्धांच्या पदरात देवाचं दान पडत नाही. कारण ते आध्यात्मिक आणि नैसर्गिक यांपैकी कुठल्यातरी एका बाबतीत आवश्यक असलेल्या गोष्टी करण्यात हयगय करतात. या दोन्हींपैकी कोणत्याही एकाच बाबतीत टोकाला जाऊन फायदा नाही. त्यात समतोल साधला पाहिजे.

आपण निसर्गातीत जीवन जगावं अशी देवाची इच्छा असते. 'निसर्गातीत'चा अर्थ आहे 'नैसर्गिक'च्या जोडीला देवाचं 'अतीत' म्हणजे 'निसर्गापलीकडील'. बऱ्याच भाविकांचा असा घोटाळा होतो की, ते आपलं सर्व लक्ष 'पलीकडल्या'वर म्हणजे ईश्वरी क्षमतेवर केंद्रित करतात आणि आपल्या नैसर्गिक क्षमतांकडे ते पुरेसं लक्ष देत नाहीत. माझ्या प्रार्थनासभेत मी वेळोवेळी सांगत असतो की, ऐहिक बाबींकडे दुर्लक्ष होईल एवढं आध्यात्मिक असता कामा नये आणि अध्यात्माच्या बाबतीत थिटं पडू एवढं निसर्गवादीही असू नये. म्हणजेच देवाच्या मार्गाने यशस्वी होण्यासाठी समतोल साधणं आवश्यक आहे.

आपली भरभराट व्हावी, आपल्याला यश मिळावं हीच देवाची इच्छा असते. विस्तारित बायबलमधील तिसरा जॉन २मध्ये म्हटलं आहे. "मी प्रार्थना करतो की, तुझी सर्व बाजूंनी भरभराट होवो आणि (तुझं शरीर) निरोगी राहो, तसंच (मी जाणतो) तुझा आत्मा निरोगी आहे आणि समृद्ध झाला आहे." तर समृद्धीचा मूलाधार कोणता? जीवनाच्या सर्व क्षेत्रांत यशस्वी होण्यासाठी कसली आवश्यकता आहे? पुढच्या सात पायऱ्यांमध्ये या प्रश्नांची उत्तरं मिळतील.

पहिली पायरी : देवाची कार्यपद्धती समजून घेणं

देवाचा टी-शर्ट घातला म्हणून कोणी सश्रद्ध होत नाही. देवाचं देणं मिळवण्यासाठी त्याचं कार्य कसं चालतं ते जाणून घेणं, समजून घेणं आवश्यक आहे. देवाच्या राज्यातील कार्यपद्धती आपल्याला समजली नाही, तर बायबलमधील खरी समृद्धी आपल्या आयुष्यात प्रत्यक्षात येणार नाही. मॅथ्यू ६:३३नुसार "तुम्ही आधी देवाच्या

राज्याचा आणि सदाचरणाचा ध्यास बाळगा. या सगळ्या गोष्टी तुम्हाला मिळणारच आहेत."

देवाच्या राज्याची कार्यपद्धती स्पष्ट करण्याकरिता मार्क प्रकरण ४मध्ये येशू एक दाखला देतो. या दाखल्याला मी 'दाखल्यांचा आजोबा' म्हणतो. कारण आपल्याला हा दाखला समजला नाही, तर दुसरा कोणताही दाखला कळणार नाही. देवाचं राज्य व शेती यांची तुलना करताना, येशू पेरणी करणाऱ्या शेतकऱ्याचा दृष्टान्त देतो. बायबलमधील हा उतारा तुमच्या परिचयाचा नसेल, तर तो समजेपर्यंत वाचत रहा. तुमचं आयुष्यच बदलून जाईल. शेती आणि देवाचं राज्य यांतील काही साम्यस्थळं पहा.

* शेतीत शेतकरी असतो. देवाच्या राज्यात तुम्ही पेरणारे, शेतकरी असता.
* शेतकरी बी बियाणं पेरतो. देवाच्या राज्यात 'शब्द' हे बीज आहे. म्हणून बायबलकडे नियमांचं पुस्तक म्हणून नाही, तर 'बियाण्याची थैली' म्हणून पाहिलं पाहिजे.
* शेतकरी चांगल्या जमिनीत बी पेरतो. देवाच्या राज्यात, आपली अंतःकरणं ही जमीन किंवा माती आहे. तिच्यात आपण देवाचा 'शब्द' पेरतो.
* शेतीत, बियाण्याच्या मशागतीसाठी वेगवेगळी अवजारं वापरतात. देवाच्या राज्यात बियांची ('शब्दां'ची) मशागत आपण 'श्रद्धामय शब्द' उच्चारून करतो.

देवाच्या राज्यातील सर्व गोष्टींचं मूळ आहे त्याचा 'शब्द.' देवाचं राज्य म्हणजे त्याचं, जीवनाची निर्मिती करणारं केंद्र. ते आपल्या प्रत्येकाच्या आत असतं. (पहा लूक १७:२१). समृद्धीची निर्मिती करणाऱ्या केंद्राला 'शब्द' पेरणाऱ्याची आवश्यकता असते. आपण आपल्या हृदयात 'शब्द' रुजवला पाहिजे. म्हणजे केंद्र समृद्धीची निर्मिती करील. आपण बियाणं रुजवलं पाहिजे, त्याची मशागत केली पाहिजे. याचा अर्थ असा की, संबंधित क्षेत्रातील उतारा बायबलमधून शोधून त्याचं मनन, चिंतन केलं पाहिजे, त्याविषयी बोललं पाहिजे. असं करत गेलं की, एक दिवस ते तत्त्व आपल्या आयुष्यात साकार होतं. काहीही झालं तरी आपल्या अंतःकरणात रुजवलेल्या त्या 'शब्दा'ला धक्का लागेल, अशा कशाचाही शिरकाव अंतःकरणात होऊ द्यायचा नाही.

'लूक' या उच्चारासाठी संदर्भ : बायबल : नवा करार : भाषांतर व मुक्तचिंतन, अनुवादक : मंगेश पाडगावकर

जीवनाशी, भक्तीशी संबंधित पाठ बायबलमध्ये आहेत, हे लक्षात ठेवा. देवाचा 'शब्द' हे 'शब्द'बीज आहे. त्यात जीवन वसतं. एकदा ते पेरलं की, त्यातून फळ म्हणजेच आपल्या आत असलेलं जीवन विकसित करायची सुप्त शक्ती या 'शब्दा'त असते.

जेव्हा आपण बी पेरणं म्हणतो, तेव्हा बहुतेक भाविकांच्या मनात आर्थिक बीज पेरणं (दान) ही संकल्पना येते. पण त्यापूर्वी आपण आपल्या अंत:करणात 'शब्द' रुजवला नसेल, तर त्या पैशाच्या बीजाचं पुढे काहीही होणार नाही. आपल्याला दान करण्याची प्रेरणा देणाऱ्या त्या 'शब्दा'चा आपण पूर्णपणे स्वीकार केला पाहिजे. त्यावर पूर्ण विश्वास ठेवला पाहिजे.

लूक ६:३८मध्येही सांगितलं आहे, "तुम्ही दिलंत तर तुम्हाला मिळेल." म्हणूनच तो विशिष्ट 'शब्द' साकार होण्याच्या अपेक्षेने जेव्हा आपण दान करतो, तेव्हा त्या 'शब्दा'चा आपल्या अंत:करणात प्रवेश व्हायच्या प्रक्रियेचा आपण प्रारंभ करतो. आपण त्याविषयी श्रद्धापूर्वक बोलत राहिलो, तर तो 'शब्द' आपल्या अंत:करणात खोलवर रुजतो. आपल्या आयुष्यात जे घडेल असा आपला विश्वास असतो, ते घडण्याची क्रिया या अपेक्षा आणि 'शब्दा'च्या उच्चारामुळे वाढीस लागते.

दुसरी पायरी : प्रेमात परिपक्व व्हा

देवाचं राज्य हे प्रेमाचं राज्य आहे. मॅथ्यू २२:३७-४०मध्ये येशू म्हणतो, "देव हा तुझा स्वामी आहे. तू त्याच्यावर आपल्या हृदयाचं, आत्म्याचं, मनाचं सर्वस्व ओतून प्रेम कर. ही देवाची पहिली आणि सर्वश्रेष्ठ आज्ञा आहे. देवाची अशीच दुसरीही आज्ञा आहे : स्वत:वर करतोस तसंच तुझ्या शेजाऱ्यावरही प्रेम कर. या दोन आज्ञांवरच सगळं धर्मशास्त्र आणि द्रष्ट्या पुरुषांची शिकवण आधारलेली आहे." आपण प्रेमात परिपक्व झालो नाही, तर खरी समृद्धी आपल्याकडे फिरकणारदेखील नाही.

उपचार, मुक्तता, ईश्वरी संरक्षण, आर्थिक सुबत्ता वगैरे विषयांवरील नियम समृद्धीवर परिणाम करतात. पण हे सर्व नियम प्रेमाच्या नियमावर आधारलेले आहेत. जर आपण चारित्र्य, क्षमा आणि प्रेम यांचा विकास केला नाही, तर आपल्याला देवाच्या राज्यातील समृद्धी मिळणार नाही. ऐहिक समृद्धीपेक्षा देवाच्या राज्यातील समृद्धी श्रेष्ठ असते. ईश्वरी समृद्धीला कोणतंही दु:ख चिकटलेलं नसतं. (प्रॉव्हर्ब्स १०:२२).

प्रेमात अपरिपक्व असणं, हे आध्यात्मिकदृष्ट्या लहान मूल असण्यासारखंच आहे. बायबलमध्ये म्हटलं आहे की, 'मूल जोपर्यंत मोठं होत नाही, तोपर्यंत ते वारसाहक्काला पात्र होत नाही.' (गॅलेशियन्स ४:१-२). पॉलने म्हटलं आहे, "मी

जेव्हा लहान होतो, तेव्हा मी लहान मुलासारखा बोलायचो, माझी समज लहान मुलासारखी होती व मी विचारही लहान मुलासारखाच करायचो. पण मी जेव्हा मोठा झालो तेव्हा मी पोरकट गोष्टी बाजूला सारल्या.'' (१ कॅरिंथिअन्स १३:११). पॉल प्रेमाचे नियम स्पष्ट करत होता. आध्यात्मिकदृष्ट्या परिपक्व होण्यासाठी आपण प्रेमाने वागलं पाहिजे. आपण दुसऱ्याला क्षमा करण्याचं नाकारतो. त्याचा अर्थ आपण प्रेमात अपरिपक्व आहोत असा होतो. ईश्वरी समृद्धीभोवती प्रेमाचा खंदक असतो. संपत्ती किंवा एखादी अलौकिक गोष्ट सोपवण्यासाठी देव एखाद्या स्वार्थी, अपरिपक्व माणसाची निवड कधीही करणार नाही.

पैसा हा समृद्धीची गोळाबेरीज नसला तरी तो विस्तारक असतो. पैशामुळे आपली चालू मानसिकता, जीवनातील परिस्थिती विस्तारित होते, वाढते. एखादा माणूस स्वार्थी असेल तर पैसा त्याचा स्वार्थ वाढवतो. हे धोकादायक आहे. तो माणूस स्वत:ला तसंच इतरांनाही इजा पोहोचवू शकतो. देवाने दिलेल्या गोष्टींची योग्य प्रकारे देखभाल करण्याची परिपक्वता ज्याच्याकडे नसेल, त्याच्या हवाली देव समृद्धी करत नाही.

अपरिपक्व लोकांना बहुधा पैशाची लालसा असते. दुसऱ्या शब्दात सांगायचं तर, देव आणि इतर गोष्टींपेक्षा त्यांचं पैशावरच जास्त प्रेम असतं. फक्त स्वत:च्या स्वार्थी कामना पूर्ण करण्यासाठी पैशाची अपेक्षा करता कामा नये. जीवनाच्या विविध क्षेत्रांत बरेच सश्रद्ध अजूनही का समृद्ध झाले नाहीत, ते यावरूनच स्पष्ट होतं.

आपल्या मनात पैशाची लालसा आहे, हे कसं ओळखावं? आपण जे निर्णय घेतो त्यावरून आपल्या आध्यात्मिक परिपक्वतेची पातळी ठरते. आपले सर्व निर्णय पैशासाठी किंवा स्वत:च्या फायद्यासाठी घेतलेले असतील, तर आर्थिक समृद्धीच्या आपल्या प्रेरणा चुकीच्या आहेत, असं समजावं.

तिसरी पायरी : अंत:करण शुद्ध ठेवा

अंत:करण शुद्ध असणं याचा अर्थ आहे, आपण अस्सल राहणं. अस्सल आणि नक्कल यात खूप फरक असतो. याचं उत्कृष्ट उदाहरण म्हणजे, माझी मुलगी जॉर्डन न्यू यॉर्कला गेली होती, तेव्हा तिने तिथून एक परफ्यूम आणला. त्याचं पॅकिंग अगदी खऱ्या परफ्यूमसारखंच होतं; पण तिने त्याचा फवारा मारला तर त्याचा वास भयंकर होता. ते अस्सल नव्हतं. त्याचप्रमाणे एखादा माणूस बाहेरून कितीही प्रांजळ, प्रामाणिक वाटला तरी तो आतून कसा आहे, हे जास्त महत्त्वाचं असतं. इतरांवर परिपक्व प्रेम करणं, हे शुद्ध अंत:करण असलेली व्यक्ती आणि तशी नसलेली व्यक्ती, यांतील फरक ओळखायचं मुख्य लक्षण आहे.

देवाच्या प्रेमाच्या सावलीत वाटचाल करणं, याबरोबरच अंत:करण शुद्ध

असणं, हे अलौकिक जीवनाचं प्रवेशद्वार आहे. त्यामुळे आपल्या आयुष्यात अलौकिक गोष्टी घडू लागतात. देवाच्या शक्तीचा प्रवाह आपल्या आत अविरत वाहू लागतो.

आपलं अंत:करण शुद्ध करण्यासाठी आणि शुद्ध राखण्यासाठी आपण देवाच्या अधीन झालं पाहिजे. देवावरील आणि इतरांवरील प्रेमामुळे आपलं अंत:करण शुद्ध होईल. जेव्हा आपल्या अंत:करणात देवाचं प्रेम असतं आणि मनात येशूसारखं बनायची आकांक्षा असते, तेव्हा आपण शुद्ध होतो. (१जॉन ३:१-३).

चौथी पायरी : ध्यान करा

नक्की काय करावं ते सुचत नाही, अशा अवस्थेत आपल्याला मार्ग दाखवणारं दैवी ज्ञान म्हणजे शहाणपण. देवाचा 'शब्द' वाचून त्याचं चिंतन करून आपल्याला शहाणपण मिळतं. काही लोकांना ध्यान म्हणजे भुताटकी वाटते, तर काही जणांना ते गूढ, अगम्य वाटतं. पण बायबलमध्ये म्हटल्यानुसार देवाच्या 'शब्दा'चं ध्यान केल्याने आपण कोणत्याही प्रसंगाचा सामना करायला सिद्ध होतो.

ध्यान म्हणजे 'शब्द' बोलणं, त्यावर विचार करणं, तो मनात घोळवणं, साक्षात्कार होईपर्यंत बायबलसाठी वेळ देणं.

मोझिझच्या मृत्यूनंतर देवाने जोशुआला रात्रंदिवस 'शब्दा'चं ध्यान करून त्यात जे जे काही आहे, त्याचं अनुसरण करण्यास सांगितलं. (जोशुआ १:८). देव म्हणाला की, असं केल्याने जोशुआ समृद्धीकडे वाटचाल करील आणि समंजसपणे व्यवहार करायला शिकेल. 'शब्दा'चं ध्यान केल्यामुळे आपल्याला जीवनाच्या सर्व क्षेत्रात शहाणपणाने वागण्याचं बळ मिळतं.

मी धर्मोपदेशक झालो तेव्हा, सुरुवातीच्या काळात एखाद्या परिषदेपूर्वी किंवा चळवळीपूर्वी मी तासन्‌तास प्रार्थना करत असे. त्या दिवशी मी उपवासही करत असे. शेवटी प्रवचनाला उभा राहिलो की, मला गळून गेल्यासारखं, चक्कर आल्यासारखं वाटे. कुठेतरी काहीतरी चुकतं आहे, हे माझ्या लक्षात आलं. मी देवाची प्रार्थना केली आणि नक्की काय चुकतं आहे, हे शोधण्यासाठी मला मदत करण्याची विनंती केली. देवाने मला सांगितलं, "प्रवचनापूर्वी तू 'शब्दा'चं ध्यान करावंस असं मला वाटतं. रोज प्रार्थना कर. पण प्रवचनापूर्वी करायची सर्वांत महत्त्वाची गोष्ट म्हणजे बायबलमधील ज्या भागावर तू प्रवचन करणार आहेस त्याचं ध्यान. माझ्या 'शब्दा'चा अभ्यास करत असताना, प्रवचनात काय बोलायचं याचा साक्षात्कार मी तुला करून देईन."

देवाचा हा साक्षात्कार झाल्यामुळे, बायबलचं ध्यान केल्याने मी कसा समृद्ध होत जाईन, हे मला स्पष्ट झालं. देवाच्या आदेशानुसार वागल्यामुळे माझ्यापुढे अलौकिक ज्ञानभंडार खुलं झालं. तेच ज्ञान मी इतरांना देत आहे.

पाचवी पायरी : बीज रुजवा

रोमन्स १०:१७नुसार देवाचा 'शब्द' ऐकल्याने श्रद्धा प्राप्त होते. दुसऱ्या शब्दात सांगायचं झालं, तर 'शब्दा'मधून श्रद्धा प्रकट होते. आपण 'शब्द' पुन्हापुन्हा ऐकला पाहिजे – आपल्या सभोवतालच्या परिस्थितीपेक्षाही तो जास्त वास्तव वाटू लागेपर्यंत ऐकला पाहिजे. शेवटी तो 'शब्द' विस्तारत जाऊन आपल्या आयुष्यात साकार होतो.

याव्यतिरिक्त, आधी म्हटल्याप्रमाणे, या प्रक्रियेत आपण आपल्या बोलण्याचाही समावेश केला पाहिजे. तसंच, आपण बोलतो तसं खरोखरच घडेल असा विश्वास बाळगला पाहिजे. मॅथ्यू १७:२०मध्ये येशू म्हणतो, "मी तुम्हाला अगदी खरं सांगतो, मोहरीच्या दाण्याएवढी श्रद्धा जरी तुमच्या ठिकाणी असेल, तरी 'इथून पलीकडे सरक' अशी आज्ञा तुम्ही पर्वताला केल्यावर तो पलीकडे सरकेल. तुमच्यासाठी अशक्य असं काही असणार नाही." आपले, श्रद्धेने भरलेले शब्द त्या मोहरीच्या दाण्यासारखे असतात. सुरुवातीला छोटे दिसले, तरी पेरल्यावर ते वाढतात.

सहावी पायरी : अनुरूप कृतीची जोड द्या

फक्त बियाणं पेरून शेतकऱ्याचं काम संपत नाही. त्या बियाण्यामधून चांगलं पीक येण्यासाठी त्याला पुढेही बरंच काही करावं लागतं. आपल्या बाबतीतही हे लागू पडतं. अंत:करणात 'शब्द' रुजवल्यावर आपण कोणत्या कृती करतो? बायबल सांगतं की, कामाशिवाय श्रद्धा मृतवत आहे. (जेम्स २:२०). 'काम' या शब्दाचा अर्थ आहे 'कृती'. देवाकडून काही मिळणार, हा आपला विश्वास खरा ठरण्यासाठी आपली कृती आपल्या श्रद्धेशी अनुरूप आणि सुसंगत असली पाहिजे.

योग्य अनुरूप कृती न निवडल्यामुळे बरेच भाविक गोत्यात येतात. बरेचदा त्यांनी केलेली कृती हा त्यांच्या श्रद्धेचा विपर्यास असतो. उदाहरणार्थ, बिलं भरायची शेवटची तारीख आहे; पण तुमच्याजवळ पुरेसे पैसे नाहीत. तुम्ही देवाच्या 'शब्दा'ला तुमच्या आर्थिक परिस्थितीविषयी निवेदन करून म्हणू शकता, "माझा विश्वास आहे की, देवाने माझी गरज भागवली आहे." आता जर तुम्ही त्या बिलांचे चेक लिहिलेत, 'चेक बँकेत येण्याअगोदर देव आपल्या खात्यात पैसे जमा करील', अशी श्रद्धा ठेवून ते चेक तुम्ही धनकोकडे रवाना केले, तर ती चुकीची 'अनुरूप कृती' होईल.

हे उदाहरण विचित्र वाटलं, तरी असं करणारे लोक असतात. अशा चेकना ते 'श्रद्धा चेक' म्हणतात. पण मुळातच ही कृती बेकायदेशीर आहे. आणि देव कधीही बेकायदेशीर गोष्टींना उत्तेजन देत नाही. मग योग्य अनुरूप कृती कोणती? 'शब्दा'समोर आपल्या आर्थिक स्थितीचं निवेदन देणं आणि हिशेब पुरा करण्यासाठी लागणाऱ्या पैशांचा चेक लिहिणं इथपर्यंत ठीक आहे. पुढे मात्र तो चेक प्रार्थना प्रत्यक्षात

उतरेपर्यंत फडताळात ठेवावा. ही योग्य अनुरूप कृती ठरेल.

मनात श्रद्धा ठेवून करायच्या अनुकूल आणि योग्य अशा काही 'अनुरूप क्रिया' पुढीलप्रमाणे आहेत.

देणे

'देण्या'मधून आपण आपला उदरनिर्वाह चालवू शकतो. ''जे जातं, ते परत येतं'' असं म्हणतात. खरं पाहता, या विधानाचं मूळ देवाच्या 'शब्दा'त आहे. 'पेराल ते उगवेल' (गॅलॅशियन्स ६:७). देवाच्या 'शब्दा'नुसार आपण जेव्हा श्रद्धेने काही देतो, तेव्हा ते परत आपल्याकडे येणं अपेक्षित असतं.

काम करा

काम करणं ही योग्य 'अनुरूप क्रिया' आहे. कारण 'शब्द'ही सांगतो की, आपण जर काम केलं नाही, तर आपण खायचं नाही. आकाशातून पैसे पडतील, अशी अपेक्षा करणं अवास्तव आहे. कामामुळे देवाला आपल्यावर कृपा करायचं साधन मिळतं. आपण आपलं कर्तव्य, आपल्याला नेमून दिलेलं काम करून ते देवापर्यंत पोहोचवतो, तेव्हा तो आपल्यावर कृपा करतो.

विचार करा

आपण अधिक हुशारीने, जास्त कार्यक्षमतेने काम कसं करावं, त्याचा विचार करण्याची क्षमता देव आपल्याला देतो.

आपण देवाकडे शहाणपण मागितलं, तर तो ते देतो; पण काहीतरी घडायची वाट पाहत आपण नुसतं बसून राहता कामा नये. आपण कृती केली पाहिजे. देवाच्या 'शब्दा'शी सुसंगत असा विचार करणं ही योग्य 'अनुरूप क्रिया' आहे.

निष्ठा ठेवा

'निष्ठा ठेवणं' ही कृती वाटत नसली तरी, देवावर निष्ठा ठेवणं ही योग्य आणि आवश्यक 'अनुरूप क्रिया' आहे. श्रद्धा म्हणजे भरवसा, तर निष्ठा म्हणजे बांधिलकी. निष्ठा म्हणते, ''काहीही झालं तर मी देवावर विश्वास ठेवणारच.''

बोला

शब्दांच्या शक्तीविषयी कितीही सांगितलं तरी ते थोडंच आहे. जीवन आणि मृत्यू यांवर जिभेचा अधिकार चालतो (प्रॉव्हर्ब्स १८:२१). देवाच्या 'शब्दा'च्या विरोधात असणारे नकारात्मक शब्द न उच्चारता, आपल्या असेल त्या परिस्थितीत आपण जीवनासंबंधी बोलावं. आपण आपलं तोंड आपल्या ताब्यात ठेवलं पाहिजे आणि देव आपल्याविषयी, आपल्या परिस्थितीविषयी जे बोलला आहे त्याला विसंगत असं काहीही आपल्या तोंडून निघणार नाही, याची काळजी घेतली पाहिजे.

आपलं नकारात्मक बोलणं, आपल्या आयुष्यात होणाऱ्या ईश्वरी अनुग्रहामध्ये अडथळा आणतं. तुमच्या आयुष्यातील वेगवेगळ्या क्षेत्रांच्या संदर्भातील देवाचा 'शब्द' उच्चारत रहा आणि तुमच्या जगात किती सुधारणा होतात ते पहा. तुमच्या एखाद्या समविचारी मित्राला फोन करा आणि तुम्हाला चिंता वाटत असलेल्या गोष्टीशी निगडित 'शब्दा'विषयी बोला.

सातवी पायरी : धीर धरा

धीर धरणं म्हणजे नकारात्मक परिस्थिती काही काळापर्यंत सहन करणं. तथापि, बायबलमधील व्याख्येनुसार धीर धरणं म्हणजे आपल्या अंत:करणात रुजवलेल्या 'शब्दा'प्रती सुसंगत व स्थिर राहणं. उदाहरणार्थ, समजा आर्थिक संकटातून बाहेर येण्याकरिता एक विशिष्ट 'शब्द'बीज तुम्ही अंत:करणात रुजवलं आहे. तुमच्या अंत:करणात रुजवलेला 'शब्द' आहे – 'देवाजवळच्या भव्य संपत्तीतून, येशू ख्रिस्ताकरवी देव तुमच्या गरजा भागवतो' (फिलिपिअन्स ४:१९). परिस्थिती कितीही विरोधात गेली, तरी तुम्ही त्या 'शब्दा'चं निवेदन (कन्फेशन) चालूच ठेवता. तुमच्या हातातील बिलं तुम्ही भरू शकत नसलात, तरी तुमचा विश्वास असलेला 'शब्द' बोलणं तुम्ही चालूच ठेवता. अचानक पोस्टाने एक अनपेक्षित बिल येतं. आधीचीच बिलं बाकी आहेत आणि त्यात ही भर पडली म्हणून तुम्ही निराश होण्याच्या सीमेवर आहात. अशा परिस्थितीतही, तुम्हाला काहीही वाटत असलं तरीही, तुमचा धीर तुमच्या श्रद्धेला अबाधित ठेवतो. धीर म्हणतो, "काहीही झालं तरी मी देवाचा 'शब्द' सोडणार नाही. परिस्थिती कशीही असली तरी मी खंबीर राहीन."

आपल्याला यशस्वी व्हायचं असेल, तर अंत:करणात रुजवलेल्या 'शब्दा'ला आपण बुलडॉगच्या चिकाटीने धरून ठेवलं पाहिजे. आपल्या मनात शंकेचा शिरकाव होऊ दिला, तर आपण आपला धीर व 'शब्दा'वरील विश्वास सोडून दिला; असा त्याचा अर्थ होतो. हिब्रूज १०:३५-३६मध्ये म्हटलं आहे, "म्हणून तुमचा विश्वास (तुमची श्रद्धा) सोडू नका. त्यात फळाची भरपाई दडलेली आहे. तुम्ही धीर धरणं आवश्यक आहे. तुम्ही देवाची इच्छा पूर्ण केल्यावर तुमचं वचन पूर्ण केलं जाईल."

◆

२

‘श्रम’ या शब्दाला घाबरू नका

देवाच्या मार्गाने यशस्वी होण्याकरिता कबुलीजबाब, प्रार्थना, दान हे आध्यात्मिक नियम पाळावेच लागतात; पण नैसर्गिक नियमांकडे दुर्लक्ष करूनही चालणार नाही.

कर्म हा आयुष्याचा अविभाज्य घटक आहे. यशस्वी होण्यासाठी कर्माचा आनंदाने स्वीकार केला पाहिजे. यश मिळवण्याकरिता करायच्या प्रयत्नांची व्यावहारिक बाजू म्हणजे कर्म. बायबलमध्ये कर्माचा उल्लेख जवळजवळ सातशे वेळा आला आहे.

विन्स लोंबार्डीचं एक प्रसिद्ध वाक्य आहे – "'श्रमा'आधी 'यश' फक्त एकाच जागी येतं. आणि ती जागा आहे शब्दकोश." विन्स लोंबार्डी हा एक नाणावलेला आणि नावाजलेला फुटबॉल प्रशिक्षक होता. तो खेळाडूंची एवढी उत्कृष्ट तयारी करून घेत असे की, सुपर बाऊल सामने नेहमी त्याचाच संघ जिंकत असे. यावरून सिद्ध होतं, की त्याला श्रम आणि यश यांचं नातं चांगलंच ठाऊक होतं.

यशस्वी माणसांकडे पाहिल्यावर आपल्याला दिसून येतं की, हे यश त्यांना सुखासुखी मिळालेलं नाही. व्यासंग, त्याग, अविश्रांत परिश्रम या जोरावरच त्यांनी यशश्री खेचून आणली आहे.

बऱ्याच लोकांना वाटतं की, श्रम न करताही यश मिळू शकतं. ते लॉटरी, जुगार, 'झटपट श्रीमंत व्हा', 'दोन महिन्यांत पैसे दुप्पट' वगैरेंच्या मागे लागतात. काही जणांची मजल तर गुन्हेगारीपर्यंत जाते. ते 'श्रम' या शब्दाला घाबरतात. पण खरं सांगायचं तर, ते वास्तवापासून दूर पळत असतात.

प्रॉव्हर्ब्स १०:४मध्ये म्हटलं आहे, "ज्याचे हात काम करत नाहीत, तो दरिद्री होतो आणि ज्याचे हात परिश्रम करतात, तो श्रीमंत होतो." खरं आहे. परिश्रमाला पर्याय नाही. वरील उक्तीत म्हटल्याप्रमाणे, आळसामुळे लोक गरीब होतात. आपण जसे श्रीमंत होऊ

शकतो, तसेच गरीबही होऊ शकतो. निवड आपल्याला करायची आहे. बायबल सांगतं की, जे मेहनत करतात, ते श्रीमंत होतात, तर कामचुकारपणा करणारे गरीब होतात.

बऱ्याच सश्रद्धांची धारणा असते, की चर्चला गेलं, दान दिलं, एखाद-दुसरा कबुलीजबाब (कन्फेशन) दिला की, ते लगेच श्रीमंत होणार. काहीतरी अक्रीत घडण्याची किंवा देवाने 'जिनी' होऊन त्यांची इच्छापूर्ती करायची ते वाट पाहत असतात. याला मी 'जॅकपॉट मानसिकता' म्हणतो. खरंतर, देवाच्या मार्गाने यशस्वी होण्याकरिता कबुलीजबाब, प्रार्थना, दान हे आध्यात्मिक नियम पाळावेच लागतात, पण नैसर्गिक नियमांकडे दुर्लक्ष करूनही चालत नाही.

मी आणि टॅफी कर्जात बुडलो होतो, तेव्हा देवाने मला मुंगीची गोष्ट सांगितली. प्रॉव्हर्ब्स ६:६-८मध्ये म्हटलं आहे, "हे आळशी माणसा, जरा मुंगीकडे बघ. तिच्या जीवनशैलीकडे बघ आणि शहाणा हो. तिला ना कोणी मार्गदर्शक, ना मुकादम, ना राजा. तरीही ती उन्हाळ्यात अन्नाची तरतूद करून ठेवते. सुगीच्या काळात अन्न साठवून ठेवते." या उताऱ्यात मुंगीच्या जीवनशैलीला शहाणपणाचं म्हटलं आहे. याचा अर्थ असा की, आपणही खूप मेहनत करून भविष्यातील कठीण काळासाठी तरतूद म्हणून बचत केली पाहिजे.

आम्ही कर्जमुक्त व्हायचा निर्धार केला. त्यासाठी भरपूर परिश्रम करावे लागणार, याची आम्हाला जाणीव होती. देवाने जादूची कांडी फिरवली नाही की आम्हाला दृष्टान्त दिला नाही; पण आमच्या परिश्रमातून आम्हाला जास्तीत जास्त कमाई होईल, अशी त्याने तरतूद केली. आमच्या 'नैसर्गिक'ला देवाचं 'अतीत' जोडलं गेलं. आमचा निर्धार, आमचे परिश्रम यांच्या जोडीला देवाची किमया आली. या किमयेने आमची आर्थिक स्थिती सुधारली. देव परिश्रमाचं फळ देतोच.

सारख्या वस्तूंचा चमत्कार

आपल्याला समृद्ध करताना, आपल्याजवळ जे असतं, ते देव कित्येक पटीने वाढवतो. त्याचे कितीही आशीर्वाद असले, तरी त्याची कृपा होण्यासाठी आपल्याला काहीतरी करावं लागतं. याला मी 'सारख्या वस्तूंचा चमत्कार' म्हणतो. देवाने वाढवण्यासारखं काहीतरी मुळात आपल्याजवळ असावं लागतं. देव जेव्हा ते वाढवतो, तेव्हा मूळच्यापेक्षा कितीतरी पटीने अधिक आपल्याला मिळतं.

याचं उत्तम उदाहरण म्हणजे पाच पाव आणि दोन मासे एवढ्याच ऐवजावर येशूने मोठ्या जनसमुदायाला जेवू घातले तो प्रसंग. मॅथ्यू १४:१६-२०मध्ये या प्रसंगाचं वर्णन आहे.

> "येशू त्यांना म्हणाला, "त्यांना परत जायची गरज नाही. तुम्ही त्यांना खायला द्या." तेव्हा ते शिष्य म्हणाले, "पण आमच्याकडे तर फक्त पाच पाव आणि दोन मासे आहेत." येशू त्यांना म्हणाला, "ते माझ्याकडे घेऊन

या.'' मग येशूने त्या जनसमुदायाला हिरवळीवर बसायची आज्ञा केली. ते पाच पाव व दोन मासे येशूने आपल्या हातात घेतले. आकाशाकडे पाहून देवाचे आभार मानले. त्या अन्नाला आशीर्वाद दिला. मग पावाचे व माशांचे तुकडे करून त्याने शिष्यांना दिले आणि शिष्यांनी ते लोकांना वाटले. ते सर्व लोक पोटभर जेवून तृप्त झाले. शिवाय ते अन्न शिल्लकही राहिलं. थोडंथोडकं नव्हे तर बारा टोपल्या भरून उरलेलं ते अन्न त्यांनी घेतलं.''

पहिली गोष्ट म्हणजे, अन्न बहुगुणित करण्याच्या या चमत्काराच्या मुळाशी श्रद्धा होती. दुसरं म्हणजे त्या शिष्यांनी कृपा करण्यासाठी येशूला काहीतरी दिलं होतं. स्वाभाविकरीत्या ते पुरेसं नसलं तरीही ते देणं हे महत्त्वाचं होतं. येशूने त्या अन्नाला आशीर्वाद दिला. (देवाची निसर्गातीत शक्ती त्यात आणली.) त्याचे तुकडे केले आणि लोकांना खाऊ घातले. जे काही थोडंफार जवळ होतं, हाताशी होतं ते घेऊन येशूने आरंभ केला. पण शेवटी मात्र, ते असंख्य लोक तृप्त होऊन शिवाय पहिल्यापेक्षा जास्त अन्न उरलं.

हे तत्त्व आपल्या व्यवसायालाही लागू पडतं. तुम्ही कोणत्याही नोकरीधंद्यात असा, तुम्ही जर अथक परिश्रम केलेत तर देव तुमचं उत्पन्न कितीतरी पटीने वाढवेल. अर्थात परिश्रमाच्या जोडीला दानधर्म आणि श्रद्धा असायला हवी.

पैसा मिळत नाही, तो कमवावा लागतो

ॲन लॅन्डर्सने म्हटलं आहे, ''संधी बहुधा कष्टांच्या रूपात येते. त्यामुळे लोकांना ती ओळखता येत नाही.'' आपण जे काम करतो, ते परिश्रमपूर्वक केलं तर आपल्यासाठी समृद्धीचे दरवाजे उघडू शकतात. देवाने सर्वांना ताकद, प्रतिभा, कौशल्य, उदरनिर्वाह करण्याची क्षमता यांपैकी काही गोष्टी तरी दिल्या आहेत. ज्यांचा पुनर्जन्म झाला आहे आणि ज्यांना अब्राहमचा करार ठाऊक आहे, त्यांच्यासाठी अब्राहमने आणखी मोठं वरदान दिलं आहे. 'द मेसेज'मधील ड्युटेरोनॉमी ८:१८मध्ये म्हटलं आहे – 'तुमच्या पूर्वजांशी केलेल्या करारानुसार, खूप संपत्ती निर्माण करायची ताकद देवाने तुम्हाला दिली आहे.'

बरेचदा लोक पैसे कमावण्याची संधी शोधत असतात; पण त्यापूर्वी बायबलमध्ये त्याविषयी काय म्हटलं आहे, ते जाणून घेण्याची तसदी ते घेत नाहीत. एखादी गोष्ट एकदम मिळणं आणि ती प्रयत्नपूर्वक मिळवणं यात खूप फरक आहे.

प्रॉव्हर्ब्स १३:११मध्ये म्हटलं आहे, ''आयती मिळालेली संपत्ती कमी कमी होत जाईल, पण परिश्रमपूर्वक कमावलेली संपत्ती वाढत जाईल.'' याचाच अर्थ असा की, संपत्ती कमावण्याच्या प्रक्रियेत कालानुसार हळूहळू पैशात होणारी वाढ अपेक्षित आहे. डबोलं मिळण्याची अपेक्षा करणारे लोक पैसे उडवत असतात.

त्याऐवजी त्यांनी जर ते पैसे साठवले तर हळूहळू त्यांची संपत्ती नक्कीच वाढत जाईल. झटपट श्रीमंत होण्याची मानसिकता असणाऱ्यांची संपत्ती टिकत नाही. त्यामुळे जुगाराचं व्यसन लागून आयुष्यं बरबाद होण्याची शक्यताच जास्त असते.

जुगार किंवा लॉटरीत भरपूर पैसे मिळतात, अशी बऱ्याच लोकांची समजूत असते; पण यात गमावलेले पैसे हे कमावलेल्या पैशांपेक्षा कितीतरी पटीने जास्त असतात. अशा मार्गाने मिळालेले पैसे लाभत नाहीत आणि टिकतही नाहीत. शेवटी त्याचं पर्यवसान दारिद्र्यात होतं.

यशाकडे नेणारी जोडी : दान आणि श्रम

प्रॉव्हर्ब्स १८:१६मध्ये म्हटलं आहे, "माणसाची 'गिफ्ट' त्याच्यासाठी संधी निर्माण करते. त्याला थोरामोठ्यांच्या संपर्कात नेते."

वर्षानुवर्षं मी पाहत आलो आहे, या उताऱ्याचा चुकीचा अर्थ लावला जातो. यातला 'गिफ्ट' हा शब्द व्यवसाय, धर्मोपदेश किंवा बुद्धी, प्रतिभा या संदर्भात वापरलेला नाही. हिब्रू भाषेतील 'गिफ्ट' या शब्दाचा अर्थ आहे. 'इनाम' किंवा 'देवाचे आभार मानणं' म्हणजेच या उताऱ्यातील 'गिफ्ट' हा शब्द पैशाच्या संदर्भात आहे. पैशामुळे आपलं स्थान ठरतं. पैशामुळेच आपण मोठमोठ्या व्यक्तींच्या सान्निध्यात येतो.

दान आणि मेहनत यांतील संबंध स्पष्ट करण्याकरिता मी दुसऱ्या उताऱ्याचं उदाहरण देतो. ॲम्प्लिफाइड बायबलमधील प्रॉव्हर्ब्स २२:२९मध्ये म्हटलं आहे, "तुम्ही एखादा कुशल आणि उद्योगी माणूस पाहिला आहे? तो राजासमोर उभा राहील. तो कोणा सोम्यागोम्याबरोबर दिसणार नाही." प्रॉव्हर्ब्स १८:१६मध्ये म्हटलं आहे की, दानामुळे आपलं स्थान ठरतं, तर या उताऱ्यानुसार मेहनतीमुळे आपण थोरामोठ्यांच्या निकट जातो. याचा अर्थ दान आणि मेहनत या दोन्ही गोष्टी यश मिळवण्यासाठी आवश्यक आहेत.

आपण कोणाला काही दिलं, तर आपल्याला आशीर्वाद मिळतात. काम हा ते आशीर्वाद साकार होण्याचा मार्ग आहे. मी लोकांना नेहमी सांगत असतो की, आशीर्वाद हे कार, पैसे, घर अशा स्वरूपात नसतात. ते देवाने आपल्याला दिलेलं सामर्थ्य असतं आणि त्यामुळे आपण आयुष्याच्या प्रत्येक क्षेत्रात यशस्वी होतो. हे कसं होतं ते पहा. आपण बढती किंवा आर्थिक प्रगतीसाठी देवाची आराधना करतो, तेव्हा देव स्वत: आपल्याला बढती किंवा संपत्ती देत नाही. तर त्यासाठी लागणारी कल्पना, विचार, शक्ती, अनुकूलता, क्षमता वगैरे देव आपल्याला देतो व त्यायोगे आपल्याला व्यावसायिक वा आर्थिक प्रगती करण्यासाठी लायक बनवतो. दुसऱ्या शब्दांत सांगायचं तर, तो आपल्यातील सुप्त गुण प्रकाशात आणतो, आपल्याला मार्गदर्शन करतो.

आपल्याकडे संपत्ती मिळवण्याचं सामर्थ्य असलं, तरी त्यासाठी आवश्यक ते साधनच नसेल तर? कामामुळे तो आशीर्वाद, ते वरदान सफल होण्यासाठी मार्ग मिळतो. आपण नोकरी करत असलो, तर देव आपल्याला योग्य नोकरीची दिशा दाखवतो. आपला व्यवसाय हा आपल्याला वाटतो त्यापेक्षाही जास्त महत्त्वाचा आहे. देवाने आपल्यावर अनुग्रह करण्याचं ते साधन आहे. देवही श्रमांना प्रतिष्ठा देतो. आपण केलेल्या मेहनतीवर नेहमीच त्याचा अनुग्रह होतो.

व्यवसायात झालेल्या, देवाच्या अनुग्रहाचं उत्तम उदाहरण म्हणजे अब्राहम. तो गुराखी होता. जेनिसिस १३:१-२ (एनआयव्ही)मध्ये म्हटलं आहे, "म्हणून अब्राहम आणि त्याची बायको, त्यांच्याजवळ जे काही होतं ते घेऊन इजिप्त सोडून नेगेवला गेले. लॉटही त्यांच्याबरोबर गेला. नंतर अब्राहमकडे भरपूर गुरंढोरं झाली. तसंच सोनं-चांदी वगैरे खूप संपत्तीही त्याला मिळाली."

काम केल्याने आपल्याला काहीतरी साध्य केल्याचं समाधान मिळतं, स्वत:विषयी अभिमान वाटतो. देवालाही ते कौतुकास्पद, सन्माननीय वाटतं. देव तर नेहमीच कार्यरत असतो. जॉन ५:१७मध्ये येशूने म्हटलं आहे, "माझा पिता परमेश्वर अजूनपर्यंत कार्य करत आला आहे आणि मीही माझं कार्य करतो आहे." मानवाने देवाच्या आज्ञेनुसार केलेलं काम आणि प्रार्थना यांच्या जोडीने देव स्वत: कार्य करतो आणि पृथ्वीवरील त्याची उद्दिष्टं साध्य करतो. आपण देवाची प्रतिबिंबं आहोत. त्यामुळे आपणही त्याच्यासारखं कार्यतत्पर असलं पाहिजे. तरच देवाच्या इच्छेनुसार आपली आध्यात्मिक व स्वाभाविक प्रगती होईल.

बेकार असलात तरी काळजी करू नका

आर्थिक मंदीमुळे बऱ्याच लोकांची नोकरी जात आहे, तर खूप लोकांवर कमी पगारावर काम करायची पाळी आली आहे. जर तुम्ही अशा लोकांत मोडत असाल तर प्रथम नवीन नोकरी शोधतानाचा दृष्टिकोन बदला. देवाला त्यात सहभागी करा. तुम्ही कोठे काम करावं अशी त्याची इच्छा आहे, त्याविषयी प्रार्थना करा. नोकरी शोधणं हीच तुमची नोकरी आहे, असं समजा. सकाळी उठल्यावर या नोकरीवर जायचं आहे असं समजून आठ तास नोकरीच्या जाहिराती बघणं, अर्ज भरणं वगैरे कामं करा.

मला ठाऊक आहे, बेकारी किंवा कमी पगाराच्या नोकरीमुळे खूप ताण येतो. तरीही मी सांगतो, या गोष्टीकडे एक संधी म्हणून बघा आणि तुमच्या करिअरविषयी फेरविचार करा. करिअर किंवा नोकरीची निवड हा एक महत्त्वाचा निर्णय आहे. त्याचा परिणाम तुमच्या उभ्या आयुष्यावर होतो. बऱ्याच लोकांना हा निर्णय एवढा महत्त्वाचा वाटत नाही. 'पैसे मिळताहेत ना, मग झालं तर' असाच त्यांचा दृष्टिकोन

असतो. पण तुम्ही निवडलेलं करिअर महत्त्वाचं असतं. तुमच्या कौटुंबिक जीवनावर त्याचा दूरगामी परिणाम होतो. एवढंच नव्हे; तर त्याचा परिणाम, तुम्ही करत असलेल्या, देवाच्या सेवेवरही होतो.

तुमच्या आयुष्याविषयी देवाचा हेतू काय आहे, हे देवाला विचारून जाणून घ्या. बरेच लोक हे न विचारण्याची चूक करतात. ते स्वत:च आपलं आयुष्य आखतात आणि स्वत:च्या योजना अमलात आणण्यासाठी देवाचा आशीर्वाद मागतात; पण हे योग्य नाही. आयुष्याचा मार्ग ठरवायचं काम तुमचं नाही. ते देवाचं काम आहे. तुम्ही काय करावं, अशी देवाची इच्छा आहे, त्याचा शोध घ्या. मग ते पार पाडण्यासाठी लागणारी बुद्धी, शहाणपण देव तुम्हाला देईल. करिअर कोणतंही असू दे, पण जे करण्यासाठी देवाने तुम्हाला आणलं आहे, देवाची ती इच्छा तुम्ही पूर्ण केलीत, तरच तुम्हाला खरं यश मिळेल.

प्रथम देवाला शरण जा

प्रॉव्हर्ब्स १०:२२मध्ये म्हटलं आहे, "देवाच्या आशीर्वादाने माणूस श्रीमंत होतो; पण त्याच्या जोडीने दु:ख येत नाही." (एनएलटी) केवळ भरपूर पैशाच्या आशेने एखाद्या करिअरला भुलू नका.

मला आठवतं आहे, मला व्यावसायिक फुटबॉलपटू बनायचं होतं. माझ्या शरीराचा अणुरेणू हे स्वप्न बघत होता. ते स्वप्न साकार करण्यासाठी काय काय करावं लागेल, त्याची पूर्ण योजना मी आखली होती. त्यानुसार मी वेटलिफ्टिंग, बेंचप्रेस वगैरेसारखे व्यायाम करत होतो. फुटबॉलवरील पुस्तकांचा कसोशीने अभ्यास करत होतो. मी भविष्यात चांगला फुटबॉलपटू होणार, याची मला खात्री होती. या स्वप्नापाठी धावताना, 'मी काय करावं अशी देवाची इच्छा आहे', हा विचारही माझ्या मनात आला नाही.

मला दुखापत झाली आणि माझ्या या स्वप्नाच्या ठिकऱ्या-ठिकऱ्या झाल्या. कर्कश ब्रेक लागून गाडी थांबावी, तसं अचानक माझं फुटबॉलमधील करिअर ठप्प झालं. मी अतिशय निराश झालो. हळूहळू माझा अहंकार गळून पडला. मी देवाला शरण गेलो आणि माझ्या आयुष्यासाठी त्याने काय योजलं आहे, त्याचा शोध घेतला.

मला देवाच्या योजना, त्याचा हेतू कळला. मी त्यानुसार चालू लागलो. यथावकाश मला हवं होतं ते सर्व मिळालं. नव्हे; त्याहून जास्त मिळालं. माझी खात्री आहे की, जरी मी व्यावसायिक फुटबॉलपटू झालो असतो, तरी माझ्या जीवनात कसलीतरी उणीव राहिली असती; पण आता मात्र मी परिपूर्ण जीवन जगतो आहे. देवाच्या इच्छेनुसार जगण्यापेक्षा दुसरा चांगला पर्याय असूच शकत नाही.

देव तुमच्या आयुष्याची योजना आखतो तेव्हा त्याला त्यातील प्रत्येक क्षेत्रात समृद्धी अभिप्रेत असते. त्याची सुरुवात जरी छोट्या गोष्टींनी झाली तरी त्यांना कमी लेखू नका. तुम्हाला अगदी तळागाळापासून सुरुवात करावी लागली आणि पगारवाढीसाठी प्रतीक्षा करावी लागली तरी हरकत नाही. तुम्ही देवाच्या इच्छेनुरूप वागत नाही आहात, असा त्याचा अर्थ होत नाही.

मॅथ्यू ६:३३मध्ये सांगितलं आहे, "तुम्ही सर्वप्रथम देवाच्या राज्याचा आणि सदाचरणाचा ध्यास बाळगा. या सर्व गोष्टी तुम्हाला मिळणारच आहेत." (ॲम्प्लि). देवाला शरण जाणं, या गोष्टीला तुम्ही अग्रक्रम दिलात, तर तो तुम्हाला चांगल्या करिअरचा मार्ग दाखवील आणि तुमच्या गरजांना पुरून उरेल एवढं तुम्ही कमवू शकाल.

देवाला शरण जाणं, ही करिअर निवडीची आध्यात्मिक बाजू झाली. आता स्वाभाविक बाजूंचा विचार करू या.

मूल्यं

तुमच्या दृष्टीने काय महत्त्वाचं आहे? हे करिअर तुम्हाला कसं वाटतं? त्याचं मूल्य तुम्ही कसं ठरवाल? तुम्हाला न आवडणारं काम करत तुम्ही कधीच यशस्वी होऊ शकणार नाही. एखाद्या गोष्टीचं वेड आणि सेवा हे यशाकडे नेणारे दोन मूलभूत घटक आहेत. कोणत्याही मोबदल्याची अपेक्षा न करता जे काम करण्यास तुम्ही एका पायावर तयार असाल, तेच काम तुमच्या आयुष्यात समृद्धी आणि यश खेचून आणील.

तुमची कौशल्यं, प्रतिभा ओळखा

कौशल्य आणि प्रतिभा यात अंतर आहे. अंगात एखादं कौशल्य असलं, तरी त्यात पारंगत होण्यासाठी प्रशिक्षणाची आवश्यकता असते. एखाद्या कामाचं तुम्ही प्रशिक्षण घेतलं असेल, तरी ते काम तुम्हाला आवडेलच असं नाही. याउलट नैसर्गिक प्रतिभा म्हणजे एखादं काम चांगल्याप्रकारे करणं आणि ते मनापासून आवडणं. थोडा वेळ काढून तुमच्यात असलेली कौशल्यं आणि प्रतिभा यांचा शोध घ्या. या दोन्हींचा उपयोग करता येईल असा व्यवसाय शोधा.

तुमची पसंती ओळखा

कोणत्या प्रकारचा प्रकल्प करायला तुम्ही खूप उत्सुक असता? कोणत्या प्रकारचं काम करायला तुम्हाला मनापासून आवडतं? कोणतं काम तुम्हाला करावंसं वाटत नाही? या प्रश्नांची उत्तरं देताना स्वत:शी प्रामाणिक राहा, स्वत:च्या मनाचा कौल घ्या. दुसऱ्या कोणी सांगितलं किंवा दुसऱ्या कोणाला आवडतं हा विचार मनातून काढून टाका. वाटल्यास, प्रथम तुम्हाला न आवडणारी कामं विचारात घ्या

व त्यांच्याशी संलग्न असलेल्या नोकऱ्या किंवा करिअर बाद करा. म्हणजे विचाराधीन करिअर्सची यादी थोडी लहान होईल आणि योग्य करिअर निवडण्याची प्रक्रिया थोडी सोपी होईल.

प्रत्यक्ष अनुभव घ्या

माझ्यामते, एखादं काम स्वत: करून बघणं ही व्यवसाय निवडण्याची सर्वांत महत्त्वाची पायरी आहे. त्यामुळे तुम्हाला आवडणारं काम हे तुमच्या दृष्टीने खरोखरच योग्य आहे की नाही, ते तुम्हाला कळेल. बरेचदा लोकांना, एखादं विशिष्ट काम करणं आपल्याला आवडेल असं वाटतं. पण ते प्रत्यक्ष केल्यावर, त्याच्या अनुषंगाने करावी लागणारी इतरही कामं त्यांच्या लक्षात येतात. कदाचित ती आवडण्यासारखी नसतीलही. म्हणून तुम्ही निवडलेलं काम प्रत्यक्ष करून बघा – अगदी विनामूल्य करावं लागलं तरी. फक्त पैशाचाच विचार करून हाताशी आलेली अनुभव घेण्याची संधी सोडू नका. विनामोबदला काम किंवा इंटर्नशिप केल्यास पैसे कमी मिळाले तरी तो व्यवसाय आतूनबाहेरून पारखता येतो.

व्यापक दृष्टीने बघा

वेळ लागला तरी चालेल, पण तुम्हाला जे काम करायचं आहे त्याचा व्यवस्थित अभ्यास करा. त्या करिअरविषयी पूर्ण माहिती गोळा करा. त्या कंपनीचं किंवा संस्थेचं ध्येय, त्या उद्योगाचं व त्या व्यवसायाचं भविष्य यांची माहिती मिळवा.

पैशापेक्षा अनुभवाला प्राधान्य द्या

तुम्हाला जास्तीत जास्त पैसा कमवायचा असेल, तर तुम्हाला सर्वोत्कृष्ट व्हावं लागेल. कोणत्या ठिकाणी, कोणत्या पदावर काम करून तुम्ही अत्युकृष्ट व्हाल ते शोधा. मिळालेल्या प्रत्येक संधीचा फायदा घ्या.

११० टक्के बांधिलकी

जे कर्मचारी १०० टक्केसुद्धा काम करू शकत नाहीत, त्यांच्याबद्दल वरच्या अधिकाऱ्यांचं मत तितकंसं चांगलं नसतं. हे अधिकारी नेहमी उत्साही आणि उत्पादनक्षम कर्मचाऱ्यांच्या शोधात असतात. ११० टक्के काम देणाऱ्या कर्मचाऱ्यांकडे व्यवस्थापनाचं लक्ष वेधलं जातं आणि बढती, पगारवाढीसाठीही त्यांचाच विचार केला जातो.

अंथरूण पाहून पाय पसरा

ही व्यवहार्य कल्पना आहे. येत्या वर्षभरात किंवा पुढील पाच वर्षांत तुम्ही किती कमवणार याविषयी तुमच्या अपेक्षा, तुमचे अंदाज काहीही असोत, तुमची जीवनशैली तुमच्या सध्याच्या उत्पन्नानुसारच ठरवा. पगारवाढ गृहीत धरून तुमचे

खर्च वाढवू नका. खूपदा लोक ही चूक करतात आणि मग अर्थातच गोत्यात येतात.

प्रगतीसाठी पाच टक्के गुंतवणूक

तुमच्या वेळेचा, शक्तीचा, पैशाचा पाच टक्के भाग करिअरमध्ये प्रगती करण्यासाठी वापरा. उत्पादनक्षमता वाढवण्यासाठी आवश्यक गोष्ट म्हणजे तुमच्या क्षेत्रातील तुमचं ज्ञान वाढवणं. त्यासाठी पुस्तकं वाचा, इंटरनेटचा उपयोग करा. एखादा ऑनलाइन कोर्स करा. यामुळे तुमचा विकास होईल व तुमच्या क्षेत्रात तुम्ही प्रगती कराल. पुढचं शिक्षण चालू ठेवणं किंवा करिअरशी संबंधित प्रशिक्षण घेणं, यासंदर्भात तुमच्या अधिकाऱ्यांशी बोला. आजकाल बरेच व्यवस्थापक स्वत:च्या खर्चाने कर्मचाऱ्यांना अशा तऱ्हेच्या कोर्ससाठी पाठवतात.

बदलांना सामोरं जा

नवीन संधी, नवीन तंत्रज्ञानं यांना उत्साहाने सामोरं जा. त्यासाठी स्वत:मध्ये आवश्यक ते बदल करा. असेच कर्मचारी व्यवस्थापकांना जास्त पसंत पडतात.

या सर्व व्यावहारिक पायऱ्यांमुळे तुम्हाला योग्य तो व्यवसाय निवडायला नक्कीच मदत होईल. देवाला शरण जा. तुम्हाला यापुढील माहिती आणि मार्गदर्शन मिळेल.

तुमचा निर्णय चुकत आहे, असं तुम्हाला आतून वाटत असेल तर तुमच्या अंत:प्रेरणेकडे दुर्लक्ष करू नका. शांतपणे देवाला शरण जा. तो तुम्हाला पुढच्या संधीची दिशा दाखवेल.

◆

३

व्यवसायाची नीतितत्त्वं ठरवा

आपल्या मनात सदैव देवाची जाणीव असली पाहिजे. तरच 'आपण माणसासाठी काम करत नसून देवासाठी काम करतो' म्हणजे काय ते आपल्याला कळेल.

आपल्या कामाबद्दलचा आपला दृष्टिकोन आणि बारीकसारीक गोष्टीही नीट लक्षपूर्वक करण्याची आपली पद्धत, यावरच आपलं व्यावसायिक यश अवलंबून असतं. बरीच वर्षं एकाच ठिकाणी काम करणारे लोक कामाविषयी, आपल्या प्रगतीविषयी निरुत्साही होतात. अशा उदासीन मानसिकतेचा त्यांच्या करिअरवर वाईट परिणाम होतो. कारण दृष्टिकोन आणि कामाची गुणवत्ता यांवरच करिअरचं यश अवलंबून असतं. कामाची आचारसंहिता पाळणाऱ्या कर्मचाऱ्याचं महत्त्व वाढतं. योग्य व्यवसाय निवडणं जेवढं महत्त्वाचं आहे; तेवढंच आपल्यावर सोपवलेलं काम व्यवस्थित करणंही महत्त्वाचं आहे.

आपल्या नशिबाने आपल्याला चांगले पालक मिळाले. त्यांनी आपल्यात कामाविषयी निष्ठा अशी चांगली तत्त्वं रुजवली; पण सर्व जण एवढे सुदैवी नसतात. काही जणांना कोणी याचं महत्त्व सांगत नाही की त्यांच्यात ही कामविषयक नीतिमत्ता रुजवत नाहीत.

व्यावसायिक नीतितत्त्वं म्हणजे कामाच्या ठिकाणी कसं वागावं, त्याचे अलिखित नियम. एखादी गोष्ट करणं योग्य आहे, म्हणून ती करणं हा चारित्र्याचाच भाग आहे. वक्तशीरपणा, नेमून दिलेलं काम उत्कृष्टपणे करणं, वरिष्ठांशी आदराने वागणं, कामाच्या वेळेचा सदुपयोग करणं वगैरे गोष्टी म्हणजे चांगली व्यावसायिक नीतिमत्ता. अशा प्रकारे वागणारा कर्मचारी कार्यालयात उठून दिसतो, वरिष्ठांच्या नजरेत भरतो आणि खूपदा, फक्त या नीतिमत्तेच्या जोरावर त्याला बढतीही मिळून जाते.

तुम्ही कोणासाठी काम करता ते जाणून घ्या

आपला व्यवसाय कोणताही असो, आपण देवासाठी काम करत आहोत, ही गोष्ट आपण आपल्या मनात ठसवली पाहिजे. ही मानसिकता ठेवून काम केल्यास, देवाला प्रसन्न करण्यासाठी आपण चांगलंच काम करतो. बरेचदा, कोणीतरी लक्ष ठेवतं आहे म्हणून आपण तेवढ्यापुरतं चांगलं काम करतो. इथे तसं न होता आपण नेहमीच चांगल्या प्रकारे काम करू लागतो.

बायबलमध्ये आयुष्याच्या प्रत्येक क्षेत्राविषयीचे व्यावहारिक धडे दिले आहेत, कामाच्या क्षेत्राविषयीचेही. एफेसिअन्स ६:५-८मध्ये आपण काम कसं करावं, त्याचा उपदेश केला आहे, "सेवकांनो, तुम्ही येशूची सेवा करत आहात असं समजून, त्याच भावनेने तुमच्या मालकाची सेवा करा, त्याच्या आज्ञा पाळा, त्यांना घाबरून राहा, एकाग्रतेने काम करा, तोंडदेखलं काम करू नका, मालकाची खुशामत करू नका, तर येशूचा सेवक असल्यासारखं काम करा. देवाची इच्छा पुरवत असल्याप्रमाणे मनापासून काम करा. तुम्ही मालकासाठी काम करत नसून देवासाठी काम करत आहात असं समजा."

केवळ दुसरे पाहत आहेत म्हणून आपलं काम चांगलं करण्याचं ढोंग करू नका, हेच या उताऱ्यात म्हटलं आहे. देव आपल्या हृदयात डोकावतो. त्यामुळे खरं काय आहे ते त्याला कळल्यावाचून राहत नाही. आईवडिलांनी सांगितलं म्हणून एखादं मूल शांत बसेल. बघणाऱ्याला ते आज्ञाधारक वाटेल; पण ते मूल हे मनापासून करत नसेल, तर ते उर्मटपणे धपकन बसेल, पण मनातून ते उभंच असेल. त्याचप्रमाणे काही मोठी माणसंसुद्धा बाहेरून शांत वाटली, तरी आतून विरोध करत असतात. याने देवाचा अनादर होतो.

खूप वर्षांपूर्वी माझ्यावर चर्च स्वच्छ करण्याचं काम सोपवण्यात आलं होतं. तसा पगार विशेष चांगला नव्हता; पण माझं काम मी उत्कृष्टपणे करत होतो. मी बाथरूमही खूप स्वच्छ करायचो. अगदी बाथरूममध्ये शिरल्यावरच लोक खूश होतील, एवढं चकचकीत करायचो. कितीही वेळ लागला तरी मी बारीकसारीक गोष्टीसुद्धा साफ करायचो. हे वाचून तुम्हाला वाटेल – यात काय एवढं सांगण्यासारखं आहे? पण माझा ठाम विश्वास आहे की, ते काम मी किती मनापासून करत होतो ते देवापर्यंत पोहोचलं आणि त्याचं बक्षीस म्हणून त्याने मला आयुष्यातील सर्वोत्कृष्ट मार्ग दाखवला.

आपल्या मनात सदैव देवाची जाणीव असली पाहिजे. तरच 'आपण माणसासाठी काम करत नसून देवासाठी काम करतो' म्हणजे काय ते आपल्याला कळेल. जेव्हा आपण देवासाठी म्हणून चांगलं काम करण्यावर लक्ष केंद्रित करतो, तेव्हा आपण काम चिकाटीने करतो आणि आपल्या कामाची गुणवत्ताही बरीच वाढते.

कॉलॉसिअन्स ३:२३मध्ये म्हटलं आहे, "तुम्ही जे काही कराल, ते मनापासून करा आणि माणसासाठी नव्हे तर देवासाठी करा." देवाची नजर सदैव आपल्यावर असते आणि आपल्या प्रत्येक हालचालीवर त्याचं लक्ष असतं, या गोष्टीची जाणीव आपल्याला एकदा का झाली, की आपण वेळ फुकट घालवण्यापूर्वी किंवा दुसऱ्यांचा अनादर करण्यापूर्वी दोनदा विचार करू.

देवासाठी काम करणारा माणूस, आपलं काम देवाला कसं वाटेल याचा विचार करतो. आपण करत असलेल्या प्रत्येक गोष्टीतून आपण देवाला खूश करण्यासाठी झटतो, तेव्हा इतर लोकही आपल्या कामामुळे खूश होतात. आपल्या आयुष्यावर देवाचा वरदहस्त आहे. आपल्या व्यवसायावर, आपल्या कामावरही तो वरदहस्त असतो. आपल्यावर सोपवलेलं काम उत्कृष्टतेने पूर्ण करण्याची क्षमता, सामर्थ्य आपल्याला मिळालेलं आहे आणि आपण ते काम उत्कृष्टरीत्या करूही शकतो.

कामासाठी मन सज्ज करा

कामावर जाताना आपण व्यवस्थित वेषभूषा करून तयार होतो, तसंच मनालाही नीटनेटकं करून कामासाठी सज्ज करा.

कोणत्याही कामाला सुरुवात करण्यापूर्वी आपल्या मनाची तयारी करणं आवश्यक आहे. मनाचा कल ही अतिशय महत्त्वाची गोष्ट आहे. कामाच्या ठिकाणी जाण्यापूर्वी आपल्या मनाचा कल योग्य त्या दिशेने तयार केला, तर आपली व आपल्या संपर्कात येणाऱ्या लोकांचीही कामं चांगल्या प्रकारे होतात. आपल्या लक्षात येत नाही; पण आपण ज्या तऱ्हेने कामाच्या ठिकाणी वावरतो, त्यामुळे आजूबाजूचं वातावरण सकारात्मक किंवा नकारात्मक व्हायला मदत होते.

आपल्या मनातील विचार व स्व-संभाषण यांचा प्रभाव मनाच्या कलावर पडतो. म्हणून याबाबतीत आपण स्वत:ला नीट पारखलं पाहिजे. आपण रोज स्वत:ला विचारलं पाहिजे : मी सतत तक्रार करत राहतो का? माझ्या कामाच्या ठिकाणाविषयी आणि माझ्या सहकाऱ्यांविषयी मी नकारात्मक बोलतो का? माझ्या कामाचं ठिकाण सकारात्मक करायला मी हातभार लावतो आहे की ते माझ्यामुळे आणखी नकारात्मक बनत आहे?

आता तुम्ही म्हणाल, "डॉलरभाई, काम करताना मला कशाकशातून जावं लागतं, ते तुम्हाला कळलं ना, तर तुमच्याकडे सकारात्मक वगैरे बोलणं शिल्लकच राहणार नाही." मी तेच तर सांगत आहे. अशा परिस्थितीत तुमच्या नकारात्मकतेची भर पडली, तर त्या समस्या अधिकच वाढतील. नकारात्मकता वाढवणारे विचार आपण करत राहिलो, तसं बोलत राहिलो, तर आपल्या कामातून नेहमी नकारात्मकच निष्पन्न होणार ना?

आपण कृतज्ञता अंगी बाणवली पाहिजे. यासाठी रोज सकाळी उठल्याबरोबर

देवाचे आभार मानले पाहिजेत – आपल्याला नवीन दिवस दाखवल्याबद्दल, पैसे कमावण्याची अजून एक संधी दिल्याबद्दल. आपण उत्साहाने देवासाठी काम केलेलं देवाला खूप आवडतं.

लिहून काढा

हबक्कुक २:२मध्ये म्हटलं आहे, "तुझ्या दूरदृष्टीला जे दिसतं ते लिहून काढ. ते साधं, सरळ, स्पष्ट लिही म्हणजे जो कोणी ते वाचेल त्याला आपसूकच सगळं कळेल."

कामाची नीतितत्त्वं विकसित करण्यावर मन एकाग्र ठेवण्यासाठी आपल्या कल्पना लिहून काढा. आपले विचार, आपली मार्गदर्शक तत्त्वं लिहून ठेवली, तर आपण रोजच्या रोज ती वाचू शकतो आणि जी कृती करणं आवश्यक आहे त्यावर दृढ राहू शकतो.

जास्तीत जास्त कार्यक्षम होण्यासाठी मला काय करता येईल याची यादी मी नेहमी तयार करतो. याचा मला नेहमीच फायदा होत आला आहे.

थोडा वेळ काढून स्वत:लाच पुढील प्रश्न विचारा : माझ्या वरिष्ठांनी मला वरदान समजावं यासाठी मला काय करता येईल? त्यांचं काम मला सोपं कसं करता येईल? माझं काम जास्त चांगलं, जास्त उत्पादनक्षम होण्यासाठी माझ्या कार्यपद्धतीत कोणते बदल करता येतील? वगैरे. याचा तुम्हाला आणि तुमच्या कंपनीला किंवा संस्थेला खूप फायदा होईल. सगळ्यात पहिली गोष्ट म्हणजे वेळ फुकट घालवण्याच्या आणि वेळ वाचवणाऱ्या गोष्टी शोधून काढा. त्या अमलात आणल्या तर तुमचा खूप फायदा होईल.

याशिवाय आपल्या कामाची गुणवत्ता वाढवण्यासाठी आणखीही काही पावलं उचलावीत. उदाहरणार्थ, गुणवत्ता वाढवण्यासाठी तुम्ही काय केलं पाहिजे हे तुमच्या वरिष्ठांना विचारा. म्हणजे उगीचच अंदाज बांधण्यापेक्षा नक्की काय करणं अपेक्षित आहे, ते तुम्हाला कळेल. त्याचप्रमाणे तुम्ही तुमचं काम गांभीर्याने घेत आहात व तुमच्या पगाराचा १०० टक्के मोबदला देऊ इच्छित आहात, ते तुमच्या वरिष्ठांना कळेल. समजा, वरिष्ठांनी नीट प्रतिसाद दिला नाही तर हताश न होता त्याच्याकडे विधायक टीका म्हणून बघा, स्वत:मध्ये योग्य त्या सुधारणा घडवून आणा. त्याचा नक्कीच फायदा होईल.

लवकर जा, उशिरा निघा

बरेच लोक कामावर नियमितपणे उशिरा जातात; घरी परतताना मात्र ते सर्वांत पुढे असतात. अशी माणसं स्वत:च्याच पायावर धोंडा पाडून घेतात. आपल्याला पगार

देणाऱ्याच्याच वेळेचा अनादर करणं ही सर्वांत मोठी चूक आहे. वेळेवर कामावर हजर होण्याचं महत्त्व या लोकांच्या लक्षात येत नाही. अशा लोकांच्या उत्पादनक्षमतेत बराच फरक पडतो, हे मी मालक या नात्याने खात्रीपूर्वक सांगू शकतो. त्यामुळे त्यांची कामं वेळेवर पूर्ण होत नाहीत, असं चित्र थोड्याच अवधीत दिसू लागतं.

हे बेफिकीर लोक पाच-दहा मिनिटं उशिरा कामावर येतात आणि त्यात आपलं काही चुकलं आहे, असंही त्यांना वाटत नाही. या गोष्टीची मला खंत वाटते. मला माहीत आहे, अधूनमधून पेचप्रसंग उद्‌भवू शकतात; पण ती रोजचीच गोष्ट होता कामा नये. तसं पाहिलं तर, चांगल्या कर्मचाऱ्यांच्या बाबतीत अशी आणीबाणी क्वचितच उद्‌भवते आणि जेव्हा ती उद्‌भवते तेव्हा ते त्यांच्या वरिष्ठांना फोन करून वेळच्या वेळी तशी कल्पना देतात. यावरूनच ते त्यांच्या मालकाच्या वेळेला आणि पैशांना किंमत देतात, हे सिद्ध होतं. आजकाल चांगल्या कर्मचाऱ्यांना मागणी आहे. वक्तशीर आणि जरूर तेव्हा उशिरापर्यंत थांबून काम संपवणारे कर्मचारीच मालकांना हवे असतात.

कामाच्या वेळी वेळ फुकट घालवणं

जे काम करण्यासाठी पगार मिळतो, ते सोडून दुसरंच काहीतरी करणं म्हणजे वेळ फुकट दवडणं. हे लोक काम करण्याऐवजी फोनवर बोलणं, एसएमएस पाठवणं, फेसबुकवर वेळ घालवणं वगैरे अनुत्पादक गोष्टी करत असतात. काही लोकांना लायकी असूनही बढती न मिळण्याचं हे कारण असतं. काही जणांवर तर यामुळे नोकरी गमावण्याचीही पाळी येऊ शकते.

आपण कामाच्या ठिकाणी आपल्या वेळाच्या संदर्भात दक्ष राहिलं पाहिजे. त्यासाठी आपला वेळ खाणाऱ्या गोष्टी शोधून त्यांच्याकडे विशेष लक्ष दिलं पाहिजे. उदाहरणार्थ, सहकाऱ्यांशी बोलायला लागलं, तर बराच वेळ त्यात जाऊ शकतो. कामाच्या वेळात इतरांशी आवश्यक तेव्हाच आणि आवश्यक तेवढंच बोला. सहकाऱ्यांशी गप्पा मारायच्या असतील, तर त्या तुम्ही मधल्या सुट्टीत मारू शकता की! ऑफिसच्या फोनवर खूप वेळ बडबडत राहणं, उगीचच इंटरनेट सर्फिंग करत राहणं, सहकाऱ्यांशी गप्पा मारत बसणं, या गोष्टी व्यावसायिक नीतिमत्तेत नक्कीच मोडत नाहीत.

आपल्या कामाच्या वेळाचा सदुपयोग करण्यासाठी आपण एक युक्ती करू शकतो. दिवसभरात मध्येमध्ये फोन करणं, ई-मेल चेक करणं या गोष्टी करण्यापेक्षा ठरावीक वेळ या गोष्टींसाठी राखून ठेवावा. उदाहरणार्थ, दिवसातील पंधरा मिनिटं ई-मेल चेक करण्यासाठी ठेवावीत आणि त्यानुसार सकाळी एकदा, दुपारी एकदा आणि ऑफिस सुटण्यापूर्वी एकदा, अशा वेळा ठरवून घ्याव्यात. महत्त्वाचे फोन करायचे असल्यास ते शक्यतो मधल्या सुट्टीत करावेत. अशा प्रकारे आपण कंपनीचा वेळ न वापरता आपल्या वेळात ही काम करतो.

अपरिहार्य व्हा

एक वरिष्ठ या नात्याने माझा तुम्हाला आग्रह आहे की, तुम्हाला नोकरीवरून काढणं तुमच्या वरिष्ठांना परवडणार नाही, अशा प्रकारचा कर्मचारी होण्यासाठी झटा. धार्मिक वृत्ती, देवभक्ती दर्शवणारी व्यावसायिक नीतिमत्ता अंगी बाणवलीत, तर तुम्ही तुमच्या मालकाच्या दृष्टीने अपरिहार्य व्हाल.

जीवनात यशस्वी होण्याकरिता परिश्रम ही अत्यावश्यक गोष्ट आहे. याबरोबरच काम करताना इतर काही विशिष्ट गोष्टीही लक्षात ठेवल्या पाहिजेत.

पुढे दिलेल्या छोट्या-छोट्या गोष्टी केल्यास कंपनीच्या दृष्टीने तुमची किंमत नक्कीच वाढेल.

१. हसतमुख रहा.
२. नवीन कल्पना, सर्जनशील गोष्टी अमलात आणून पहा.
३. जास्त परिणामकारक, कार्यक्षमता वाढवणाऱ्या कामाच्या पद्धती शोधून काढा.
४. कामावर लवकर जा आणि उशिरापर्यंत थांबा.
५. तुम्ही काम करता, ती कंपनी तुमची स्वत:ची असल्याप्रमाणे काम करा.

आपली उद्दिष्टं उत्कृष्टरीत्या पूर्ण करण्यासाठी ज्याच्यावर भरवसा ठेवता येईल, अशा कल्पक व्यक्तीच्या शोधात कंपन्या असतात. अशा तऱ्हेचे कर्मचारी बना आणि बघा; बढती, पगारवाढ तुमची वाटच पाहत असतील!

◆

४

आर्थिक तत्त्वं व्यवहारात आणा

कित्येक लोकांना मला मिळालेलं यश दिसतं, पण मला इथपर्यंत आणणाऱ्या गोष्टी म्हणजे परिश्रम, शिस्त, उद्यमशीलता वगैरे ते लक्षात घेत नाहीत. त्यासाठी मी आणि टॅफीने किती कठीण निर्णय घेतले, किती स्वार्थत्याग केले हे त्यांना समजत नाही. देवाच्या 'शब्दा'ला शेवटचा शब्द मानून त्यानुसार वागण्याचा महत्त्वाचा निर्णय आम्ही घेतला. या निर्णयामुळे आम्ही वरच्या स्तरावर गेलो.

आता आम्ही खऱ्या समृद्धीच्या प्रसाराकरिता एक संस्था स्थापन केली आहे. ती संस्था वरच्या स्तरावर न्यायची वेळ आली आहे.

आर्थिक समृद्धीच्या व्यावहारिक, नैसर्गिक बाजूवर लक्ष केंद्रित करून, आर्थिक स्वातंत्र्य कसं मिळवावं आणि कठीण काळातही ते कसं टिकवावं, ते पाहू या.

प्रॉव्हर्बस २४:३-४मध्ये म्हटलं आहे, "शहाणपणातून घर बांधलं जातं, समजूतदारपणातून ते वसलं जातं आणि ज्ञानामुळे घरातल्या खोलीखोलीतून मौल्यवान, आल्हाददायक संपत्ती भरली जाते." (एनकेजेव्ही)*

देवाने दिलेल्या शहाणपणामुळे आमची आर्थिक परिस्थिती सुधारली.

बरचेदा मुद्दा पैशांचा नसतो. आपल्याकडे तसे पुरेसे पैसे असतात; पण आपण त्यांचा विनियोग नीट करत नाही. मला खात्री आहे की, आपण अंदाजपत्रक आखून त्यानुसारच खर्च केला, तर आपल्याला खूप चांगलं फळ मिळेल.

अंदाजपत्रक बनवणं हे कंटाळवाणं, अनावश्यक काम आहे असं समजू नका. पैशाच्या थोड्याशा गळतीकडेसुद्धा दुर्लक्ष केलं, तर परिस्थिती हाताबाहेर जाऊ शकते. बेंजामिन फ्रँकलिनने म्हटल्याप्रमाणे, "छोट्या छोट्या खर्चाबाबतही सावधगिरी

---

* *New King James Version – न्यू किंग जेम्सच्या स्वरूपानुसार*

बाळगा. एका छोट्याशा छिद्रामुळे अवाढव्य जहाजही बुडू शकतं.'' बरेच लोक अंदाजपत्रक बनवायला घाबरतात. कारण अशी काही योजना बनवली, तर खर्चाच्या बाबतीत हात आखडता घ्यावा लागेल असं त्यांना वाटतं.

खरंतर अंदाजपत्रक, आपल्या संपत्तीचा उत्तम प्रकारे विनियोग कसा करावा, याविषयी देवाच्या 'शब्दा'त बरंच मार्गदर्शन केलं आहे.

अंदाजपत्रकामुळे आपण आर्थिकदृष्ट्या नक्की कुठे आहोत, ते कळतं. आपल्या इच्छित दर्जापर्यंत पोहोचण्यासाठी काय करता येईल, त्याचं मार्गदर्शन मिळतं.

आम्ही जेव्हा आमचं पहिलं घर विकत घेतलं, तेव्हा कुठे आम्हाला अंदाजपत्रकाचं महत्त्व पटलं.

एक दिवस मी घरी आलो आणि माझ्या लक्षात आलं की, आमच्या मालकीचं असं त्या घरात काहीही नव्हतं. पलंग, घरातलं फर्निचर, रेफ्रिजरेटर, कार – सगळ्या गोष्टी आम्ही उधारीवर घेतल्या होत्या. त्यातील काहीही आमच्या मालकीचं नव्हतं. आम्हा दोघांपैकी एकाला काही झालं, तर आमच्याकडे आर्थिक पाठबळही नव्हतं. आमची कमाई पुरेशी नव्हती. आमचं कर्ज आणि आमची कमाई यांचं गुणोत्तर छाती दडपून टाकणारं होतं. आमच्या डोक्यावर जवळजवळ एक लाख डॉलर्सचं कर्ज होतं. या एवढ्या मोठ्या कर्जातून बाहेर पडण्याचा मार्ग तर सोडाच; पण थोडीशी शक्यताही दिसत नव्हती.

मी बसलो. आमच्या मालमत्ता आणि जबाबदाऱ्यांची यादी केली. दुर्दैवाने मालमत्तेची बाजू शून्य होती. देणी आणि फक्त देणीच होती. शिवाय अजून एक गोष्ट माझ्या लक्षात आली. हातात येणाऱ्या पैशांपेक्षा कितीतरी जास्त पैसे आम्ही खर्च करत होतो. आमचे पैसे कुठे जातात, ते बघणं आवश्यक होतं. या अशा परिस्थितीतून बाहेर पडायचं तर काहीतरी ठोस योजना आखणं अपरिहार्य होतं.

तेव्हा उचललेलं पहिलं पाऊल मी जन्मात विसरणार नाही. मी सोफ्याच्या कडेवर बसलो. वर स्वर्गाकडे बघत देवाची करुणा भाकली, "देवा, तूच तार मला यातून.'' खरोखरच, देवाच्या मदतीशिवाय त्यातून बाहेर पडणं मला अशक्यच होतं. माझ्या मनात नकारात्मक विचारांची गर्दी झाली होती. 'तू यातून कधीच बाहेर पडणार नाहीस. तुझा अख्खा जन्म ही कर्जं फेडण्यातच जाणार. तू ही कर्जं फेडणार कधी आणि जीवनाचा आस्वाद घेणार कधी?' हे सर्व नकारात्मक विचार बाजूला सारून ठोस पावलं उचलायचा मी निश्चय केला. काहीही करून मला या परिस्थितीतून बाहेर पडायचं होतं.

परिस्थिती पालटण्यासाठी काय करायला हवं, त्याचा मार्ग देवाने मला दाखवला. मी अंदाजपत्रक तयार केलं. लवकरात लवकर कर्ज कमी कसं करता येईल, याचाही अभ्यास करायला सुरुवात केली. याबरोबरच आम्ही क्रेडिट कार्डांचा वापर बंद केला. आम्ही फक्त रोखीनेच खरेदी करू लागलो. एखादी वस्तू विकत

घेणं, पैशाअभावी शक्य नसेल, तर त्या वस्तूशिवायच भागवू लागलो. आमच्या उद्दिष्टापर्यंत पोहोचण्यासाठी अशा तऱ्हेचे स्वार्थत्याग करणं आवश्यक होतं.

शिवाय जमेची बाजू वाढवणंही गरजेचं होतं. म्हणून टॅफी आणि मी जास्त वेळ काम करू लागलो. मुख्य म्हणजे आम्ही आमच्या जीवनशैलीतही बदल केला. मनोरंजन आणि इतर चैनी काही काळ पूर्णपणे थांबवल्या आणि त्यातून वाचलेल्या पैशांचा बिलं भरण्यासाठी उपयोग केला. याशिवाय आम्ही आणखी एक गोष्ट केली. ती म्हणजे आमच्या जेवणातील पदार्थ आधीच ठरवले. त्यानुसार किरणासामानाची यादी बनवून, तेवढीच खरेदी करू लागलो. शिवाय, आठवडाभर पुरेल एवढंच पेट्रोल आम्ही रविवारी रात्री कारमध्ये भरू लागलो. यासारख्या काटकसरींमुळे आमच्या परिस्थितीच्या काळोख्या बोगद्याच्या टोकाशी उजेडाचा ठिपका दिसू लागला.

कर्जफेडीसाठीही आम्ही आराखडा तयार केला. सुरुवात केली छोट्या छोट्या कर्जांपासून. काटकसर करून वाचवलेल्या रकमेतून ती पूर्णपणे फेडल्यावर, मग आम्ही मोठ्या रकमांच्या कर्जांकडे वळलो. सहा महिन्यांतच आम्ही क्रेडिट कार्डांमुळे झालेलं देणं फेडलं. ते फिटल्यावर पुन्हा क्रेडिट कार्ड वापरायचा मोह होऊ नये, म्हणून आम्ही ती कडीकुलपात ठेवून दिली. यानंतर आम्ही पुढच्या कर्जांकडे वळलो. प्रथम कारचं कर्ज फेडलं. ते पूर्ण फिटल्यावर घरासाठी घेतलेलं कर्ज फेडायला सुरुवात केली. असं करत करत एक दिवस आमचं महाकठीण उद्दिष्ट आम्ही साध्य केलं! आम्ही कर्जमुक्त झालो! आम्ही ऋणमुक्त झालो!

हलाखीच्या आर्थिक परिस्थितीतून बाहेर पडायचं म्हटलं, तर कितीतरी गोष्टींवर पाणी सोडावंच लागतं. देव जरी निसर्गातीत गोष्टी करून आपल्याला मदत करत असला, तरी काही गोष्टी आपल्यालाच कराव्या लागतात. ताणमुक्त, चांगलं आयुष्य जगण्यासाठी आम्हा दोघांना चैनीच्या काही गोष्टींपासून दूर राहावं लागलं. पण आम्ही ते सर्व आनंदाने केलं. आणि या सर्वांचं श्रेय जातं अंदाजपत्रकाला.

अंदाजपत्रक म्हणजे काय?

अंदाजपत्रक म्हणजे जमा आणि खर्चांच्या योजनेची यादी. ही एक महत्त्वाची अर्थशास्त्रीय संकल्पना आहे. आर्थिकदृष्ट्या आपण कोठे आहोत आणि आपल्याला कोठे पोहोचायचं आहे; याचं चित्र ते आपणासमोर उभं करतं. वीज, टेलिफोन वगैरे बिलं, दूध-किराणामाल-औषधं यांसारख्या गरजेच्या वस्तू, कर्जाची परतफेड, मनोरंजन आणि इतर गोष्टींवर किती खर्च करावा, त्याचा निर्णय घ्यायला अंदाजपत्रकामुळे मदत होते. शिवाय आपल्याला काय आवश्यक आहे आणि काय आपण केवळ हवंसं वाटतं म्हणून घेतो यातील फरक आपल्याला स्पष्ट होतो. अंदाजपत्रकामुळेच आपण आपला आर्थिक प्राधान्यक्रम ठरवू शकतो व आपली प्रगतीही पडताळू शकतो.

बऱ्याच लोकांचे पैसे पुढचा पगार मिळण्याआधीच संपलेले असतात. ह्या प्रकारच्या जीवनशैलीवरूनच सिद्ध होतं की, त्यांनी त्यांचे जमाखर्च काटेकोरपणे तपासून अनावश्यक खर्चाला कात्री लावणं आवश्यक आहे. अंदाजपत्रकामुळे हे सहज शक्य होतं. व्यवस्थित अंदाजपत्रक बनवून त्यानुसार खर्च केला, तर पैसे वाचवता येतात व ते गुंतवणुकीसाठी उपलब्ध होऊ शकतात.

अंदाजपत्रकानुसार वागायचं म्हटलं की, काही जणांच्या पोटात गोळा येतो. पण खरंतर ते बायबलमधील तत्त्व आहे. अंदाजपत्रक नसेल तर पैशाला कशा वाटा फुटतात व आपण कफल्लक कधी होतो, ते कळतच नाही. प्रॉव्हर्ब्स २२:३मध्ये म्हटलं आहे, "दूरदर्शी माणसाला नंतर होणाऱ्या वाईट गोष्टीचा आधीच सुगावा लागतो व तो स्वत:चा बचाव करतो. सामान्य माणूस मात्र पुढे जात राहतो आणि त्याला त्या वाईट गोष्टीचा फटका बसतो." (एनकेजेव्ही). माणूस कितीही पैसे कमावत असला तरी त्याने सुजाण आर्थिक व्यवस्थापन करणं आवश्यक आहे. खर्च, बचत आणि गुंतवणूक हे पैशाच्या व्यवस्थापनाचे महत्त्वाचे घटक आहेत. अंदाजपत्रकामुळे आपण या तिन्ही घटकांना न्याय देऊ शकतो.

शहाणा माणूस एखाद्या जबाबदारीच्या कामाला सुरुवात करण्यापूर्वी त्याला लागणाऱ्या खर्चाचा विचार करतो. लूक १४:२८मध्ये अंदाजपत्रकाचं महत्त्व सांगताना येशूने म्हटलं आहे, "तुमच्यापैकी कोणाला जर मोठी इमारत बांधायची इच्छा असेल, तर त्यासाठी आपल्याला किती खर्च येईल आणि आपल्याजवळ पुरेसे पैसे आहेत का, याचा तो आधी विचार करणार नाही काय?" अंदाजपत्रक म्हणजे हेच तर आहे. खर्चाचं मोजमाप करणं, त्याचं पृथक्करण करणं, आपल्याकडे सध्या असलेल्या पैशातून आपल्याला काय करता येईल त्याच्या भविष्यकालीन योजना आखणं म्हणजेच अंदाजपत्रक.

वैयक्तिक किंवा कौटुंबिक अंदाजपत्रक

वैयक्तिक किंवा कौटुंबिक अंदाजपत्रक बनवताना कोणकोणत्या मार्गाने उत्पन्न मिळू शकतं, त्याचा विचार करून एकंदर जमा व खर्चाचा मेळ घालून, खर्चाच्या योजना बनवल्या जातात. हे आखताना लक्षात ठेवायची महत्त्वाची गोष्ट म्हणजे आपल्या आमदनीपेक्षा खर्चाची रक्कम जास्त असता कामा नये. आपण मिळवतो त्यापेक्षा जास्त खर्च करत असल्यास, आपली वाटचाल दिवाळखोरीच्या दिशेने चालली आहे, असं समजावं.

आर्थिक नियोजन ही गतिमान प्रक्रिया आहे. त्यामुळे नियमित देखरेख व पुनर्मूल्यमापन करणं आवश्यक असतं. प्रॉव्हर्ब्स २७:२३-२४मध्ये म्हटलं आहे, "तुमच्या कळपाची स्थिती बघण्याचे कष्ट घ्या आणि तुमच्या खिल्लाराची निगा राखा." (एनकेजेव्ही). आर्थिक संदर्भात याचा अर्थ असा की, आपण सतत आपल्या

पैशांचा मागोवा घेत राहिलं पाहिजे. आय आणि व्यय एकमेकांशी सुसंगत ठेवले पाहिजेत. त्यासाठी आवश्यक त्या तडजोडी केल्या पाहिजेत.

आर्थिक नियोजनाच्या पाच पायऱ्या आहेत.

पहिली पायरी : मूल्यमापन

तुमचं वैयक्तिक आर्थिक मूल्यमापन करण्यासाठी आर्थिक ताळेबंद (बॅलन्स शीट) व उत्पन्नाचं स्टेटमेंट यांच्या सोप्या आवृत्त्या तयार करा. या ताळेबंदात तुमच्या वैयक्तिक मालमत्तेची (कार, घर, कपडे, गुंतवणूक, बँकेतील खाती) आणि वैयक्तिक देण्यांची (क्रेडिट कार्डद्वारा झालेलं कर्ज, बँकेची किंवा शैक्षणिक कर्ज, गृह कर्ज) अशा याद्या असतात. तुम्हाला वैयक्तिक कॅश फ्लो स्टेटमेंटही (यात वैयक्तिक उत्पन्न व खर्च यांच्या याद्या असतात) बनवावं लागेल. तुमच्या खर्चाचं निश्चित आणि परिवर्तनशील अशा दोन भागात वर्गीकरण करा. कर्जाचे हप्ते, टेलिफोन बिलं, ऑफिसचे मासिक खर्च, घरातलं वाणसामान वगैरे आवश्यक गोष्टी, कारविम्याचा हप्ता, भाडं, घराच्या कर्जाचे हप्ते या नियमितपणे कराव्या लागणाऱ्या गोष्टी हे सगळं निश्चित खर्चात येतं. परिवर्तनशील खर्चामध्ये महागडे कपडे, अनावश्यक गोष्टी, ब्युटी पार्लरला गेल्यावर येणारा खर्च वगैरे चैनीच्या गोष्टी येतात. अशा बाबतीत आपण खर्च कमी करू शकतो किंवा टाळू शकतो.

दुसरी पायरी : उद्दिष्टं

आर्थिक उद्दिष्टं ठरवल्यामुळे आर्थिक नियोजनाला योग्य दिशा मिळते. उद्दिष्टं निश्चित करताना ती स्पष्ट, निःसंदिग्ध शब्दात मांडा. उदाहरणार्थ, १. तीन वर्षांच्या आत घर विकत घ्यायचं आहे. गृहकर्जाचा मासिक हप्ता एकूण उत्पन्नाच्या २५ टक्क्यांपेक्षा कमी असावा, किंवा ६५व्या वर्षी सेवानिवृत्त होताना आपली निव्वळ मालमत्ता (नेट वर्थ) ६ लाख डॉलर्स असली पाहिजे. या निश्चित केलेल्या ध्येयांवर लक्ष ठेवून रहा. अशाप्रकारे ध्येय निश्चित केल्यामुळे आपल्याला नक्की कोणत्या दिशेने काम करायचं आहे, त्याची कल्पना येते. त्यामुळे आपलं अर्थकारण आपल्या ताब्यात ठेवायची प्रेरणा मिळते.

तिसरी पायरी : नियोजन करा

योजना आखण्याचं महत्त्व सांगावं तेवढं थोडंच आहे. आर्थिक नियोजन म्हणजे उद्दिष्टं साध्य कशी करावीत त्याची तपशीलवार आखणी. मग ते उद्दिष्ट अनावश्यक खर्चाला काट मारणं असेल, उत्पन्न वाढवण्याविषयी असेल किंवा गुंतवणुकीसाठी पैसा कसा जमवावा याविषयी असेल. एक गोष्ट मात्र नक्की आहे. जेव्हा आपण नियोजन करायला चुकतो, तेव्हा आपण 'चुकण्या'चं नियोजन करतो.

चौथी पायरी : अंमलबजावणी

आखलेली योजना अमलात आणणं ही साधी गोष्ट नाही; किंबहुना तोच सर्वांत कठीण भाग आहे. त्यासाठी शिस्त आणि चिकाटी दोन्हींची आवश्यकता आहे. अंदाजपत्रकाला चिकटून राहणं ही कमालीची कठीण, पण अत्यावश्यक गोष्ट आहे. यासाठी उत्तम उपाय म्हणजे तुमच्याकडे तुमच्या व्यवहाराचं स्पष्टीकरण मागू शकेल असा माणूस नेमा. बरेच लोक या संदर्भात सी.पी.ए., सी.ए., आर्थिक नियोजक, गुंतवणूक सल्लागार, वकील यांसारख्या व्यावसायिकाची मदत घेतात. जर तुम्हाला जास्त तपशीलवार मदतीची आवश्यकता असेल आणि तुमच्या नियोजनानुसार त्यांची फी परवडण्यासारखी असेल, तर त्यांची मदत अवश्य घ्या. नाहीतर आर्थिकदृष्ट्या जबाबदार अशा विश्वासू मित्राची किंवा नातेवाइकाची मदत घ्या. तुमच्या नियोजनाची सर्व माहिती त्याला/तिला द्या. वेळोवेळी तुमची प्रगती त्याला/तिला तपासू द्या. तुमचं अंदाजपत्रक, तुम्हाला कोणत्या क्षेत्रात आणि कशा प्रकारे सुधारणा करायच्या आहेत याविषयी त्याच्याशी/तिच्याशी चर्चा करा.

पाचवी पायरी : तपासणी आणि पुनर्मूल्यमापन

काही काळानंतर तुमचं आर्थिक नियोजन पुन्हा तपासून त्यात आवश्यक ते फेरफार करावेत. तुमच्या उत्पन्नात बदल झाला तर तुमच्या अंदाजपत्रकात नक्कीच फरक पडेल. उदाहरणार्थ, नोकरी बदलली किंवा इतर काही अडचणींमुळे उत्पन्न कमी झालं तर अंदाजपत्रक आणखी ताणावं लागेल. याउलट उत्पन्नात वाढ झाली, तर खर्च करायला थोडी मोकळीक मिळेल किंवा बचतीच्या, गुंतवणुकीच्या रकमेत वाढ करता येईल.

बचत, नियोजन आणि संभाव्य अडचणींसाठी तरतूद करण्याचे नियम

शिस्त, उद्यमशीलता आणि शहाणपण या विषयांवर देवाच्या 'शब्दा'त माहितीचा खूप मोठा खजिना आहे. हे तीन गुणधर्म आपल्याला यशाच्या दिशेने नेतात. हे तीन गुण ज्याच्यात नाहीत, असा एकही यशस्वी माणूस मला अजून आढळला नाही. याशिवाय पैशांची बचत करणं, ते योग्यप्रकारे गुंतवणं, पुढच्या योजना आखणं, अनपेक्षित घटना घडण्याच्या शक्यतांचा आधीच विचार करून ठेवणं या सगळ्या गोष्टी म्हणजे शिस्त. आर्थिक घोडदौडीतील पिछेहाट टाळण्यासाठी ही शिस्त पाळणं अतिशय महत्त्वाचं आहे. नियोजन करणं म्हणजे, यशशिखराकडे नेणारा मार्ग आखणं. जर आपण वेळेआधीच सज्ज झालो आणि एखादं काम कसं तडीस नेता येईल त्याची तपशीलवार आखणी केली, तर ते काम पूर्ण करून आपलं उद्दिष्ट

गाठण्याची शक्यता वाढते. आयुष्यात अनपेक्षित घटना घडणं हे अपेक्षितच असतं. म्हणूनच त्या अनपेक्षित गोष्टींचा सामना करण्यासाठी आपण तयार असलो, तर आपल्या पदरी निराशा पडणार नाही की येता-जाता चमत्कार घडण्याची आपल्याला वाटही पाहावी लागणार नाही.

आर्थिकदृष्ट्या यशस्वी होण्यासाठी आधीच नियोजन करणं आणि ते करताना भविष्यात अनपेक्षित परिस्थिती उद्‌भवू शकेल, हे गृहीत धरणं ही शिस्त बाळगलीच पाहिजे. बऱ्याच लोकांना या प्रकारची शिस्त शिकवलेलीच नसते. पैसे उधळण्याच्या वाईट सवयी बदलणं किती कठीण आहे, हे आपण जाणतोच. त्यासाठी खूप प्रयत्न करावे लागतात, पण आर्थिकदृष्ट्या योग्य मार्गावर येण्यासाठी द्यावी लागणारी ती किंमत आहे असं समजा. दुसरं म्हणजे आपण बचत करायला सुरुवात केल्यावर त्यातील पैसे काढून खर्च करण्याचा मोह टाळा. यालाही शिस्तीची आणि सरावाची आवश्यकता आहे. पण याने तुमच्या संपत्तीत वाढ होईल अन् तुमची आर्थिक सुरक्षितताही वाढेल.

बायबलच्या दृष्टिकोनातून बचत

बचत करण्यासाठी लागणारी शिस्त पाळण्यासाठी इच्छाशक्ती दांडगी असावी लागतेच. शिवाय पाठीशी 'शब्दा'ची शक्तीही असावी लागते. आर्थिक बाबीतील, देवाच्या 'शब्दा'मुळे आपल्या मनाला नवचैतन्य प्राप्त होतं आणि पैशांच्या व्यवहारात पारंगत होण्यासाठी आपण सज्ज होतो. या आर्थिक शिस्तीमध्ये अभिप्रेत असलेले काही बदल करण्यासाठी बऱ्याच गोष्टींवर पाणी सोडावं लागतं, अर्थातच ते तितकंसं सुखावह नसतं. पण तरीही जे करणं आवश्यक आहे, ते करण्याचा दर्जेदार निर्णय घ्यावाच लागतो. उदाहरणार्थ, तुम्हाला पैसे उडवायची सवय असेल किंवा भावनेच्या आहारी जाऊन तुम्ही पैशांची उधळपट्टी करत असाल, तर या सवयी तुम्हाला सोडाव्याच लागतील. अंगात मुरलेल्या या सवयी रातोरात जाणार नाहीत. त्या हळूहळू, चिकाटीने सोडवाव्या लागतील. एक चांगली गोष्ट म्हणजे अशा प्रकारचं आर्थिक व्यवस्थापन शिस्तबद्धरीत्या कसं करावं, हे तुम्हाला बायबलवरून शिकता येईल.

बचतीची आध्यात्मिक बाजू बायबलवरून स्पष्ट होते. मागे पाहिल्याप्रमाणे, ॲम्प्लिफाइड बायबलमधील प्रॉव्हर्ब्स ६:६-८मध्ये म्हटलं आहे, "हे आळशी माणसा, जरा मुंगीकडे बघ. तिच्या जीवनशैलीपासून काहीतरी शिक आणि शहाणा हो. तिला ना कोणी नायक, ना मुकादम, ना राजा. तरीही ती उन्हाळ्यात अन्नाची तरतूद करून ठेवते. सुगीच्या काळात अन्न साठवून ठेवते."

पुढे येणाऱ्या काळासाठी आवश्यक ते आधीच साठवून ठेवून भावी मोसमाची

तरतूद करणं, म्हणजेच 'गोळा करण्याचं तत्त्व' हा मुंगीचा गुणधर्म आहे. 'शब्द' म्हणतो की, मुंगीचं अनुकरण केलं तर आपण शहाणे ठरतो.

प्रॉव्हर्ब्स ३०:२४-२५मध्ये म्हटलं आहे, "पृथ्वीवरील चार प्राणी दिसायला लहान असले तरी अतिशय हुशार आहेत. मुंग्यांमध्ये जास्त ताकद नसली, तरी त्या उन्हाळ्यात त्यांचं अन्न साठवून ठेवतात." (ॲम्प्लि). माणसांनी मुंगीचं निरीक्षण करावं व तिच्या हुशारीचं अनुकरण करावं असं देवाला वाटतं. बचत म्हणजे भविष्यकाळासाठी आणि अडीअडचणीसाठी करून ठेवायची तरतूद. त्यामुळे आपल्याकडे नेहमीच गरजेपेक्षा जास्त संचय असेल.

बचत आणि आगाऊ नियोजनाचा अजून एक फायदा म्हणजे आपण आपल्या मुला-नातवंडांसाठी वारसा ठेवू शकतो. आपण हे करून देवाच्या 'शब्दा'तील पुढील वचनाची पूर्ती करतो, "चांगला माणूस त्याच्या नातवंडांसाठी वारसा ठेवून जातो." (प्रॉव्हर्ब्स १३:२२ एनएएसबी). वारसा काही एका पिढीकडून पुढच्या पिढीकडे आपोआप झिरपत जात नाही. बारीकसारीक तपशिलाबद्दल जागरूक राहून केलेलं नियोजन, शहाणपण, शिस्त आणि बचत या सर्व गोष्टी असतील तरच आपल्या उद्दिष्टांपर्यंत पोहोचता येतं. देव साधनं पुरवतो; पण त्याचं व्यवस्थित व्यवस्थापन आपल्यालाच करावं लागतं.

बचतीचे मार्ग

काटकसर करणं हे आर्थिक शिस्तीचं लक्षण आहे. त्यामुळे आपल्या मालमत्तेत वाढ होते. देवाने आपल्या स्वाधीन केलेल्या दौलतीचा व्यवस्थापक म्हणून काम पाहताना काटकसर करणं हा सर्वांत महत्त्वाचा गुण आहे असं मला वाटतं. हुशारीने खरेदी करा म्हणजे खर्च कमी होईल. एखादी गोष्ट उपलब्ध आहे म्हणून ती आपल्याकडे असलीच पाहिजे असं नाही हे लक्षात ठेवा. काटकसर करण्याची सवय लागली की, आपण संयमी होतो. उगीचच उधळपट्टी करणं बंद करतो.

पैसे वाचवण्याचे काही उपाय :

* गरज आणि इच्छा यांतील फरक ओळखा. गरजांवर खर्च करायला प्राधान्य द्या.
* बचत खातं उघडा. दान केल्यानंतर प्रथम या खात्यात पैसे जमा करा आणि मगच खर्चाला सुरुवात करा.
* कोणतीही वस्तू फुकट घालवू नका. ती पूर्णपणे वापरा.
* पेन्सिली, पेन, कागद यांसारख्या शैक्षणिक वस्तूंचा पुनर्वापर करा.
* कोणतीही योजना आखताना अंदाजपत्रकाचा आधार घ्या. सर्व जबाबदाऱ्या पूर्ण झाल्याची खात्री करून घेतल्यानंतरच करमणुकीकडे वळा.

* इतरांच्या खर्च करण्याच्या सवयींचा स्वत:वर प्रभाव पडू देऊ नका.
* किराणा मालाची आणि घरगुती वस्तूंची खरेदी हुशारीने करा. खरेदीला निघताना यादी घेऊन जा आणि फक्त त्याच वस्तू विकत घ्या. कुपनं वापरा. सेलचा फायदा घ्या व खराब न होणाऱ्या वस्तूंवर सवलत असेल तेव्हा जास्त प्रमाणात विकत घेऊन त्यांची बेगमी करा. घाऊक विक्रेत्याकडून जास्त प्रमाणात किराणा माल घेऊन दरातील सवलतीचा फायदा घ्या.
* कपड्यांची खरेदी विचारपूर्वक करा. पूर्ण किंमत द्यावी लागेल अशा ठिकाणी खरेदी करू नका. स्वस्त दराची दुकानं (क्लिअरन्स सेल) अशा ठिकाणी खरेदी करा. मोसमी वस्तूंची खरेदी तो मोसम चालू नसताना (ऑफ सिझन) करा आणि पैसे वाचवा.
* टेलिफोनचे विकल्प किंवा प्रस्ताव – उदाहरणार्थ, लांब अंतराच्या कॉलचा विकल्प, कॉलर आय.डी., कॉल वेटिंग, व्हॉइसमेल वगैरेंचा समावेश असलेले प्रस्ताव (पॅकेज) – वगैरेंची निवड आवश्यकतेनुसार आणि विचारपूर्वक करा. मॅन्युअल आन्सरिंग मशीन तसंच लांब अंतराच्या कॉलसाठी कॉलिंग कार्ड घेणं किफायतशीर पडतं.
* वर्गणी भरून मासिकं मागवणं बंद करा.

पैशांचं योग्य व्यवस्थापन करून तुम्ही तुमची आताची परिस्थिती तर बदलालच; पण तुमच्या भविष्यावरही त्याचा चांगला परिणाम होईल. म्हणून देवाला शरण जा आणि बचत कशी करावी, काटकसरीने कसं राहावं याविषयी मार्गदर्शन करण्याची त्याला विनंती करा. खरेदीला जाताना देवाला गाऱ्हाणं घालूनच निघा. खरेदी करताना 'त्याच्या' आदेशाकडे लक्ष द्या. देवाचे आभार माना. 'तो' तुम्हाला मार्ग दाखवेल.

ॲम्प्लिफाइड बायबलमधील प्रॉव्हर्ब्स १९:२१मध्ये म्हटलं आहे, "माणसाच्या मनात खूप योजना असतात, पण जी देवाच्या उद्दिष्टानुसार असते तीच तग धरते." देवाच्या उपदेशाचा एक भाग म्हणजे अंदाजपत्रकाचं चातुर्य. अंदाजपत्रक हे आर्थिक व्यवस्थापनासाठी आवश्यक असं मोलाचं साधन आहे. त्याला कमी लेखू नका. तुमचं उद्दिष्ट साध्य होण्यास मदत व्हावी, म्हणून ते बनवलं आहे. ते कधीही उपलब्ध होईल असं ठेवा. ते तुमच्या संगणकावर ठेवा. त्याची एक प्रत छापून ती तुमच्याजवळ, वाटल्यास तुम्ही नेहमी जवळ बाळगत असलेल्या वहीत ठेवा. गरजेच्या वेळी ती हाताशी असेल.

तुम्ही कर्जाच्या बोजातून मोकळं होण्याच्या प्रयत्नात असाल वा अवाच्यासवा उधळपट्टीवर ताबा मिळवण्याचा उपाय शोधत असाल, तर अंदाजपत्रक बनवल्यामुळे तुमच्या प्रयत्नांना योग्य दिशा मिळते.

◆

५

कर्जावर विजय

कर्जाविरुद्धच्या देवाच्या अलौकिक लढाईतील पहिली आणि सर्वांत महत्त्वाची पायरी म्हणजे प्रेमाच्या वर्तुळात राहणं. देवाच्या पद्धतीने प्रेम करण्याची आपली क्षमता ऋणमुक्तीसाठी अत्यावश्यक आहे.

खूप वर्षांपूर्वी मी एक संदेश शिकवत होतो. त्या संदेशाचं शीर्षक होतं – 'निसर्गातीत ऋणमुक्तीचा नियम विरुद्ध सुजाण कर्जव्यवस्थापनाचा नियम.' त्या वेळी मी श्रोत्यांना सांगितलं, ''तुमच्यापैकी ज्यांच्यावर सध्या कर्ज आहे त्यांनी उठून उभं राहावं.'' आणि काय सांगू? जवळ जवळ शंभर टक्के श्रोते उभे राहिले. त्याच क्षणी, देवाने मला या चिंताजनक, संवेदनशील विषयावर शिकवायला का लावलं, त्याचा मला उलगडा झाला. एवढे सगळे भाविक कर्जामुळे आर्थिक दास्य भोगत आहेत, हे पाहून मला गहिवरून आलं, माझे डोळे भरून आले. देवाच्या या लेकरांना निसर्गातीत ऋणमुक्तीचे नियम शिकवून त्यांना मदत केलीच पाहिजे, असं मी ठरवलं.

नियम म्हणजे कोणत्याही व्यक्तीने कधीही कृतीत आणलं तरी तोच परिणाम देणारं, निर्विवादपणे सिद्ध झालेलं तत्त्व. उदाहरणार्थ, गुरुत्वाकर्षणाचा नियम. आपण एखादा पदार्थ टाकला तर गुरुत्वाकर्षणामुळे तो नेहमी खालीच पडतो, तरंगत राहात नाही.

गुरुत्वाकर्षण हा नैसर्गिक नियम आहे. त्याचप्रमाणे आध्यात्मिक नियमही अस्तित्वात आहेत. निसर्गातीत ऋणमुक्तीचा नियम हा आध्यात्मिक नियम आहे. आपण जेव्हा तो नियम कृतीत आणू, तेव्हा आपण कोणीही असलो, कुठूनही आलो असलो तरी आपल्याला त्याचा चांगलाच परिणाम दिसणार. म्हणूनच देवाच्या 'शब्दा'नुसार जगणारे सश्रद्ध हे कर्जाचा मुकाबला करण्यासाठी अश्रद्धांपेक्षा जास्त सिद्ध असतात. देवाची तत्त्वं काय आहेत व त्यांचा परिणाम कसा घडतो, याची

जाणीव नसलेल्या माणसांपेक्षा, कर्जमुक्तीसाठी लागणारी शस्त्रं आपल्याकडे जास्त प्रमाणात उपलब्ध असतात. अश्रद्ध लोकांना या गोष्टी समजणार नाहीत. पण आपणा सश्रद्धांच्या हाताशी देवाने खुलं केलेलं हे शस्त्रागार आहे आणि त्याचा उपयोग करून आपण कर्जाच्या चक्रव्यूहातून सहीसलामत बाहेर पडू शकतो.

मला खात्री आहे, या कर्जाच्या पाठी एक दुष्ट शक्ती, सैतान कार्यरत असतो. लोकांना आर्थिक दास्यात बंदी करायचं काम त्याला नेमून दिलेलं असतं. त्या शत्रूला ठाऊक असतं की, आपले सगळे पैसे कर्ज फेडण्यातच संपले तर आपण देवाच्या राज्यात मनसोक्तपणे दान करू शकणार नाही. हे जरी खरं असलं तरी आपल्याला जी गोष्ट करायची नाही, ती करायला हा शत्रू आपल्याला भाग पाडू शकत नाही. आपल्यावर क्रेडिट कार्ड वापरण्याची किंवा पैशाची उधळपट्टी करायची सक्ती तो करू शकत नाही. तो फक्त सूचना करू शकतो. ती पाळणं, न पाळणं आपल्या हातात असतं. जवळ पुरेसे पैसे नसतानाही आपली हाव पुरी करण्यासाठी क्रेडिट कार्ड वापरण्याचा मोह आपल्याला होतो. या मोहाला बळी पडणं याचाच अर्थ त्या सैतानाच्या सूचना पाळणं. एकदा का या सूचना पाळायला सुरुवात झाली की, आपणच उघडलेल्या दरवाजातून हा 'कर्जासुर' आपल्या आयुष्यात प्रवेश करतो. आपल्या आयुष्याचा सत्यानाश करण्याची शक्ती या राक्षसात असते.

बायबलमधील इसाया ५०:७मध्ये सांगितलं आहे, "देव मला नक्की मदत करील. म्हणूनच मी गोंधळून जाणार नाही. मी निग्रही, करारी आहे आणि मला ठाऊक आहे की, मी खजील होणार नाही." आपल्यापैकी काही जणांच्या डोक्यावर कर्जाचा एवढा मोठा बोजा आहे की, देवच आपल्याला तारू शकेल. आनंदाची गोष्ट म्हणजे देव अमर्याद आहे. आपल्याला कर्जमुक्त करायची त्याची इच्छा आहे आणि त्याच्याकडे तेवढी साधनसामग्रीही आहे.

कर्जाचं दुष्टचक्र

आयुष्यभर उधार, उसनवारी करून खरेदी करत राहणारे लोकही आहेत. कर्ज ही त्यांची जीवनशैलीच झालेली असते. टीव्हीपासून ते फर्निचरपर्यंत सगळ्या गोष्टी त्यांनी उधारीवर घेतलेल्या असतात. असे लोकही असतात, हे मी खात्रीपूर्वक सांगू शकतो. कारण मीही त्यातलाच एक होतो.

कर्ज ही फार मोठी समस्या आहे. मी समस्या म्हणतोय त्याला खूप कारणं आहेत. पहिलं म्हणजे ते असमाधानाला पोषक ठरतं. आपण सतत उधारीने खरेदी करत राहिलो, तर त्याचं पर्यवसान दुःखातच होतं. ती वस्तू आपल्या मालकीची नसते. उधारीवर घेतलेल्या त्या चैनीच्या वस्तूला चिकटलेला खोडा पाहून आपण सतत अस्वस्थच राहतो. जोपर्यंत तिची किंमत पूर्णपणे चुकती केली जात नाही

तोपर्यंत आपण तिचा मनसोक्त उपभोग घेऊ शकत नाही.

आपण क्रेडिट कार्ड वापरून सतत वस्तू घेत राहिलो, तर उधारीचं दुष्टचक्र सुरू होतं. या पद्धतीने वस्तू आणि सेवा घ्यायची सवय झाली की, आपल्याला त्याचीच चटक लागते. हळूहळू या कर्जबाजारीपणात आपण कसे रुतत जातो, ते आपलं आपल्यालाच कळत नाही. शेवटी त्याची परिणती औदासीन्यासारख्या (Depression) मानसिक आजारातही होऊ शकते.

दुसरं म्हणजे आपण उधारीवर वस्तू घेतो तेव्हा भविष्यातील आपल्या आर्थिक परिस्थितीविषयी अतिशयोक्त कल्पना आपण गृहीत धरलेली असतो. प्रत्यक्षात आपल्यासमोर कोणतं ताट वाढून ठेवलंय ते आपल्याला ठाऊक नसतं. दुर्दैवानं आयुष्याच्या पुढच्या वळणावर एखादी दुर्घटना घडली, एखाद्या आजाराला सामोरं जावं लागलं, तर आपल्या खर्चाची दिशाच बदलते आणि क्रेडिट कार्डाची तसंच इतरही देणी फेडणं अशक्य होतं. जेव्हा आपण उधारीवर खरेदी करतो, तेव्हा आपली भविष्यातील समृद्धी आपण कर्जफेडीकरिता अडकवत असतो. म्हणून कर्ज, उधार घेण्यासाठी हात पुढे करण्याअगोदर, त्याच्यामुळे आपल्या भावी अर्थव्यवस्थापनाला किती फटका बसणार त्याचा विचार केला पाहिजे.

कर्जाची परतफेड करण्यासारखी आपली आर्थिक परिस्थिती असेल, असं गृहीत धरणं हेच सर्व समस्यांचं मूळ आहे. त्यामुळेच आपण उधळपट्टीच्या जाळ्यात अडकतो. खूप लोकांच्या बाबतीत असं होतं. ते पुढचा विचार करायचं नाकारून स्वत:च्या कृतीचं समर्थन करत बसतात.

कर्जाला मोठी समस्या म्हणण्याचं दुसरं कारण म्हणजे आपली भविष्यातील संपत्ती आपण घेणेकऱ्यांच्या नावावर करून देतो. जास्त व्याजदर देणाऱ्या एखाद्या योजनेत पैसे गुंतवून ते वाढीला लावणं किंवा देवाच्या राज्यातील लोकांना मदत करण्यासाठी दानधर्म करणं वगैरे गोष्टी करण्यासाठी आपल्याकडे पैसे शिल्लकच राहात नाहीत. निढळाचा घाम गाळून कमावलेला सगळा पैसा घेणेकऱ्यांच्या घशात जातो.

आणि शेवटचं कारण म्हणजे कर्जामुळे आपल्यासमोरील पर्याय मर्यादित होतात किंवा कधीकधी तर शून्यावर येतात. जेव्हा आपल्या खात्यावर बुडीत कर्ज असतात, आपण कर्जबाजारी झालेलो असतो, तेव्हा घर खरेदी करणं किंवा अशाच महत्त्वाच्या गुंतवणुकीसाठी, नवीन कर्ज घेण्यासाठी पात्र ठरण्यातही आपल्याला अडचण येऊ शकते आणि ती दारं आपल्यासाठी बंद होतात.

संतापायची वेळ आली आहे...

कर्जामुळे लोकांवर नावडत्या व्यवसायाला चिकटून राहण्याची पाळी येते. कर्जाची परतफेड करण्यासाठी बऱ्याच लोकांना आणखी एखादं काम, नोकरी करावी

लागते. या सर्वांतून निर्माण होणाऱ्या ताणाचा त्या लोकांवर शारीरिक, मानसिक, भावनिक आणि आध्यात्मिकसुद्धा दुष्परिणाम होतो.

आता यातून बाहेर कसं पडायचं ते पाहू या.

तुमच्या डोक्यावर कर्ज असेल, तर कपाळावर हात मारून घेऊ नका. तुम्हाला पश्चात्ताप होत असेल, तर ते साहजिकच आहे. तुमची नक्की काय चूक झाली ते शोधा. आणि आत्ताच्या आत्ता आपल्या आर्थिक व्यवहारांची दिशा बदलण्याचा निश्चय करा. तुमची क्रेडिट कार्ड उचला आणि सहजासहजी तुमच्या हाताला लागणार नाहीत अशा जागी ठेवा. फक्त रोख पैसे देऊनच खरेदी करायचं बंधन स्वत:वर घाला. तुम्ही स्वत:चा वाटा उचललात तर पुढे देव तुम्हाला मदत करील.

सैतानाच्या कामावर सश्रद्धांची पूर्ण सत्ता चालते. आपण जो पर्याय निवडतो त्याला सैतान जबाबदार नसला, तरी आपल्याला सापळ्यात पकडणारी परिस्थिती निर्माण करायला मात्र तोच जबाबदार असतो. आपल्या स्वार्थी इच्छा, आपला कमकुवतपणा यांचा फायदा उठवून तो गळ टाकतो. हे रुतणारे गळ, ही अडकवणारी जाळी वेळीच ओळखून आपण स्वत:ला वाचवलं पाहिजे. देवाचा 'शब्द', पवित्र आत्मा आणि योग्य ते निर्णय घ्यायची आपली क्षमता; ही सर्व अस्त्रे घेऊन आपण सैतानाशी लढू शकतो.

आपली लेकरं परिस्थितीशी झगडत असावीत, असं देवाला वाटत नाही. आपण आध्यात्मिक तत्त्वं क्रियाशील केली आणि नैसर्गिक क्षेत्रातील आपला वाटा निभावला की, देव आपल्याला कर्जमुक्त करतो. भक्ताला कर्जमुक्त केल्याची असंख्य उदाहरणं बायबलमध्ये आढळतात. देवाच्या इतर कोणत्याही कृतीप्रमाणेच, आपण कर्जमुक्त होण्यासाठीही त्या प्रक्रियेतील आपली स्वत:ची भूमिका काय आहे याचं व्यावहारिक ज्ञान मिळवलं पाहिजे व त्यानुसार वागलं पाहिजे.

प्रश्न आहे, आपल्या कर्जबाजारीपणाची आपल्याला किती चीड येते? आयुष्यातील कर्जाचं दुष्टचक्र मोडून काढण्यासाठी जबरदस्त श्रद्धेचा उपयोग करण्याची आपली कितपत तयारी आहे? जहाल गोष्टींवर जहाल उपायच योजावे लागतात. देवळात बसून धंदा करणाऱ्या सावकारांची टेबलं येशूने जेवढ्या संतापाने उलथून टाकली, तेवढ्याच संतापाने आपण कर्ज आणि आर्थिक कमतरतेशी लढा दिला पाहिजे. (मॅथ्यू २१:१२-१३).

देव माणसामाणसात पक्षपात करत नसला तरी श्रद्धेच्या बाबतीत पक्षपात करतो. फक्त ऋणमुक्त होण्याची आशा धरून, तशी प्रार्थना करून आपण ऋणमुक्त होणार नाही. देवाच्या क्षमतेवर आपली पूर्ण श्रद्धा असली पाहिजे, जर आपला तेवढा विश्वास असेल तर देवाने इतरांसाठी जे केलं, ते तो आपल्यासाठीही करू शकेल नव्हे; करेलच. किंग्ज (दुसरं) ६:१-७मध्ये देवाच्या चमत्काराचा

वृत्तान्त आहे. दुसऱ्याकडून उसनी आणलेली कुऱ्हाड पाण्यात पडली म्हणून लाकूडतोड्या रडवेला झाला होता. तेव्हा देवाने चमत्कार केला आणि ती कुऱ्हाड पाण्यावर तरंगू लागली. निसर्गातीत कर्जमुक्तीचा चमत्कार यात दिसून येतो.

> "प्रेषिताचे पुत्र एलिशाला म्हणाले, "हे बघ, आम्ही तुझ्याबरोबर जिथे राहतो, ती जागा खूपच लहान आहे. मी विनंती करतो की, आपण जॉर्डनला जाऊ या. प्रत्येक माणसाने एक एक ओंडका आणून आपण एक घर बांधू या आणि त्यात राहू या." तो उत्तरला, "तुम्ही जा." एक जण म्हणाला, "संतुष्ट व्हा, मी प्रार्थना करतो." आणि तो उत्तरला, "मी जाईन." तो त्यांच्याबरोबर गेला. ते जेव्हा जॉर्डनला गेले तेव्हा त्यांनी लाकडं तोडली. त्यातील एक जण वाशासाठी लाकडं तोडत असताना, त्याच्या कुऱ्हाडीचं पातं पाण्यात पडलं. तो रडकुंडीला येऊन म्हणाला, "अरे देवा! मी काय करू? मी ती कुऱ्हाड दुसऱ्याकडून मागून आणली होती." देवाचा माणूस म्हणाला, "कुठे पडलं ते?" त्याने ती जागा दाखवली. त्याने एक काठी मोडून तिकडे टाकली. ते लोखंडी पातं पाण्यावर तरंगू लागलं. मग तो म्हणाला, "ते घे." त्याने हात पुढे करून ते घेतलं."

या उताऱ्यात दिसून येतं की, देवाने त्याच्या प्रेषिताला ऋणमुक्तीचा चमत्कार करण्याची निसर्गातीत क्षमता दिली. तो आपल्यासाठीही तसं करील. हिब्रूज १३:८ स्पष्ट करतं की, येशू जसा काल होता, तसाच आजही आहे आणि नेहमीच तसा राहील.

देवाची ऋणमुक्ती योजना

पहिली पायरी : प्रेमाने कृती करा

कर्जाविरुद्धच्या देवाच्या अलौकिक लढाईतील पहिली आणि सर्वांत महत्त्वाची पायरी आहे प्रेमाच्या वर्तुळात राहणं. देवाच्या पद्धतीने प्रेम करण्याची आपली क्षमता ऋणमुक्तीसाठी अत्यावश्यक आहे.

रोमन्स १३:८ शिकवतं, "तुम्ही कोणाच्याही आर्थिक ऋणात राहू नका. पण बिनशर्त प्रेमाच्या ऋणात मात्र अवश्य रहा. प्रत्येक सश्रद्ध माणसाकडून, लोकांवर प्रेम करण्याच्या ऋणाची आवश्यकता असते. आपली प्रेमाची वाटचाल कशी चालली आहे, याचा आढावा आपण रोज घेतला पाहिजे. आर्थिक कोंडी फोडण्याकरिता देवाच्या 'शब्दा'वर अवलंबून राहिलेलं असूनही योग्य तो परिणाम झाला नाही तर त्या अडथळ्यामागचं कारण असतं त्याची/तिची प्रेमात कृती करण्याची अक्षमता. आपण स्वत:लाच विचारलं पाहिजे, "आपण कोणाच्या प्रेमाचं देणं लागतो आणि ते अजून फेडलं नाही? देवाच्या आज्ञेनुसार दुसऱ्यावर प्रेम करण्यात मला कोणता अडथळा येतो? क्षमाशीलतेचा

अभाव, भांडण की जुन्या जखमा?'' तसं असेल तर आत्ताच या मुद्द्यांचा विचार करा. आणि त्यांचं निरसन करा. आपण लोकांवर प्रेम करायचं नाकारलं, तर देव त्याची निसर्गातीत शक्ती आपल्या आयुष्यात प्रवाहित होऊ देणार नाही. आपण जेव्हा इतरांना प्रेमाची भेट देतो तेव्हा अलौकिक ऋणमुक्ती आणि जीवनाच्या इतर क्षेत्रातील तरतूद या रूपात आपल्याला परमेश्वर पित्याचं प्रेम मिळतं.

दुसरी पायरी : तुमच्या आर्थिक व्यवहारावर देवाच्या 'शब्दा'ची घोषणा

एकदा आपला प्रेमाचा पाया पक्का झाला की, आपल्याला देवाची अभिवचनं मिळायला सुरुवात होते. 'शब्द'सांगतो की, एखाद्या गोष्टीसाठी 'डिक्री' दिली की ती गोष्ट घडते, स्थापित होते. (जॉब २२:२८). डिक्री म्हणजे अधिकारयुक्त हुकूम किंवा सिद्ध झालेला निवाडा. आपण जेव्हा तोंड उघडून आर्थिक व्यवहाराविषयी देवाने सांगितलेल्या गोष्टी जाहीर करतो, तेव्हा आपण स्वर्गातील शक्ती कार्यशील करतो. ही शक्ती आपल्यावतीने काम करते. म्हणून आपल्या आर्थिक स्वातंत्र्याविषयी सैतानाविरुद्ध घोषणा करणं, ही कर्जाविरुद्धच्या अलौकिक लढाईची दुसरी पायरी आहे. आपलं काम आहे देवाची शक्ती मोकळी करणं. ही मोकळी झालेली शक्ती हुकूम देते की, देवाच्या 'शब्दा'नुसार आपण कर्जाच्या कचाट्यातून मुक्त झालो आहोत. (ड्युटेरोनॉमी १५:१-४). यामुळे कर्जामागच्या दुष्ट शक्तीची आपल्यावरील पकड सुटते आणि आपण कर्जमुक्त होतो.

तिसरी पायरी : शत्रूला बद्ध करा

कर्जाविरुद्धच्या अलौकिक लढाईची तिसरी पायरी आहे, शत्रूला बद्ध करणं. बऱ्याच लोकांच्या बाबतीत ही गोष्ट करायची राहून जाते. कारण त्यांना शत्रूला बद्ध करण्याचं महत्त्व समजलेलं नसतं.

विश्वास ठेवा अगर ठेवू नका, पण असुर अस्तित्वात असतात. आपल्या जीवनाचं प्रत्येक क्षेत्र – अगदी आर्थिकसुद्धा नेस्तनाबूद करायला एकेका असुराची नेमणूक झालेली असते. बायबल म्हणतं, ''आमचा झगडा रक्तमांसाशी नाही तर मांडलिक राज्यं, सत्ता, अंधाराचे राजे, उच्च स्थानावरील आध्यात्मिक दुष्टपणा, क्रौर्य यांच्याशी आहे.'' (एफेसिअन्स ६:१२). म्हणून आपल्याविरुद्ध पुकारल्या गेलेल्या युद्धाचं ज्ञान आपल्याला झालं तर आपण देवाच्या 'शब्दा'च्या साहाय्याने शस्त्रसज्ज होऊ. आपण शत्रूविरुद्ध लढतोय हे कळलं की, आपल्याला बरीचशी शक्ती येते. तो कोण आहे, त्याचे डावपेच काय आहेत, आपलं स्थान काय आहे, या गोष्टी आपल्याला कळणं गरजेचं आहे.

मॅथ्यू १२:२८-२९मध्ये येशूने आध्यात्मिक लढाईतील डावपेचांबाबत महत्त्वाची

गोष्ट विषद केली आहे. ''पण मी जर परमात्म्याच्या मदतीने भुतं उतरवतो, तर त्याचा अर्थ हाच आहे की, देवाचं राज्य तुमच्याजवळ आलं आहे. नाहीतर, एखाद्या बलवान माणसाच्या घरात शिरून त्याचं घर लुटता येईल का? आधी त्या बलवान माणसाला बांधून ठेवावं लागेल आणि मगच त्याचं घर लुटणं शक्य होईल.'' आपण शत्रूला किंवा या उताऱ्यात म्हटल्याप्रमाणे 'बलवान माणसाला' प्रथम बांधून ठेवलं पाहिजे. तरच आपण कर्जाविरुद्धच्या लढ्यात प्रगती करू शकू. जर आपण आपल्या शत्रूला स्थानबद्ध केलं, तरच आर्थिकदृष्ट्या पुढे जायची क्षमता आपल्याला प्राप्त करता येईल. म्हणून रोज प्रार्थना करताना ऋणमुक्तीच्या या बाजूविषयीही प्रार्थना करा.

चौथी पायरी : जबरदस्त श्रद्धा बाळगा

कर्जाविरुद्धच्या लढ्यासाठी देवाने केलेल्या योजनेची चौथी पायरी म्हणजे आपल्या आर्थिक परिस्थितीसंदर्भात आपल्या जबरदस्त श्रद्धेला कामाला लावा. जबरदस्त श्रद्धेसाठी काही गोष्टी अगदी मनापासून तीव्रतेने करून श्रद्धा वाढवावी लागते. आपले कबुलीजबाब, 'शब्दा'चं चिंतन, आपल्याला आवश्यक असणाऱ्या 'शब्दा'च्या भागाच्या सीडी ऐकणं, डीव्हीडी पाहणं वगैरे गोष्टी मनात तीव्र श्रद्धा ठेवून करा. या गोष्टी अशाच श्रद्धापूर्वक करत राहिलात तर हळूहळू आध्यात्मिक बालेकिल्ले ढासळू लागतील.

जबरदस्त श्रद्धा म्हणजे दुसरं-तिसरं काहीही नसून 'शब्दा'वरून आपलं लक्ष विचलित व्हायला दिलेला शिस्तबद्ध नकार. अद्वितीय तीव्रतेने वारंवार केलेला 'शब्दा'चा पुनरुच्चार. परमात्म्याच्या राज्यातील जबरदस्त श्रद्धा म्हणजे आठवड्यातून एकदोनदा बायबल वाचून चमत्काराची अपेक्षा करणं नव्हे. लवकरात लवकर चांगले परिणाम घडून येण्यासाठी यापेक्षा खूप काही करावं लागतं.

डॉक्टरांनी मला प्रोस्टेट कॅन्सर झाल्याचं निदान केलं, तेव्हा माझे थोडेच दिवस उरले आहेत हे मला कळून चुकलं. मला मारण्यासाठी तो दिवसाचे चोवीस तास कार्यरत आहे, या सत्याचा मी मनोमन स्वीकार केला. माझा देवाच्या 'शब्दा'वर विश्वास आहे की नाही, याचा निर्णय करण्याएवढाही वेळ माझ्याकडे नव्हता. एकंदर परिस्थितीवर नियंत्रण ठेवून माझी श्रद्धा जबरदस्त वाढवण्यावाचून माझ्याकडे पर्याय नव्हता.

कित्येक दिवस माझ्या खोलीत बसून मी देवाच्या 'शब्दा'चं पठण करत राहिलो. रात्री झोपताना मी बायबलमधील उपचारविषयक उताऱ्यांच्या सीडी लावून त्या रात्रभर चालू ठेवत असे. हळूहळू देवाच्या उपचारविषयक 'शब्दां'नी माझा आत्मा ओथंबून गेला. माझं मन आणि शरीर श्रद्धेने तुडुंब भरून वाहू लागलं. माझी श्रद्धा एवढी जबरदस्त झाली की, तिच्यापुढे डॉक्टरांच्या रिपोर्टलाही नमावं लागलं. माझ्या जीवघेण्या आजाराच्या पर्वतावर मी देवाच्या 'शब्दा'चे दणके मारत राहिलो

आणि त्याला नेस्तनाबूद केलं.

कर्जाच्या बाबतीतही आपण हाच पवित्रा घेतला पाहिजे. खऱ्या स्वातंत्र्यासाठी जोरजबरदस्ती करावीच लागते. आपल्या विरोधात असणाऱ्याच्या जोरापेक्षा जास्त शक्तिशाली व्हावं लागतं. रोगाप्रमाणेच, कर्जही आपल्याला दास्यात ठेवण्यासाठी चोवीस तास कार्यरत असतं. व्याज सतत वाढत असतं, देण्याची राशी प्रत्येक क्षणी वाढत असते. कर्जावर देवाच्या 'शब्दा'चा सतत भडिमार करण्यावाचून गत्यंतर नसतं. तासातासाला 'शब्दा'चं पठण करावं लागतं. असं करता करता मनात ऋणमुक्तीची जाणीव आकार घेऊ लागते आणि मग त्या कल्पनेला वास्तवात अवतरावंच लागतं.

पाचवी पायरी : स्वत:ला क्षमा करा

कर्जाविरुद्धच्या देवाच्या लढाईच्या योजनेतील पाचवी पायरी म्हणजे मागची कर्जं विसरणं. पुढे जायचं असेल, तर आर्थिक बाबतीतील चुका, अयोग्य निर्णय यासाठी स्वत:ला दोष देणं सोडलं पाहिजे. फिलिपिअन्स ३:१३-१४मध्ये म्हटलं आहे, "बांधवांनो, मी कोणाला घाबरत नाही. पण एक गोष्ट मात्र मी करतो. मागच्या गोष्टी मी विस्मृतीत टाकतो. समोर येणाऱ्या गोष्टींना मी सामोरं जातो. येशू ख्रिस्तामधील देवाकडून उच्चपदाचं इनाम मिळवण्यासाठी मी उत्कृष्टपणे काम करत लक्ष्यापर्यंत पोहोचण्याच्या खनपटीस बसतो."

पॉल जर त्याच्या, पूर्वीच्या चुकाच मनात घोळवत बसला असता, तर या जन्मात त्याच्या नशिबी देवत्व येऊ शकलं नसतं. भूतकाळातील चुकांसाठी स्वत:ला दोष देण्यातच तो अडकून पडला असता. आपण घेतलेल्या चुकीच्या निर्णयांच्या पलीकडे आपण गेलं पाहिजे. मागची कर्जं विसरणं म्हणजे ती थकवणं नव्हे. याचा अर्थ असा आहे की, आपण केलेल्या चुकांची पर्वा न करता पुढे जाणं. त्या चुका उगाळत बसलं तर पुढे जायची प्रेरणाच नाहीशी होते. शिवाय यामुळे आपला देवावरील विश्वास डळमळीत होऊ शकतो, आपण स्वत:चाच धिक्कार करत राहतो.

इसाया ४३:१८-१९मध्ये म्हटलं आहे, "आधीच्या गोष्टी आठवू नका. पूर्वीच्या गोष्टी उगाळत बसून नका. पहा, मी नवीन गोष्ट करीन. आता ती उसळी मारून पुढे येईल. तुम्हाला कळेलच ना! मी जंगलात रस्ता तयार करीन आणि वाळवंटात नद्या उत्पन्न करीन." आर्थिक बाबतीत आपण कितीही मोठ्या चुका केलेल्या असोत, आपण गमावलेलं सर्व काही देव आपल्याला मिळवून देऊ शकतो, अशी श्रद्धा आपण ठेवली पाहिजे. आपण पैशांचा जो घोटाळा केला त्याबद्दल आपल्याला शिक्षा करावी, असं देवाला वाटत नसतं. देवाचं आपल्यावर खूप प्रेम आहे, ही श्रद्धा आपण बाळगली पाहिजे. तो आपली परिस्थिती पालटू

शकतो. आणि तो ती नक्की सुधारणार असा विश्वास ठेवला पाहिजे.

एकदा का आपण पूर्वीची कर्जं विसरायचा सुयोग्य निर्णय घेतला की, वेळ येते कर्ज रद्द करायच्या अभिवचनाच्या खनपटीस बसायची. खनपटीस बसणं म्हणजे कर्ज रद्द करण्याच्या प्रक्रियेतील आपल्या वाट्याचं काम व्यवस्थित करून तिच्या आध्यात्मिक आणि नैसर्गिक बाजूंवर मनापासून लक्ष केंद्रित करणं.

कर्ज रद्द करणं ही तर 'श्रीं'ची इच्छा

३ जॉन २वरून आपल्याला कळतं की, आपण समृद्ध आणि निरोगी व्हावं हीच देवाची इच्छा असते. खऱ्या समृद्धीचा उगम आपल्या आत्म्यातून होतो. आत्मा म्हणजे आपलं मन, इच्छा, भावना यांचा समुच्चय. आर्थिक अस्वास्थ्य हे आपल्या विचारांतून निर्माण होतं आणि नंतर कृतीत उतरतं. आपली मानसिकता दरिद्री असेल आणि त्याच्या जोडीला, देवाच्या 'शब्दा'नुसार आपल्या पैशांचं नियमन कसं करावं याविषयीचं अज्ञान असेल, तर आपल्यावर वारंवार ओढगस्तीची पाळी येते.

कर्ज रद्द करण्याच्या प्रक्रियेमध्ये तर देवाच्या 'शब्दा'चा अभ्यास करत राहणं अत्यंत महत्त्वाचं आहे. त्यामुळे आपल्या अर्थव्यवस्थेविषयी देवाला काय म्हणायचं आहे, ते कळल्यामुळे आपल्याला नवचैतन्य प्राप्त होतं. देवाचा 'शब्द'ही सुरुवात आहे. आपण जसजसा त्याचा अभ्यास करत जातो, तसतसा देव आपल्या समस्येविषयी 'शब्द' सांगायला लागतो. म्हणजेच देव आपल्या समस्येचं निराकरण करतो.

कर्ज रद्द करण्यासंबंधीचे, बायबलमधील उतारे शोधून आपण त्यांचं चिंतन करत राहिलं पाहिजे. या प्रक्रियेमुळे देवाचा 'शब्द' आपल्यात भिनतो आणि आपली श्रद्धा वाढीस लागते. उदाहरणार्थ, तुमच्यावर खूप मोठ्या कर्जाचं ओझं असेल आणि देवाच्या निसर्गातीत 'कर्ज रद्द करण्या'वर तुमचा विश्वास असेल, तर त्या कर्जाच्या डोंगराला उद्देशून बोला, निदान येशूसाठी तरी तुमच्या मार्गातून दूर व्हायची आज्ञा त्याला द्या. (मार्क ११:२३). तुम्ही ज्यासाठी प्रार्थना केली ते तुम्हाला मिळालंच आहे असा विश्वास ठेवा. काहीही घडत नाही असं वाटलं तरी देवाच्या 'शब्दा'ला घट्ट धरून रहा.

आध्यात्मिक गोष्टींच्या जोडीने स्वाभाविक काम करणंही आवश्यक आहे, हे विसरू नका. खूपदा लोक आध्यात्मिक उपायांवरच सर्व लक्ष केंद्रित करतात आणि ऋणमुक्तीच्या व्यावहारिक उपायांकडे पूर्णपणे दुर्लक्ष करतात. कर्ज रद्द करण्याच्या नैसर्गिक, व्यावहारिक उपायांमध्ये शिस्त, ज्ञान आणि मेहनत या तीन गोष्टींचा अंतर्भाव होतो.

या नैसर्गिक पद्धतीत एक गोष्ट स्पष्ट आहे. ती म्हणजे कोणत्याही परिस्थितीत आपल्याला कर्ज हे फेडावंच लागतं. कर्जाच्या कचाट्यातून सोडवणूक करून

घेण्याची साधनं अलौकिक असली तरी काहीतरी चमत्कार घडण्याची वाट बघत, कर्ज फेडायची टाळाटाळ करून चालणार नाही. चमत्काराने कर्ज नाहीसं होत नाही. चमत्कारने तुम्हाला अचानक धनलाभ होऊ शकतो आणि ते पैसे तुम्ही कर्जाच्या परतफेडीसाठी वापरू शकता. कर्ज फेडताना सचोटीने, प्रामाणिकपणे फेडा. दृढ राहून नियमितपणे परतफेड करा. घेणेकऱ्यांशी सुसंवादाचे संबंध ठेवा.

तुमची अर्थव्यवस्था तुमच्या नियंत्रणात ठेवण्यासाठी प्रयत्नांची पराकाष्ठा करा आणि उरलेलं देवावर सोपवा. आपण सुरुवात केल्यावर तो मदतीचा हात पुढे करतो. देव तुम्हाला कर्जातून बाहेर कसं काढणार आणि तुमची आर्थिक स्थिती कशी सुधारणार याची अजिबात काळजी करू नका. देव या गोष्टी नक्की करतो, याची साक्ष बऱ्याच लोकांनी दिली आहे. त्यांनी आपल्या पैशांचं व्यवस्थापन उत्तमरीत्या करण्याचा प्रयत्न केला. परिणामतः देवाने त्यांच्या प्रयत्नांना यश दिलं आणि कर्जमुक्त होण्यासाठी आवश्यक असलेल्या धनाची दारं त्यांच्यासाठी उघडली. तुमच्यासाठीही देव हे नक्कीच करील.

याशिवाय अजून एक गोष्ट म्हणजे आपल्याला मिळणाऱ्या संधींवर लक्ष ठेवून त्यांचा उपयोग करून घेणं. आपल्या कर्जाची परतफेड करण्यासाठी, अधिक उत्पन्न मिळवण्याचे मार्ग देव आपल्यासाठी खुले करतो. देवाने दिलेली संधी हातची दवडण्याएवढे आपण आध्यात्मिक बाबींत नक्कीच गुरफटलेले नसतो. आपण देवाच्या 'शब्दा'वर दृढ विश्वास ठेवतो. बायबलमधील उताऱ्यांचे पठण करतो, तेव्हा अधिक पैसे मिळवण्याच्या संधी देव आपल्यापुढे ठेवतो. मग ती धंद्यातील एखादी योजना असेल, जोडव्यवसाय असेल किंवा एखादा वैयक्तिक प्रकल्प असेल. या नैसर्गिक मार्गांनीच देव त्याच्याजवळची संपत्ती आपल्यापर्यंत पोहोचवतो.

ऋण रद्द करण्यासाठी, देवावरची श्रद्धा प्रकट करण्याचा एक मार्ग म्हणजे 'पेरणी-कापणी' ही देवाची कार्यप्रणाली कार्यान्वित करणं. माझ्या स्वतःच्या अनुभवावरून मी सांगतो की, आपण दुसऱ्याला सुखी केलं, तर देव आपल्याला सुखी करतो. त्यावरून मला असं आढळलं आहे की, कर्जाच्या दुष्टचक्रातून बाहेर पडायचा सर्वांत खात्रीचा उपाय म्हणजे कर्जाच्या कचाट्यातून सुटायची धडपड करणाऱ्या दुसऱ्या एखाद्या माणसाला आर्थिक मदत करणं. याशिवाय, देवाच्या खास मर्जीतील समृद्ध व्यक्तींना पैसे दिल्यास त्यांच्या आयुष्यावरील आर्थिक वरदहस्तात आपल्यालाही सहभागी होता येतं. याबरोबरच आपल्या उत्पन्नाचा दहावा हिस्सा दानधर्म, देणगी यासाठी वापरणं ही तत्त्वं पाळली, तर त्याचं चांगलं फळ मिळतं. (जेनिसिस ८:२२, मलाची ३:८-१२, २ कॉरिन्थिअन्स ९:६-८, लूक ६:३८) देवाचा 'शब्द' तसं वचन देतो.

देवाचं शहाणपण हे सर्वांनाच उपलब्ध असतं. आपण फक्त मागण्याची खोटी

असते. लोकांनी जगाच्या आर्थिक व्यवस्थेच्या, कर्जाबिर्जाच्या पलीकडे असावं अशी देवाची इच्छा असते. जगरहाटीतून यशस्वीरीत्या मार्गक्रमण करण्यासाठी आपल्याला देवाच्या ज्ञानाची आवश्यकता असते. कर्जाने आपल्या आयुष्याचा ताबा घेता कामा नये. त्याऐवजी, आपणच आपल्या अर्थव्यवस्थेवर ताबा मिळवून आपल्या खर्चावर नियंत्रण ठेवू शकतो. आपण ऋणको नाही, तर धनको होण्यासाठी धडपडलं पाहिजे. तसं झालं तर आपण इतरांच्या अडचणीच्या वेळी त्यांच्या उपयोगी पडू शकू. हे स्वप्न नक्कीच वास्तवात येऊ शकतं. फक्त यासाठी आपण कर्जावर विजय मिळवून देवाच्या इच्छेनुसार धनदौलत गोळा केली पाहिजे.

◆

विभाग दुसरा

नातेसंबंधात यशस्वी व्हा

६

मैत्री जोडणं

खरे मित्र देवाच्या संदर्भात काही करण्यासाठी एकमेकांना प्रोत्साहन देतात. 'शब्दा'नुसार जीवन जगण्यासाठी झटत असताना, ते एकमेकांना मदत करतात, आधार देतात.

हे पुस्तक आव्हानात्मक परिस्थितीवर विजय मिळवण्यासंबंधी आहे. तरीही यात आर्थिक विषयांशी संबंधित नसलेली प्रकरणं आहेत. उदाहरणार्थ, हे मैत्रीवरील प्रकरण. तुम्हाला आश्चर्य वाटणं साहजिक आहे. पण मी मुद्दामच या विषयांचाही समावेश पुस्तकात केला आहे. कारण अनेक आर्थिक समस्यांच्या मुळाशी नाती, भावना, व्यसनाधीनता अशा गोष्टी असतात. जीवनाच्या या क्षेत्रांना आध्यात्मिक तत्त्वं लागू केली, तरच यापूर्वीच्या प्रकरणातील कार्य आणि आर्थिक तत्त्वं व्यवस्थितरीत्या लागू पडतील आणि आपल्याला यश मिळेल. वैद्यकीय परिभाषेत सांगायचं झालं तर, काही आजार असे असतात की, ज्यात जीवनशैलीत बदल केल्याशिवाय उपचाराला सुरुवातच होऊ शकत नाही. उदाहरणार्थ, नितंबावरील शस्त्रकिया (हिप रिप्लेसमेंट सर्जरी) केल्यानंतर लोकांना चालताना वेदना होण्याचं थांबतं. एवढंच नव्हे, तर ते धावूही शकतात. पण ती शस्त्रक्रिया करण्यापूर्वी त्यांना आपलं वजन व रक्तदाब नियंत्रित करावे लागतात. म्हणजे वजन व रक्तदाब नियंत्रित झाल्याशिवाय शस्त्रक्रियाच होऊ शकत नाही. तीच गोष्ट जीवनात यशस्वी होण्यासंबंधी आहे. आपण देवाने निर्माण केलेली माणसं आहोत. देवाची तत्त्वं आपल्या नातेसंबंधांना, भावनांना व वर्तणुकीला लागू करणं, हा आर्थिकदृष्ट्या यशस्वी होण्याचा एक भाग आहे. यामुळेच आपण खडतर परिस्थितीवरही विजय मिळवू शकतो.

तुमचे खरे मित्र कोण आहेत, ते तुम्हाला माहीत आहे का? आपण ज्यांना 'मित्र' म्हणतो, ते आपल्याविषयी बरंच काही सांगतात. खरा मित्र कोण याविषयी

बरीच मतं आणि बऱ्याच व्याख्या आहेत. त्यातील आपणा सर्वांनाच पटणारी व्याख्या आहे – 'मित्र म्हणजे जो आपल्याला आवडतो आणि ज्याच्यावर आपला विश्वास आहे असा माणूस.' 'मरियम-वेब्स्टर'च्या 'कॉलेजिएट डिक्शनरी'मधील व्याख्या आहे – 'मित्र म्हणजे प्रेमाच्या किंवा आदराच्या धाग्यांनी जोडलेल्या दोन व्यक्ती.' मैत्री म्हणजे कधीतरी एखाद्याबरोबर भटकायला जाणं किंवा अधूनमधून थोडंफार बोलणं, एवढंच नसतं. थॉमस जेफरसनने म्हटलं आहे, "मैत्री ही मौल्यवान गोष्ट आहे. आयुष्यातील सावलीतच नव्हे, तर सूर्यप्रकाशातही ती साथ देते." आयुष्य सूर्यप्रकाशात उजळलेलं असो की वाऱ्यावादळाने झाकोळलेलं असो, कोणत्याही परिस्थितीत जे साथ देतात तेच मित्र. ते आपल्या आयुष्याचा अत्यंत महत्त्वाचा भाग असतात.

देवाचा 'शब्द' मैत्रीविषयी काय सांगतो? प्रॉव्हर्ब्स १७:१७मध्ये म्हटलं आहे, "मित्र नेहमीच प्रेम करतात. भावाचा जन्म मात्र आपत्कालासाठी असतो." चांगले मित्र हे वरदान असते तर वाईट मित्र हे शाप ठरतात. आयुष्यात चांगले मित्र लाभले, तर ते आपल्याला यशस्वी होण्यासाठी मदत करतात. वाईट मित्रांमुळे आपण शेवटी अपयशाचेच धनी होतो.

देवाने अब्राहमबरोबर करार केला, त्या संदर्भात 'मित्र' या शब्दाचा उल्लेख बायबलमध्ये पहिल्यांदा आला. करार (कव्हेनन्ट) म्हणजे दोन किंवा अधिक व्यक्तींनी, मान्य केलेल्या अटी पाळायचं दिलेलं अभिवचन. देवाने अब्राहमबरोबर रक्ताचा करार केला. त्या काळी रक्ताच्या कराराने प्रस्थापित झालेले संबंध अगदी घट्ट असत. फक्त मृत्यूच त्यांना तोडू शकत असे. देवाने अब्राहमला सांगितलं की, तो अनेक राष्ट्रांचा जनक होईल. अब्राहमने त्याच्यावर विश्वास ठेवला. देवाला त्याच्याबरोबर एक करार करायचा होता. त्या करारानुसार येशूला पृथ्वीवर जन्म घेता येणार होता. या कराराच्या निमित्तानेच ते मित्र झाले. अब्राहमला 'देवाचा मित्र' म्हटलं गेलं. कारण त्याने देवावर श्रद्धा ठेवली, त्याच्या वचनावर विश्वास ठेवला आणि देवाने अब्राहमला 'सदाचरणी' म्हटलं. (जेम्स २:२३).

मैत्रीचा उगम व्यक्तीव्यक्तींमधील बांधिलकी, आणाभाका, वचनं यांतून होतो. पण हा करार आपल्याला नातेसंबंधातून फायदा उठवण्याचा अधिकार देत नाही, तर दुसऱ्याचा फायदा करून देण्याचा अधिकार देतो. मैत्रीची पारख करायची असेल तर ती व्यक्ती त्या मैत्रीतून स्वतःचा फायदा करून घेते की मित्राला फायदा देते, ते पाहावं लागेल. जर त्या व्यक्तीला मित्राचा फायदा व्हावा अशी कळकळ असेल तर तो खरा मित्र आणि ती खरी मैत्री.

माझा एक मित्र आहे. तोही धर्मोपदेशक आहे. तो मध्यंतरी माझ्यावर थोडा नाराज झाला होता. त्याची इच्छा होती की, मी त्याच्या चर्चमध्ये वारंवार प्रवचनं द्यावीत. मला ते मान्य नव्हतं. प्रवचनासाठी निमंत्रणं मिळाली म्हणून भरपूर प्रवचनं

देण्यापेक्षा देवाने मला जे करायला सांगितलं आहे ते करण्यावर लक्ष केंद्रित करावं असं मला वाटतं, असं मी त्याला समजावून सांगितलं. तो म्हणाला की, मी जर त्याचा खराखुरा करारबंधू असेन, तर मी त्याच्या चर्चमध्ये जास्त वेळा प्रवचन दिलं पाहिजे. त्यावर मी त्याला सांगितलं की, जर तू 'माझा' खराखुरा करारबंधू असशील तर मी तुझ्यासाठी काही करण्यापेक्षा, देवाला शरण जाऊन मी त्याचे आदेश कसे पाळीन याविषयी तुला कळकळ वाटली पाहिजे. माझं हे सांगणं त्याला पटलं आणि त्याला आपल्या वागण्याचा पश्चात्ताप झाला. खरे मित्र नेहमी एकमेकांचा फायदा कसा होईल, भलं कसं होईल ते पाहत असतात.

बरेच लोक स्वतःच्या फायद्याचा विचार करून मैत्रीचे संबंध प्रस्थापित करतात. अशा प्रकारच्या लोकांना आपण टाळलं पाहिजे. तुमच्या मैत्रीमधून स्वतःचा कसा फायदा करून घेता येईल, एवढाच विचार करणारा माणूस तुमच्या संपर्कात आला आहे का? असा माणूस नेहमीच तुमच्याकडून आर्थिक वा भावनिक मदतीची अपेक्षा करत असतो, पण तुम्हाला गरज असते तेव्हा तो कधीच उपयोगी पडत नाही. तुम्ही त्याच्यासाठी केलेल्या गोष्टीची परतफेड न करण्याचं सोईस्कर कारणही त्याच्याकडे तयार असतं. याला मैत्री म्हणता येणार नाही. आपल्या आयुष्यात असे फक्त 'घेणारे' असतील आणि सदासर्वकाळ तुम्हीच 'देणारे' असाल, तर त्यांच्याशी असलेल्या संबंधांचा पुनर्विचार करणं गरजेचं आहे. मीही यातून गेलो आहे. असल्या लोकांशी व्यवहार केल्यावर आपल्याला आध्यात्मिकदृष्ट्या आणि भावनिकदृष्ट्या गळून गेल्यासारखं वाटतं.

मित्रच नेतो आपल्याला प्रारब्धाकडे

प्रॉव्हर्ब्स २७:१७मध्ये म्हटलं आहे, ''लोखंड लोखंडाला धार लावतं. त्याचप्रमाणे माणूस आपल्या मित्राला उत्तेजन देतो.'' लोखंड लोखंडाला धार लावतं. मैत्रीतही हेच अपेक्षित आहे. देवाच्या मोठमोठ्या गोष्टींसाठी मित्र एकमेकांना उत्तेजन देतात. आपलं आयुष्य नीरस करून टाकणारा मित्र कोणाला हवा असणार? मित्र हवा आपल्याला कुशाग्र करणारा, प्रोत्साहन देणारा, आपलं आयुष्य घडवणारा. मित्र दुसऱ्याचा कमकुवतपणा घेऊन त्याला ताकद देतात. ज्या क्षेत्रात तो पारंगत असतो, त्यात तो मित्रालाही पारंगत करतो. एखाद्या क्षेत्रात कमकुवत असल्यास स्वतःला सुधारण्यासाठी मित्राची मदत घेण्यात त्याला अजिबात कमीपणा वाटत नाही. चांगल्या, घट्ट नातेसंबंधात दोघांचंही ध्येय एकच असतं. ते म्हणजे कमकुवतपणा दूर करणं. त्यामुळे आपल्या आयुष्यातील ईश्वरी उद्दिष्टं, आपले व्यवसाय यांची परिपूर्ती करण्यासाठी एकमेकांच्या मदतीने आपण समर्थ होतो. थोडक्यात सांगायचं, तर खरे मित्र नेहमीच 'एकमेकां साहाय्य करू, अवघे धरू सुपंथ' ही उक्ती आचरणात आणतात.

काही माणसांना अशा नात्यांची गरज वाटत नाही. 'मी जे बनावं, असं देवाच्या मनात आहे, ते बनायला मी समर्थ आहे,' अशी त्यांची धारणा असते. पण असं मानणं मूर्खपणाचं आहे असं मला वाटतं. आपलं अवघं अस्तित्व हे नातेसंबंधांवर आधारलेलं आहे. नाती ही पुलासारखी असतात. त्यामुळे आपण एका पातळीवरून दुसऱ्या पातळीवर सुलभतेने जाऊ शकतो. पूल नसतील तर मध्ये असणाऱ्या खिंडारांतून आपण खाली कोसळू. देव हा नात्यांची किंमत जाणणारा आहे. त्याने आपलं प्रारब्ध इतरांशी बांधून ठेवलं आहे. आयुष्यात काही क्षेत्रं अशीही आहेत, जिथे नुसतं पोहोचायचं म्हटलं, तरी देवाने जोडलेल्या नात्याची आवश्यकता भासते.

एक्लेसिएस्टस ४:९-१०मध्ये म्हटलं आहे, "एकापेक्षा दोघं बरे. त्यांना त्यांच्या श्रमाचं चांगलं फळ मिळतं. ते पडले, तर एक दुसऱ्याला उठवतो. पण बिचारा एकटा पडला, तर त्याला हात देऊन उठवणारंही कोणी नसतं." आपण एकट्याने करू, त्यापेक्षा कितीतरी जास्त कार्य आपण दुसऱ्याच्या मदतीने पार पाडू शकतो. तुम्ही क्षणभर तुमच्या आयुष्याचा आढावा घेतलात, तर तुम्हाला माझं म्हणणं पटेल. तुम्ही गाठलेली बरीचशी उद्दिष्टं केवळ तुम्ही जोडलेल्या, तुम्ही राखलेल्या नात्यांच्या मदतीने गाठू शकलात, असं तुम्हाला आढळून येईल.

मैत्रीचे तीन स्तर

मित्र निवडताना मैत्रीच्या तीन स्तरांचा किंवा तीन खोल्यांचा, विचार करा. मैत्रीचे हे तीन स्तर ओल्ड टेस्टामेंटमधील प्रार्थनागृहावरून तयार केले आहेत. बाहेरचा सभामंडप, मधला अर्धमंडप आणि सर्वांत आतील सोवळा गाभारा, पडद्यामागची जागा. तुमच्या आयुष्यातील गाभाऱ्यापर्यंत जायची मोकळीक फक्त मोजक्याच लोकांना मिळायला हवी. कोणाही ऐऱ्यागैऱ्याला तिथे प्रवेश मिळता कामा नये.

ज्यांना आपण नावाने ओळखतो, कामाच्या ठिकाणी, प्रार्थनास्थळी किंवा ठरावीक सभासमारंभात आपण ज्यांच्या संपर्कात येतो, त्यांच्याशी आपली ओळख आहे, असं म्हणता येईल. अशा ओळखीच्या लोकांचं स्थान सभामंडपात असतं.

त्यानंतरचा स्तर आहे सोबत्यांचा. आपलं त्यांच्याकडे जाणं-येणं असतं. बरेचदा आपण एकत्र भटकतो. आपण त्यांच्या कुटुंबीयांना ओळखत असतो. त्यांच्या मुलांची नावं, ते कुठे राहतात वगैरे गोष्टी आपल्याला ठाऊक असतात. काही बाबतीत आपल्या आवडीनिवडी समान असतात. आपल्याला त्यांचा सहवास आवडतो. तर असे हे सोबती अर्धमंडपापर्यंत जाऊ शकतात.

फक्त निवडक माणसंच आतल्या पवित्र गाभाऱ्यात प्रवेश करू शकतात. निवडक आणि मोजकी म्हणजे एखाद-दुसरा. फार फार तर तिसरा. हे खरे मित्र यांचं स्थान आपल्या हृदयात असतं. पडद्याआड असणाऱ्या गोष्टी इतरांपासून दडलेल्या

असतात, पण यांना मात्र त्या पाहण्याची मुभा असते. या पडद्याआड आपण अरक्षित, अनाच्छादित असतो. त्यामुळे ज्यांच्याशी आपले संबंध जिवाभावाचे, अतिशय विश्वासाचे असतात, फक्त त्यांनाच इथे प्रवेश मिळतो. आपली मोठमोठी स्वप्नं, आपण साध्य केलेल्या मोठमोठ्या गोष्टी, आपल्या मनात खोल दडलेली गुपितं – सगळं या गाभाऱ्यातील मित्रांना माहीत असतं. ते आपल्याला प्रोत्साहन देतात, आपल्या यशाचा आनंद साजरा करतात. वेळप्रसंगी आपली कानउघडणी करतात, आपली खरडपट्टीही काढतात. आपल्याला गरज पडेल तेव्हा वेळकाळाचा विचार न करता ते खुशीने, प्रेमाने, बिनशर्त आपल्याला मदत करायला धावतात.

महत्त्वाच्या कसोट्या

मी जेव्हा मैत्रीचा विचार करतो, तेव्हा एकच शब्द माझ्या मनात उमटतो. तो म्हणजे निष्ठा. निष्ठा हा खूप मोठा शब्द आहे. निष्ठा ही खूप मोठी भावना आहे. 'मी एकनिष्ठ आहे' असं नुसतं म्हणण्यातून ती व्यक्त होत नाही. आपण दुसऱ्यासाठी आहोत या जाणिवेतून घेतलेल्या निर्णयातून, केलेल्या कृतीतून ती निष्ठा व्यक्त होते.

नातेसंबंध पडताळून त्यांचं योग्य ते मूल्यमापन करण्यासाठी मला पुढील कसोट्यांचा खूप उपयोग झाला आहे. तुमच्यासाठी त्या सात कसोट्या तपशीलवार देत आहे.

पहिली कसोटी : खरा मित्र संकटकाळी आपल्याला आधार देतो, आपल्या दुःखाचं निवारण करतो

तुमच्या अडचणीच्या वेळी तुमचा खरा मित्र तुम्हाला आधार देतो, मदत करतो. "जेव्हा जॉबच्या तीन मित्रांना त्याच्यावर ओढवलेल्या दुर्दैवी प्रसंगाविषयी कळलं, तेव्हा ते जिथे होते, तिथून निघून त्याच्यापाशी आले." (जॉब २:११). तुम्हीही कधीकाळी अशा परिस्थितीत सापडला असाल, तुम्हाला कोणाच्यातरी मदतीची आवश्यकता भासली असेल. त्या वेळी कोण धावून आलं होतं? कोणी तुम्हाला मदत केली होती? अशा वेळी धावून जाणं हे मित्राचं कर्तव्य आहे.

दुसरी कसोटी : मित्र एकनिष्ठ असतो

ॲम्प्लिफाइड बायबलमधील जॉब ६:१४मध्ये म्हटलं आहे, "जो निराश झाला आहे आणि ज्याला मूर्च्छा येत आहे, त्याला त्याच्या मित्राकडून करुणा मिळाली पाहिजे, नाहीतर तो देवाला अजिबात घाबरणार नाही." देवाला घाबरणं म्हणजे खरंतर देवाला मान देणं, देवाच्या आज्ञा पाळणं. आपल्या ओळखीचा कोणी मूर्च्छित होऊन पडत असेल किंवा निराशेच्या गर्तेत जात असेल, तर मित्र म्हणवणाऱ्यांकडून त्याला दया दाखवली गेली पाहिजे. आपण जेव्हा त्यांच्याशी दयाबुद्धीने वागतो,

तेव्हा आपण देवाला मान देत असतो. ही विलक्षण गोष्ट आहे. म्हणजे माझं देवाशी असलेलं नातं, हे माझ्या इतरांशी असलेल्या नात्यावर आधारित आहे. ज्या देवाला मी कधी पाहिलंही नाही त्याच्यावर मी प्रेम करतो आणि ज्यांना मी रोज भेटतो त्या माझ्या भावाबहिणीचा मी तिरस्कार करतो, हे चुकीचं नाही का?

माझा मित्र जर बेशुद्ध पडण्याच्या मार्गावर असेल – तो कोसळतोय किंवा सोडून जातोय – तर त्याला मी दया, प्रेम यांचं देणं लागतो. म्हणजे देवावरच्या आदरातून आपण मित्रांना मान देतो, त्यांचा आदर करतो. आपण मित्रांना दाखवलेली ही दया फक्त मित्रांपुरतीच नसून ती देवालाही पोहोचते. येशूने म्हटलं आहे, "माझ्या बांधवांपैकी एकासाठीही तुम्ही हे केलं असेल, तर तुम्ही ते माझ्यासाठीच केलं आहे." (मॅथ्यू २५:४०)

तिसरी कसोटी : मित्र बिनशर्त प्रेम करतो

खरा, गाभाऱ्यातील मित्र तुमच्यावर प्रेम करतो. एकंदर परिस्थिती काय आहे, तुम्ही काय केलं आहे याची तो पर्वा करत नाही. ही खऱ्या मित्राची तिसरी कसोटी आहे. इतरांना माहीत नसलेल्या गोष्टी तुम्ही त्यांना सांगितल्यास त्यांनी त्या विश्वासाने, भरवशाने स्वत:च्या मनात जपून ठेवल्या पाहिजेत. तुमच्या आयुष्यातील खासगी गोष्टी, तुमच्या व्यक्तिगत गोष्टी यांना तुम्ही सहज सांगू शकता का? तुमची गुपितं यांना सांगण्याएवढा तुमचा यांच्यावर विश्वास आहे का? सर्व गोष्टी लक्षात घेता या नात्यात तुमचं एकमेकांवर बिनशर्त प्रेम आहे का? तुम्हाला एकमेकांविषयी आदर आहे का?

पण अर्थातच आपण याचा सर्व बाजूंनी विचार केला पाहिजे. तुमच्या मित्राच्या हातून चूक घडली, तर मैत्रीच्या नात्याने तुम्ही त्याला मदत केली पाहिजे. पण तुमच्यातील नात्याला धक्का लागेल, मैत्रीचे धागे तुटतील, असं जर तो पुन्हापुन्हा; मुद्दाम करत राहिला, तुमच्या मैत्रीचा गैरफायदा घेत राहिला, तर तुम्हाला या नात्याचा पुनर्विचार करावा लागेल.

चौथी कसोटी : दुखावले जाण्याची पर्वा न करता विधायक सत्य बोलतो तोच खरा मित्र

खरा मित्र प्रेमापोटी सत्यच बोलतो, मग त्यामुळे मित्र दुखावला गेला तरी चालेल. एकमेकांच्या गुणांची प्रशंसा करणं केव्हाही चांगलंच. पण आवश्यक तेव्हा विधायक टीका करण्याचं काम खरे मित्रच करतात. "मित्रांनी केलेल्या जखमांतून त्यांची निष्ठा दिसते. पण शत्रूंनी दिलेली चुंबनं अनाठायी, फसवी, घातक असतात." (प्रॉव्हर्ब्स २७:६ ॲम्प्लि). सच्च्या मित्राने घातलेले घाव निष्ठेचे प्रतीक असतात. कारण ते प्रेमाने, आपलं भलं होण्याच्या उद्देशाने केलेले असतात. त्याच न्यायाने,

आपण चुंबनाच्या आड काय दडलं आहे, त्याचा शोध घेतला पाहिजे. चुंबनं देणारे सगळेच मित्र नसतात. ज्यूडसने येशूचं चुंबन घेऊन त्याचा विश्वासघात केला. होतं ते चुंबनच; पण त्यामागे कपट होतं. खुशामत करणारे, मित्र असतातच असं नाही.

जखमांचा संबंध फक्त शत्रूंशीच न जोडण्याची खबरदारी मात्र आपण घेतली पाहिजे. कधीकधी आपले मित्रही आपल्यावर घाव घालतात. बऱ्याच वेळा आपण सत्याला सामोरं जायला घाबरत असतो. कारण त्यामुळे आपल्या पदरात क्लेशच पडतील, असं आपल्याला वाटतं. पण जर तुम्ही माझे खरे मित्र असाल, तुम्हाला माझ्याविषयी खरोखरच आस्था वाटत असेल तर बेलाशक मला क्लेश द्या, मला दुखवा. खूप लोक अशा तऱ्हेचे घाव घालणाऱ्या व्यक्तीला दुश्मन समजून तिच्याशी असलेले संबंध तोडून टाकतात. कोणी त्यांना सांगितलं की, त्यांचं वागणं स्वार्थीपणाचं आहे वा त्यांना 'ग'ची बाधा झाली आहे किंवा त्यांनी काही गोष्टींचा पुनर्विचार केला पाहिजे, तर चिडून जाऊन ते संबंधच तोडून टाकतात. पण अशा सत्य सांगणाऱ्या लोकांची आपल्याला आवश्यकता असते. मी जर चुकत असेन, तर प्रेमाने माझी कानउघडणी करणारा मित्रच मला आवडेल. कारण माझी चूक वेळीच माझ्या लक्षात आली नाही किंवा कोणी आणून दिली नाही तर पुढे मीच अडचणीत येईन, मलाच इजा पोहोचेल, माझंच नुकसान होईल.

आपण शिकावं, मोठं व्हावं, आपला विकास व्हावा, यासाठी देवाने आपल्याला मैत्रीचं वरदान दिलं आहे. खोटी स्तुती करणाऱ्या ढोंगी माणसांचा तुम्हाला कंटाळा नाही येत? मला येतो. माझ्याशी सत्य बोललेलं मला आवडतं. त्यामुळे मी दुखावला जाईनही कदाचित; पण मी स्वत:ला सावरीन.

पाचवी कसोटी : तुम्ही दुःखी असाल; तर मित्र तुम्हाला मदत करतो

यापूर्वीही या विषयावर आपलं बोलणं झालं आहे. तुम्ही खिन्न असाल, तर त्यातून बाहेर यायला तुमचा मित्र नक्कीच तुम्हाला हात देईल. माझ्या आयुष्यातील अत्यंत निराशाजनक काळात माझा जिवलग मित्र केन याने मला किती साथ दिली होती, ते मी कधीच विसरू शकणार नाही. तेव्हा आम्ही कॉलेजमध्ये शिकत होतो. मी मोठा फुटबॉलपटू होण्याची स्वप्नं बघत होतो. पण मला दुखापत झाली आणि माझं खेळणंच बंद झालं. माझ्या आईवडिलांचा नुकताच घटस्फोट झाला होता. त्या काळात माझ्याकडे पैसे नसायचे. मी पोटभर जेवूही शकायचो नाही. केन आला आणि म्हणाला, "चल यार, आपण एक चक्कर मारून येऊ या." आम्ही कॉलेजविद्यार्थी होतो. त्याच्याकडेही फारसे पैसे नसायचे. पण त्याच्या थोड्याफार पैशांपैकी काही पैसे तो माझ्यासाठीही खर्च करत असे. तर आम्ही त्याच्या जुन्या इमानी 'लिंकन'मध्ये बसलो. त्या कारला आम्ही प्रेमाने 'आर्क' (नोव्हाची होडी)

म्हणायचो. तर त्या आर्कमध्ये बसून आम्ही फिरायला गेलो. माझी मन:स्थिती सुधारली. मित्रच हे करू जाणे! त्या काळात, बऱ्याच वेळा अशा आल्या की, माझा धीर सुटला, मी खच्ची झालो; पण देवाने माझ्या आयुष्यात धाडलेल्या सच्च्या मित्रांनी मला कधीच खचू दिलं नाही. त्यांच्यामुळेच मी तग धरून राहिलो. जेव्हा तुमची परिस्थिती चांगली असते, तेव्हा सर्व जण तुमच्याशी मैत्री करायला बघतात. पण जेव्हा तुमची परिस्थिती चांगली नसते, तेव्हा तुमच्या पाठीशी कोण उभं राहतं? तुम्ही खचला आहात, हे कोणाच्या लक्षात येतं आणि तुम्ही पुन्हा स्वत:च्या पायावर व्यवस्थित उभे राहीपर्यंत तुम्हाला साथ कोण देतं? अर्थात खरा मित्र.

सहावी कसोटी : तुमच्या मित्राला तुमच्या खासगी गोष्टीही ठाऊक असतात

जॉन १५:१५मध्ये येशूने म्हटलं आहे, "यापुढे मी तुम्हाला सेवक म्हणणार नाही. कारण आपला धनी काय करतो ते सेवकाला ठाऊक नसतं. 'तुम्ही माझे मित्र आहात' असं मी म्हणेन. कारण जे ज्ञान मला परमेश्वराकडून प्राप्त झालं ते मी तुम्हाला दिलं आहे." येशूने आपल्याला त्याचे मित्र म्हटलं, कारण देवाने त्याला जे जे सांगितलं होतं, ते ते त्याने आपल्याला सांगितलं. नोकरांच्या बाबतीत असं होत नाही. आपण येशूच्या रक्ताच्या नात्याने देवाशी जोडले गेलो आहोत. आता आपली देवाशीही मैत्री झाली आहे.

मित्राला तुमच्या खासगी गोष्टीही ठाऊक असतात. तुमच्या व्यक्तिगत गोष्टी फक्त पडद्याआडच्या एक-दोन माणसांनाच – म्हणजे गाभाऱ्यातील मित्रांनाच – ठाऊक असल्या पाहिजेत. त्यामुळे बोलताना सांभाळून बोला. आपल्या विषयीची खासगी माहिती दुसऱ्यांना सांगताना सावध रहा. तुम्ही जे आहात आणि तुमच्याजवळ जे आहे त्यामुळे तुमचा मत्सर करणाऱ्यांच्या कानावर त्या गोष्टी अजिबात पडू देऊ नका. तुम्ही सगळ्यांकडे विवेकाने पाहायला हवं. काही जण कधीकधी एवढे भारावून जातात, की आपल्या आयुष्यातील बारीकसारीक तपशीलही ते इतरांना सांगून टाकतात. स्वत:च्या खासगी गोष्टींच्या संदर्भात अतिशय सावधगिरी बाळगा.

सातवी कसोटी : योग्य सल्ला देऊन मित्र तुमचं आयुष्य चांगलं करतो

प्रॉव्हर्ब्स २७:९मध्ये म्हटलं आहे, "उटणं आणि अत्तर मनाला उल्हसित करतात, त्याप्रमाणे मित्राच्या हार्दिक सल्ल्यातील गोडवा मन प्रसन्न करतो." चांगले मित्र चांगलाच सल्ला देतात. खऱ्या मित्रांना तुमच्या सुखासमाधानाची, कल्याणाची काळजी असते. त्यामुळे तुम्हाला गरज पडेल तेव्हा लगेचच ते चांगला, त्या परिस्थितीला व प्रसंगाला योग्य असा सल्ला देतात.

सच्चे, जिवलग मित्र

येशू हे सच्च्या मित्राचं उत्तम उदाहरण आहे. वरील सातही कसोट्यांवर तो पूर्णपणे उतरतो. तो आपल्याला दिलासा देतो, आधार देतो. तो आपल्याशी एकनिष्ठ आहे. आपण कुठे आहोत, आपण काय केलं आहे याची पर्वा न करता तो आपल्यावर प्रेम करतो. तो आपल्याशी विधायक बोलतो. जेव्हा आपली परिस्थिती, मन:स्थिती चांगली नसते तेव्हा तो आपल्याला मदत करतो. आपल्या मनाच्या तळातील गुपितं आणि आपली मोठमोठी स्वप्नं आपण त्याला सांगू शकतो. त्याचा सल्ला, उपदेश आपल्याला परिपूर्ण जीवन जगायला सिद्ध करतो. तुमचा व त्याचा परिचय नसेल तर या 'मित्रा'शी ओळख करून घ्या, त्याच्याशी मैत्रीचं नातं जोडा. अगदी सख्ख्या भावापेक्षाही तो तुम्हाला जास्त जवळचा वाटेल. मित्रासाठी मरण पत्करण्याची शक्यता जवळजवळ नसतेच. पण तरीही, येशूचं उदाहरण आपल्याला दाखवून देतं की, निरपेक्ष प्रेम आणि बलिदान ही खऱ्या मैत्रीची लक्षणं आहेत. जॉन १५:१३मध्ये म्हटलं आहे, ''माणसानं आपल्या मित्रांसाठी आपला प्राण द्यावा याहून मोठं माणसाचं प्रेम असत नाही (याहून मोठं प्रेम कोणीही दाखवलेलं नाही)'' (ॲम्प्लि.) येशू म्हणतो की, जर आपण ईश्वराच्या आज्ञेनुसार पूर्ण ताकदीने, अंत:करणापासून, आत्म्यापासून, मनापासून देवावर प्रेम केलं तर आपण देवाचे मित्र होतो. आपण स्वत:वर जसं प्रेम करतो, तसं स्वत:च्या शेजाऱ्यावर केलं पाहिजे. येशूचा खरा मित्र येशूला आवडतं ते करण्यासाठी स्वत:ची वैयक्तिक कामं, स्वत:च्या आशाआकांक्षा बाजूला सारतो.

'मित्र' हा शब्द म्हणजे फक्त नात्याचं नाव नाही. ती बांधिलकी आहे. खरा मित्र होणं म्हणजे आपल्या मनात सदैव मित्राला काहीतरी देण्याची इच्छा असणं. आयुष्यात आपल्याला सच्चे मित्र मिळावेत अशी आपल्याला आस असेल तर आपण स्वत: दुसऱ्याचा सच्चा मित्र झालं पाहिजे. आपण असे सच्चे मित्र होतो, तेव्हा ते देवाच्या आपल्याबरोबरच्या नात्याचं प्रतिबिंब असतं. त्यामुळे नकळतच आपण दुसऱ्याचा फायदा होईल असं वागू लागतो. देवाचं आपल्यावर प्रेम आहे आणि आपणही एकमेकांवर प्रेम करण्यासाठी बांधील राहावं, असं देवाला वाटतं. खरे मित्र देवाच्या संदर्भात काही करण्यासाठी एकमेकांना प्रोत्साहन देतात. 'शब्दा'नुसार जीवन जगण्यासाठी झटत असताना ते एकमेकांना मदत करतात, आधार देतात. मित्रांची निवड करताना, देवाची मनापासून करुणा भाका. जीवनातील साथीदारांची निवड नीट पारखून करा. कारण तुम्ही कोणाच्या सहवासात असता, त्यावरूनच तुम्ही कशा प्रकारचं जीवन जगणार ते ठरतं.

◆

७

जोडीदाराची निवड

तुमच्या उर्वरित जीवनाची वाटचाल तुम्ही कोणाच्या संगतीत करणार, त्यावर तुमचं सुख अवलंबून आहे.

दोनेक वर्षांपूर्वी मी नातेसंबंधांवर व्याख्यानमाला द्यायला सुरुवात केली. एका व्याख्यानाच्या वेळी मी, चर्चमध्ये जमलेल्यांपैकी जे 'एकटे' असतील त्यांना उभं राहायला सांगितलं. आणि काय सांगू? जवळजवळ सगळेच लोक उठून उभे राहिले. मला धक्काच बसला. मनात विचार आला, 'हे एवढे लोक अजून 'एकटे' कसे आहेत? यापैकी बरेचसे स्त्री-पुरुष स्वत:साठी जोडीदार का शोधत नाहीत? या प्रश्नांनी मला 'जोडीदाराची निवड' या विषयावर शिकवायला उद्युक्त केलं.

देवाने लग्नाच्या संदर्भात 'एकट्या' माणसापुढे दोन पर्याय ठेवले आहेत – वरदान आणि शाप. दुसऱ्या शब्दात सांगायचं, तर तुम्हाला सुखी आयुष्य आणि शापित आयुष्य यांतून एकाची निवड करायची आहे. ड्युटेरोनॉमी ३०:१९मध्ये म्हटलं आहे, "स्वर्ग आणि पृथ्वी आजच्या दिवसाची नोंद तुमच्या संदर्भात करतील. मी तुमच्यापुढे जीवन आणि मृत्यू, वरदान आणि शाप असे पर्याय ठेवले आहेत. म्हणून जीवनाचा पर्याय निवडा, म्हणजे तुम्ही आणि तुमचं बीज दोघंही जगाल."

जोडीदाराची निवड हा आयुष्यातील सर्वांत महत्त्वाचा निर्णय आहे. म्हणून देवाच्या 'शब्दा'मधील देवाचं शहाणपण घेतल्याशिवाय हा निर्णय घेता कामा नये. ॲम्प्लिफाइड बायबलमधील प्रॉव्हर्ब्स ४:११मध्ये म्हटलं आहे, "मी तुम्हाला कौशल्यपूर्ण आणि धार्मिक ज्ञानाचा मार्ग दाखवला आहे. (देवाच्या कार्यपद्धतीचे आणि हेतूचं सर्वसमावेशक असं अंतर्ज्ञान.) मी तुम्हाला सचोटीच्या मार्गावरून पुढे नेलं आहे."

जोडीदाराची निवड एवढी महत्त्वाची का आहे? तुमच्या उर्वरित जीवनाची वाटचाल तुम्ही कोणाच्या संगतीत करणार, त्यावर तुमचं सुख अवलंबून आहे. नीट

विचारपूर्वक निवड करा. कारण त्यावरूनच तुमच्यासाठी पृथ्वीवर नंदनवन फुलणार आहे की ते पृथ्वीवरचे नरक असणार आहे, ते ठरणार आहे.

'द बार्ना ग्रुप'च्या अहवालानुसार, प्रत्येक पाच पैकी एका व्यक्तीने अजिबात लग्न केलेलं नाही. ज्यांनी लग्नं केली, त्यात तीनात एकाचा किमान एकदातरी घटस्फोट झाला. या अहवालावरून अजून एक गोष्ट उघड होते, ती म्हणजे पुनर्जन्म झालेले श्रद्धावान व अश्रद्ध यांच्यातील घटस्फोटाचं प्रमाण सारखंच आहे.

'एकटे' असणाऱ्यांनी नीट विचार करून लग्नाचा निर्णय घ्यावा. नाहीतर त्यांचाही समावेश वरील आकडेवारीत होईल.

जोडीदाराची निवड :
देवाची पद्धत विरुद्ध व्यवहारातील पद्धत

आजकाल टीव्हीवरील असंख्य कार्यक्रम व जाहिराती 'एकटं' असणाऱ्या व्यक्तींना लक्ष्य बनवून सुप्त संदेश देत असतात, 'तुम्ही कोणाही बरोबर काहीही केलंत तरी चालेल. त्यात काहीच गैर नाही.' माझं आग्रहाचं सांगणं आहे की, सर्व 'एकट्या' व्यक्तींनी त्यांची विचार करण्याची पद्धत बदलावी आणि देवावर विश्वास ठेवावा. जगाने किंवा समाजाने आखलेल्या योजनेपेक्षा कितीतरी चांगली, भव्य योजना देवाने त्यांच्यासाठी आखली आहे. (जेरजमिया २९:११, एफेसिअन्स ३:२०).

देवच लग्न घडवून आणतो. या नात्याच्या करारात, लग्नबंधनात शिरण्यास उत्सुक असलेल्या लोकांसाठी देवाने आखलेल्या योजनेचा तो भाग आहे. दुर्दैवाने, जोडीदाराची निवड करताना बरेच लोक चुकीचे निर्णय घेतात. त्यामुळे त्यांच्यावर एकटं राहण्याची पाळी येते.

'एकट्या' लोकांनी खाली दिलेले दोन महत्त्वाचे मुद्दे लक्षात ठेवावेत :

जोडीदाराचा शोध घेऊ नका, देवाचा शोध घ्या!

मी जे सांगत आहे, त्याबद्दल गैरसमज करून घेऊ नका. तुम्हाला कोणात विशेष रस असेल, तर त्या वेळी व्यावहारिक पावलं तुम्हाला उचलावीच लागतील. पण तरीही तुमच्या प्राथमिकता व्यवस्थित ठरवून घ्या. जोडीदार शोधणं हे देवाशी नातं जोडण्यापेक्षा महत्त्वाचं ठरवू नका. देवाशी नातं जोडण्याला प्राधान्य द्या.

माझी बायको टॅफी, आम्ही कॉलेजमध्ये असताना मला भेटली. मी तिला पहिल्यांदा पाहिलं तो दिवस मी कधीच विसरणार नाही. ती कॉलेजच्या आवारातील पायवाटेवरून चालत होती. सुंदर, सोनेरी तपकिरी वर्ण, फुलाफुलांचा आकर्षक पोशाख. तिने खरोखरच माझं लक्ष वेधून घेतलं. पण मग मला वाटलं, ती खूपच चांगली आहे – माझ्या आवाक्याबाहेरची.

एक दिवस, दोन तासिकांच्या मधल्या वेळात मी असाच विद्यार्थ्यांच्या विश्रांतिगृहात बसलो असताना, टॅफी आत आली आणि मला म्हणाली, "मला तुझ्यात इंटरेस्ट आहे." एवढंच बोलून ती निघून गेली. मी फुशारलो. मला वाटलं, आता ती माझ्या मागे लागणार, मला भेटत राहणार. पण प्रत्यक्षात तसं काहीच झालं नाही. उलट मी अस्तित्वातच नाही, अशा थाटात ती वागू लागली. नंतर मला कळलं की, तिच्यामते 'मी जे सांगितलं त्यावरून पुढे काय करायचं ते न कळण्याइतका तू मूर्ख असशील, तर तू माझ्या लायक नाहीच आहेस.'

नंतर काही काळाने मी लग्न करायचं ठरवलं. यात देवानेही सहभागी व्हावं, असं मला वाटू लागलं. मी देवाची प्रार्थना करू लागलो. मी माझ्या सर्व बारीकसारीक अपेक्षा – अगदी मोठ्या, सुंदर पायापर्यंत – देवाला सांगितल्या आणि माझ्यासाठी मुलगी शोधायला सांगितलं. हे सांगून टाकलं आणि मी 'देवाधर्माचं' करण्यात गुंतून गेलो.

आमच्या कॉलेजमध्ये 'शोध आणि संशोधन' नावाचा एक गट होता. आम्ही तास दोन तास सभा घेऊन त्यात बायबलमधील उतारे शोधून देवाच्या 'शब्दा'चा अभ्यास करत असू. टॅफीही या सभांसाठी येत असे. तिच्या येण्यावरून घड्याळ लावावं; एवढी ती वक्तशीर होती. तीही माझ्याएवढीच देवाच्या 'शब्दा'ची भुकेली होती, हे माझ्या लक्षात आलं.

अशाच एका सभेत टॅफी माझ्या समोरच बसलेली मला दिसली. नेहमीप्रमाणेच आम्ही प्रार्थनेने सभेला सुरुवात केली. मी प्रार्थना करत असताना, देवाने मला डोळे उघडायला सांगितलं. टॅफीने त्या दिवशी केप्री पँट घातली होती. मी डोळे उघडले तर तिचे मोठे, सुंदर पाय माझ्या दृष्टीला पडले. मी लगेच डोळे मिटले. अगदी घट्ट आणि मन:पूर्वक प्रार्थना करायला सुरुवात केली. पुन्हा देवाने सांगितलं, "डोळे उघडून मी काय दाखवत आहे ते बघ. तू जिच्यासाठी प्रार्थना करत असतोस, ती हीच आहे."

एक गोष्ट लक्षात घ्या. कोणीतरी गळाला लागावी, म्हणून मी बायबलचा अभ्यास करत नव्हतो. तर मी आणि टॅफी, आम्ही दोघंही देवाशी नातं जोडायला म्हणून आलो होतो. त्यामुळे आम्ही दोघं एकमेकांशी जोडले गेलो. आपण जेव्हा देवाशी नातं जोडण्यात मग्न असतो, तेव्हा तो स्वत: पुढाकार घेतो आणि अशी जोडी जमवून देतो.

खूप लोक 'एकटे' आहेत. त्यांना लग्न करायची इच्छा आहे. मी त्यांना सांगतो, "देवाला शरण जा. देवाधर्माच्या गोष्टी करण्यावर भर द्या. त्याच्या राज्यासाठी तुम्ही काय करावं अशी त्याची अपेक्षा आहे हे जाणून ते करण्यात मग्न व्हा."

तुमच्या पालकांच्या मताला मान द्या

या मुद्द्याबद्दल सांगण्यापूर्वी मी थोडी प्रस्तावना : जर तुमचे पालक योग्य निर्णय घेत नसतील किंवा त्यांचे विचार, त्यांचं बोलणं देवाच्या 'शब्दा'ला अनुसरून

नसेल, तर तुम्ही एखाद्या जाणत्या सल्लागाराचा किंवा समुपदेशकाचा सल्ला घेऊ शकता. पण एकंदरीत पाहता, इतर कोणाहीपेक्षा तुमचे आईवडील तुम्हाला जास्त चांगलं ओळखतात आणि ते नेहमीच तुमचं भलं चिंततात. म्हणून तुमचा जोडीदार निवडताना ते नक्कीच सुज्ञपणे विचार करतील. तुमच्या मनातही येणार नाहीत, असे प्रश्न ते विचारतील. म्हणून जोडीदार निवडताना, आपल्या आईवडिलांची मदत आवर्जून घ्या.

माहिती घ्या

लग्नाचा निर्णय घेण्यापूर्वीच्या भेटीत म्हणजे 'डेटिंग'च्या वेळी आवश्यक ती सर्व माहिती मिळवा. मग त्याआधारे योग्य तो निर्णय घ्या. तुमच्या मदतीसाठी मी 'डेटिंग'च्या वेळी विचारायचे महत्त्वाचे प्रश्न पुढे देत आहे.

ती व्यक्ती सश्रद्ध आहे का?

'अश्रद्ध लोकांशी जोखड बांधून फरफट करून घेऊ नका.' (२ कॉरिंथिअन्स ६:१४). तुमची जी मूल्यं, श्रद्धा आहेत त्याच्या विरोधात त्या व्यक्तीची मूल्यं, श्रद्धास्थानं असतील, तर तिच्याशी लग्न करायचा सल्ला मी तुम्हाला देणार नाही. कारण तुम्हाला बऱ्याच अपरिचित गोष्टींना सामोरं जावं लागेल आणि त्याचं जाचक बंधन तुम्हाला सुखाने जगू देणार नाही. तुमच्या नात्यात सुसंगती, मेळ साधण्यासाठी सश्रद्ध जोडीदाराचीच निवड करा. (२ कॉरिंथिअन्स ६:१५ ॲम्प्लि).

एकदा एका बाईने मला सांगितलं, "फादर, देवाने मला माझ्या प्रियकराशी लग्न करायला सांगितलं आहे. म्हणून मी लग्नाच्या तयारीला लागते आहे." मी म्हटलं, "देव थोर आहे!" मी तिला पहिलाच प्रश्न विचारला, "तो ख्रिश्चन आहे का?" ती म्हणाली, "अं म्हणजे... " काहीतरी घोळ आहे हे माझ्या लगेचच लक्षात आलं. तो ख्रिश्चन नव्हता आणि तरीही ती सांगत होती की, देवाने तिला त्याच्याशी लग्न करायला सांगितलं. मी तिला विचारलं, "देव त्याच्या लिहिलेल्या 'शब्दा'त एक सांगेल आणि बोलताना तुला भलतंच सांगेल असं कसं होईल?" मी तिला सांगितलं की, देवाने सांगितलेलं तिला नीट कळलेलंच नाही. कारण सकृद्दर्शनी तिला जे वाटलं ते देवाच्या 'शब्दा'शी जुळत नव्हतं. मी तिच्याशी आणखी बोलल्यावर माझ्या लक्षात आलं की, देवाची इच्छा जाणून घेण्यापेक्षा शारीरिक संबंधांत तिला जास्त रस होता. म्हणूनच ती धर्माच्या मूल्यांशी तडजोड करायला तयार झाली.

लक्षात घ्या. कोणाशीतरी संबंध ठेवण्यासाठी तुमच्या मूल्यांशी तडजोड करणं योग्य नाही. तुम्ही योग्य निर्णयही घेऊ शकत नाही, एवढे निराश होऊ नका.

तुमच्या निष्ठांशी तडजोड करण्याची पाळी तुमच्यावर आली, तर निष्ठा सांभाळा आणि त्या परिस्थितीपासून दूर जाण्याची तयारी ठेवा.

त्या व्यक्तीची देवाच्या बाबतीत बांधिलकी आहे का?

ती व्यक्ती देवावर प्रेम करते का? देवाचे आदेश मानते का? तिचा स्वत:चा इतिहास काय आहे? त्या व्यक्तीच्या आयुष्यात 'शब्दा'चं स्थान काय आहे? ती व्यक्ती धर्माशी वचनबद्ध आहे का?

तुम्ही दोघं आध्यात्मिकदृष्ट्या अनुरूप आहात का?

'शब्द' हा आध्यात्मिक आहे. तुम्ही आध्यात्मिकदृष्ट्या अनुरूप आहात की नाही, हे ठरवण्यासाठी तुम्ही एकमेकांच्या सहवासात आलं पाहिजे आणि तुमच्यात 'शब्दा'विषयी बोलणं झालं पाहिजे. या संदर्भात निर्णय घेताना पुढील प्रश्नांचा उपयोग होऊ शकेल.

प्रार्थनेच्या संदर्भातील तुमचे विचार एकमेकांशी मिळतेजुळते आहेत का? तुम्हाला दोघांनाही प्रार्थना करायला आवडतं का? तुम्ही एकत्र प्रार्थना करता का? बायबलचं वाचन रोज करून देवाचा 'शब्द' समजून घेणं, हे दोघांनाही महत्त्वाचं वाटतं का? 'शब्दा'चं चिंतन करणं महत्त्वाचं आहे या मुद्द्यावर दोघांचं एकमत होतं का? 'शब्दा'ला अनुसरून आपलं आचरण असावं याचं महत्त्व दोघांनाही वाटतं का? बायबलच्या तत्त्वप्रणालीवर तुमचं एकमत आहे का? यासाठी बायबलची मुख्य धर्मतत्त्वं कोणती हे प्रथम जाणून ट्रिनिटी (ख्रिश्चन धर्मातील त्रिमूर्ती : पिता, पुत्र आणि पवित्र आत्मा मिळून असलेला एकच देव) सदाचरण, श्रद्धा या विषयांवर चर्चा करा. डेटिंगच्या वेळी चर्चा करायला हे छान विषय आहेत. तुमचे विचार, विश्वास जुळतात का नाही, हे पहा. मला ठाऊक आहे, डेटिंगच्या वेळी तुम्हाला रोमँटिक व्हावंसं वाटेल, पण त्याची घाई करू नका. स्वत:च्या मनाला आवर घाला. त्याऐवजी तुमच्या नात्यावर सकारात्मक, नकारात्मक परिणाम घडवणाऱ्या महत्त्वाच्या मुद्द्यांवर सविस्तर बोला. यासंदर्भात तुमच्या भावंडांची मदत घ्या. त्यांच्या सल्ल्याने तुमची यादी बनवा.

वेळ आणि पैसे या विषयांवर तुमचं एकमत आहे का?

या विषयांवर तुम्ही दोघांनी चर्चा केलीच पाहिजे. त्यातही, जर तुम्ही दोघंही करिअर करत असाल तर ही चर्चा अत्यावश्यक ठरते. यासाठी अशा प्रकारचे प्रश्न विचारा : तुमचा स्वत:चा दर्जेदार (क्वालिटी) वेळ तुम्ही कसा घालवता? तुम्ही अखखा वेळ टीव्हीसमोर बसून किंवा मित्रमैत्रिणींबरोबर भटकण्यात घालवता का? तुम्ही खरेदी करण्यात वेळ दवडता का? कोणत्या चर्चमध्ये जायचं यावर तुमचं एकमत आहे का? तुमची श्रद्धास्थानं वेगवेगळी असतील किंवा तुम्ही वेगवेगळ्या

चर्चमध्ये जात असाल, तर लग्नानंतर तुम्ही कोणत्या चर्चमध्ये जाणार हे ठरवा. विशेषत: तुम्ही जर मुलं होऊ देण्याचा निर्णय घेत असाल, तर अशा चर्चा लग्नाआधीच करणं आवश्यक आहे. तुमच्या संभाव्य जोडीदाराची तुमच्यासाठी किती वेळ द्यायची तयारी आहे? तुम्ही दोघांनी एकत्र वेळ घालवणं या गोष्टीला प्राधान्य देणं महत्त्वाचं आहे. या गोष्टीवर लग्नाआधीच तुमचं मतैक्य होणं आवश्यक आहे. रोमान्स जन्मभर कसा टिकून राहील याची तुम्ही काळजी घेतली पाहिजे. सुरुवातीच्या दिवसात एकमेकांविषयी वाटणारं आकर्षण पूर्ण वैवाहिक जीवनभर टिकवण्यासाठी आवश्यक त्या गोष्टी करायची तुमची तयारी असली पाहिजे.

तुम्हा दोघांचीही आर्थिक उद्दिष्टं सारखीच असावीत. बचत आणि गुंतवणूक तुम्हाला कितपत महत्त्वाची वाटते? ती व्यक्ती पैसे व्यवस्थित खर्च करते की उडवते? आपल्या उत्पन्नाचा काही हिस्सा इतरांना देणं हे आपलं कर्तव्य आहे, असं ती व्यक्ती मानते का?

त्या व्यक्तीवर तुम्ही विश्वास ठेवू शकाल?

या प्रश्नाचं उत्तर हुशारीने शोधून काढण्याएवढा आवश्यक वेळ तुम्ही त्या व्यक्तीच्या सहवासात घालवला आहे का? विश्वास संपादन करण्यासाठी बराच काळ जावा लागतो. एकमेकांना समजून घ्या. परस्परात आदर आणि विश्वासाचं नातं जोपासा.

त्या व्यक्तीवर अविश्वास दाखवावा, असं काही घडलं आहे का?

त्या व्यक्तीचं वागणं वा बोलणं तिच्या अगोदरच्या बोलण्याशी विसंगत आहे का? उदाहरणार्थ, त्या व्यक्तीने तुम्हाला सांगितलं की, ती तुमच्याशिवाय इतर कोणाबरोबरही डेटिंग करत नाही. नंतर तुम्ही दोघं रेस्टॉरन्टमध्ये असताना तिसरीच व्यक्ती उपटली आणि तिला म्हणाली, ''काल तुझ्याबरोबर खरंच मजा आली हं.'' असं काही घडलं तर त्याच वेळी, त्याच ठिकाणी खरं-खोटं करा. जर डेटिंगच्या वेळी कोणी तुमचा विश्वासघात करत असेल, तर वैवाहिक आयुष्यात विश्वासाला तडा जाण्याची जास्त शक्यता असते.

ती व्यक्ती प्रतिकूल परिस्थितीचा सामना कशी करते?

तुम्ही दोघं बाहेर जाता, तेव्हा तुमचा संभाव्य जोडीदार असलेली व्यक्ती शांत, अविचल, स्थिरचित्त वाटते; पण प्रतिकूल परिस्थितीत ती व्यक्ती कशी वागते, ते तुम्ही पाहिलं आहे का? उदाहरणार्थ, व्यवसायातील एखादा व्यवहार अनुकूल झाला नाही किंवा आयुष्यात एखादी गोष्ट ठरवल्याप्रमाणे झाली नाही, तर ती व्यक्ती कशी वागते? एखादं संकट कोसळलं तर काय होतं? ती व्यक्ती निराशेच्या गर्तेत जाते का? आत्मघाताला प्रवृत्त होते का? ती व्यक्ती चिडते का? रागाने तिचा तोल सुटतो का?

स्वत:वरचा ताबा जातो का? तुम्ही आपलं आयुष्य त्या व्यक्तीशी बांधून घेण्यापूर्वीच, ती व्यक्ती प्रतिकूल परिस्थितीला कशी सामोरी जाते, ते जाणून घेतलं पाहिजे.

त्या व्यक्तीची देवावर श्रद्धा आहे की बरेचदा ती अश्रद्ध होते?

प्रतिकूल परिस्थितीत ती व्यक्ती 'शब्दा'वर ठाम राहून सकारात्मक वागते का? 'शब्द' उद्धृत करून, देवावर श्रद्धा ठेवून त्यापासून प्रेरणा घेते का? की ती व्यक्ती निराश होऊन नकारात्मक बोलते, कुरकुर, तक्रार करत राहते? अशा परिस्थितीत असताना ती व्यक्ती कशी वागते ते लक्षपूर्वक पहा. कोणत्याही परिस्थितीत देवावर व त्याच्या 'शब्दा'वर अढळ श्रद्धा आणि विश्वास ठेवणाऱ्या व्यक्तीची जोडीदार म्हणून निवड करा.

त्या व्यक्तीने कधी आपला राग व्यक्त केला आहे का?

आयुष्यात कधीच न रागावणाऱ्या व्यक्तीबरोबर तुम्ही सात फेरे घेतले पाहिजेत, असं मुळीच नाही. तुमचं प्रेमाचं माणूस कधीही रागावत नसेल असं समजू नका. विचार करा. तुम्हाला स्वत:लाही कधी ना कधी राग आला होताच ना? आपण सगळेच रागावतो. बायबलमधील दोघं जण अतिशय चिडल्याचं तुम्हाला ठाऊक आहे ना? देव आणि येशू! देवाचा राग खूपदा उफाळून आला होता. येशू देवळात असताना सावकारांवर चिडला होता. त्याने टेबलं उलटीपालटी केली आणि लोकांना चाबकाने मारायला सुरुवात केली. वास्तववादी दृष्टिकोनातून विचार करा. जर देवाला आणि येशूलासुद्धा राग येऊ शकतो तर तुम्ही जिच्याशी लग्न करणार, त्या व्यक्तीला कधीही राग न येणं कसं शक्य आहे? फक्त ती व्यक्ती राग कसा व्यक्त करते ते महत्त्वाचं आहे.

त्या व्यक्तीला तुमच्यावर रागावलेलं तुम्ही पाहिलं आहे का?

तुमच्यावर चिडल्यावर ती व्यक्ती कशी वागते? तिचा स्वत:वरचा ताबा सुटतो का? ती तुम्हाला शिवीगाळ, मारहाण करते का? तसं असेल तर तो धोक्याचा इशारा समजा.

ती व्यक्ती बायबलच्या मार्गाने भांडण मिटवते का?

खरंतर हा आधीच्याच प्रश्नाचा भाग आहे. तुम्हा दोघांमध्ये झालेलं भांडण, वादविवाद कशा पद्धतीने हाताळले गेले? 'शब्दा'तील शहाणपणाच्या आधारे ते सोडवले गेले का? ते ज्या पद्धतीने सोडवले गेले त्याबद्दल तुमचं एकमत होतं का? ते शांतपणे मिटवले गेले, दोघांनीही तिकडे दुर्लक्ष केलं की तुम्ही ते मिटवूच शकला नाहीत? ते भांडण तुम्ही आता कशा पद्धतीने हाताळता त्यावरूनच तुमच्या वैवाहिक आयुष्यातील मतभेदांना तुम्ही कसे सामोरे जाणार ते ठरणार आहे.

ती व्यक्ती क्षमा मागते का?

एखाद्या जोडप्यात मतभेद आहेत आणि तरीही त्यातील एक किंवा दोघंही कधीच क्षमा मागत नाहीत, किंवा त्या मुद्द्यासंदर्भात एखाद्या निर्णयाप्रत येत नाहीत,

ही गोष्ट खूप भयंकर आहे असं मला वाटतं. त्याऐवजी, काहीच न घडल्यासारखं ते उठतात आणि चालायला लागतात. असं भांडणाकडे दुर्लक्ष करून ते सोडवलं जाईल का? ती व्यक्ती स्वत:च्या चुकीची कबुली देते का? दुसरी व्यक्ती चुकली असल्यास ती क्षमा करते ना? या बाबतीत नीट विचार करा.

स्त्रियांनो, तो तुम्हाला पोसू शकेल का?

मी पहिल्यांदा टॅफीला लग्नाविषयी विचारलं, तेव्हा तिने चक्क 'नाही' म्हटलं. मी म्हटलं, "तू 'नाही' म्हटलंस, यावर माझा विश्वासच बसत नाही." टॅफी म्हणाली, "बाळा, आपण बागेत आलो आहोत; ते तुझ्या आईच्या स्टेशनवॅगनमधून. तू तुझ्या आईबरोबर राहतो आहेस. अर्धवेळाची नोकरी करतो आहेस. सध्या तरी तू आपल्या दोघांची जबाबदारी घेऊ शकत नाहीस. पण जेव्हा तुला चांगली नोकरी मिळेल आणि तू स्थिरस्थावर होशील, तेव्हा माझं उत्तर नक्कीच 'हो' असेल."

पहिल्यांदा मला ते पचायला अवघड गेलं. पण हळूहळू तिचं म्हणणं माझ्या लक्षात आलं. पुरुष म्हणून माझ्या बायकोची आणि घरादाराची जबाबदारी माझ्यावरच होती. बायांनो, पुरुषाला पुरुषच राहू द्या. त्याच्या जबाबदाऱ्या त्यालाच घेऊ द्या. जर तो आर्थिकदृष्ट्या घर चालवू शकत नसेल, तर तो 'उपवर' झाला, असं म्हणता येणार नाही. घराचा जबाबदार, कर्ता पुरुष होण्यासाठी आवश्यक तो वेळ, आधार, प्रेम त्याला द्या.

ती व्यक्ती पैशाचा जबाबदारीने विनियोग करते का?

तुम्ही ज्या व्यक्तीशी लग्न करणार आहात, ती पैसे कशाप्रकारे खर्च करते? तिला खरेदीचं व्यसन आहे का? ती भावनेच्या आहारी जाऊन खरेदी करत सुटते का? दुसऱ्या शब्दात सांगायचं झालं, तर मानसिकदृष्ट्या अस्वस्थ, अशांत असेल तर ती व्यक्ती सरळ जाते आणि कपडे, बूट वगैरे गोष्टींवर पैसे उधळत सुटते का? ती व्यक्ती मोठमोठ्या रकमांची उधळपट्टी करून त्याबद्दल तुम्हाला अंधारात ठेवते का? ती व्यक्ती पैशाचा आता कसा विनियोग करते, ते तुमच्या लग्नानंतर ती पैशाचा कसा विनियोग करणार त्याचंच लक्षण आहे.

ती व्यक्ती मुलांसाठी चांगलं उदाहरण आहे का?

या व्यक्तीपासून तुम्हाला कधी ना कधी मुलं होणारच आहेत. मुलांनी अनुकरण करावं असं तिचं वागणं आहे का?

कोणत्या मुद्द्यांवर तुमचं एकमत होतं आणि कोणत्या मुद्द्यांवर होत नाही?

तुमचं डेटिंग चालू असतानाच तुम्ही या मुद्द्यांवर चर्चा करा. ज्यावर तुमचं एकमत होत नाही, त्यांचं याच काळात म्हणजे लग्नापूर्वीच निरसन करा. म्हणजे ते

लग्नानंतर डोकं वर काढून तुमच्या वैवाहिक जीवनात तणाव निर्माण करणार नाहीत.

त्या व्यक्तीचा स्वत:च्या कामेच्छेवर ताबा आहे का?

तुम्ही ज्या व्यक्तीशी लग्न करू इच्छिता, ती डेटिंगच्या काळात स्वत:च्या कामेच्छेवर नियंत्रण ठेवू शकत नसेल तर लग्नानंतरही तसंच घडत राहणार. याचं पर्यवसान विवाहबाह्य संबंधातही होऊ शकतं.

ती व्यक्ती तुमचा आदर करते का?

ती व्यक्ती तुमच्या मतांचा आदर करते का? पुरुषांनो, तुम्ही जिच्याशी डेटिंग करत आहात. ती तुमच्या मतांची अजिबात कदर न करता सर्व निर्णय स्वत:च घेते का? तिला स्वत:चाच अधिकार चालवायचा असतो का? तिला प्रत्येक गोष्टीची हाव आहे का? तुमचं काहीही ऐकण्याची तिची तयारी नसते का? स्त्रियांनो, तुम्ही डेटिंग करत असलेला माणूस इतरांसाठी दार उघडेल, पण तुमच्यासाठी दार उघडण्याचे कष्ट घेणार नाही, असं आहे का? तुमच्या मतांची, भावनांची दखल तो घेत नाही का?

जर ती व्यक्ती लग्नापूर्वी तुम्हाला मान देत नसेल, तर लग्नानंतर ती थोडीच तुमच्याशी आदराने वागणार!

एखादा निर्णय घेताना तुमचा सल्ला घेतला जातो का?

महत्त्वाचे निर्णय घेण्यापूर्वी जी व्यक्ती तुमचा सल्ला घेत नाही, तिच्याशी अजिबात लग्न करू नका. एकदा का लग्न झालं की, कार विकत घेणं असो, प्रवासाला जाणं असो वा कसली योजना आखणं असो, तुमच्याशी त्यासंदर्भात आधी बोलण्याचीही गरज त्या व्यक्तीला वाटणार नाही आणि स्वत:चे निर्णय स्वत:च घेऊन ती मोकळी होईल.

तुम्ही एकमेकांशी नम्रतेने वागता का?

एफेसिअन्स ५:२१मध्ये बायबलने, देवाविषयी भीतियुक्त आदर बाळगून एकमेकांना शरण जायला सांगितलं आहे. म्हणजेच नवऱ्याने देवाच्या आदेशानुसार बायकोला शरण गेलं पाहिजे आणि बायकोनेही, देवाने तिला सांगितल्याप्रमाणे, नवऱ्याला शरण गेलं पाहिजे. लग्न म्हणजे एकमेकांना शरण जाणं, एकमेकांपुढे नम्र होणं.

ती व्यक्ती तुमचं बोलणं विचारात घेते का?

जी व्यक्ती, तुम्हाला जे काही म्हणायचं आहे ते, ऐकूनही घेत नाही, तिच्याशी तुम्ही संबंध जोडणार आहात का? याचा अर्थ, ती तुम्हाला कमी तरी समजतेय किंवा तुमच्याकडे सांगण्यासारखं काही असेल असं तिला वाटत नाही, अशा व्यक्तीबरोबर तुम्ही जन्म कसा काढणार?

ती व्यक्ती इतरांशी कशी वागते?

त्या व्यक्तीला तुम्ही इतरांशी बोलताना पाहिलं आहे? ती इतरांच्या संपर्कात असताना कशी वागते? तुम्ही दोघंच असता, तेव्हा ती चांगलं वागण्याचं नाटक करू शकते. पण त्या व्यक्तीची इतरांबरोबरची वागणूक कशी आहे, त्याचं निरीक्षण करा. बरेच लोक जमले असताना किंवा कुटुंबीयांबरोबर, मित्रमंडळींबरोबर ती व्यक्ती कशी वागते? तुमच्या कुटुंबीयांबरोबर, मित्रपरिवाराबरोबर ती कशी वागते?

त्या व्यक्तीच्या वैयक्तिक आयुष्यात काही समस्या आहेत का?

तुम्ही निर्णय घेण्याची घाई करू नका. वेळ लागला तरी चालेल, पण त्या व्यक्तीच्या आयुष्यात काही गंभीर समस्या असतील, तर त्या तुम्ही जाणून घेतल्या पाहिजेत. वाटल्यास तिला विचारा. अपमान न करता, तुमच्या मनातील शंकेचे निरसन करा. ती व्यक्ती कशाशीतरी झगडत आहे किंवा कशाचातरी सामना करत आहे, याबद्दल पूर्णपणे अनभिज्ञ राहून तुम्ही तिच्याशी लग्न केलंत, तर त्याचा पुढे त्रास होऊ शकतो. उदाहरणार्थ, बीभत्स, अश्लील चित्रं किंवा वाङ्मय यांचं व्यसन किंवा शिकार, समलिंगी व्यक्तीबद्दल आकर्षण, मादक पदार्थाचं व्यसन यांपैकी काही त्या व्यक्तीच्या बाबतीत होत असेल, तर 'शुभमंगल सावधान' म्हणण्यापूर्वी ती गोष्ट तुम्हाला ठाऊक असली पाहिजे.

त्या व्यक्तीचे दोष तुम्ही स्वीकाराल का?

ती व्यक्ती पैशाचा विनियोग नीट करत नसेल, तर ते तुम्ही चालवून घ्याल का? ती व्यक्ती लबाड आहे, हे तुम्ही सहन कराल का? त्या व्यक्तीला खाण्याची विकृती असेल तर तुम्ही तिकडे काणाडोळा कराल का? मुद्दा कोणताही असला तरी लग्नापूर्वी त्यावर तुमच्यात प्रामाणिक, मनमोकळं संभाषण झालंच पाहिजे.

ती व्यक्ती कोणाला काही देताना हात आखडता घेत नाही ना?

तुम्ही जिच्याशी लग्न करण्याचा विचार करत आहात, त्या व्यक्तीला फक्त घेण्यात रस असेल आणि कोणाला काही देण्याची तिची इच्छा नसेल, तर ते योग्य नाही. हे वागणं स्वार्थीपणाचं आहे. वैवाहिक जीवनात जोडीदाराने तुम्हाला प्रोत्साहन देणं, तुमच्या प्रगतीसाठी झटणं, तुम्हाला नि:स्वार्थीपणे देणं, या गोष्टी अपेक्षित असतात. त्यामुळे संधी मिळेल तेव्हा, तुम्हाला काहीतरी देत राहणारा, तुमचं भलं चिंतणारा जोडीदार तुमचं जीवन सुखी करील.

तुम्हा दोघात सुसंवाद आहे का?

यशस्वी वैवाहिक जीवनासाठी दोघांमध्ये सुसंवाद असणं आवश्यक आहे. तुम्ही दोघं मनमोकळेपणाने बोलता का? तुमच्या भावना, कल्पना एकमेकांपर्यंत

पोहोचतात का? तुमच्या या नात्याविषयी तुम्हाला काय वाटतं, या नात्याकडून तुमच्या काय अपेक्षा आहेत, यासंदर्भात तुमची वैचारिक देवाणघेवाण झाली आहे का? नसेल, तर ती कशी करावी हे तुम्हाला ठाऊक आहे का?

तुम्हा दोघात मैत्रीचं नातं आहे का?

मैत्री हा सुखी संसाराचा पाया आहे. मित्रासाठी प्राणही पणाला लावले जातात. तुम्ही निवडलेली व्यक्ती तुमच्यासाठी आयुष्य पणाला लावेल का? आयुष्याचं सोडा, पण ती व्यक्ती तुमच्यासाठी स्वत:चं हित, स्वार्थ किंवा स्वत:च्या योजना बाजूला सारेल का? ज्या व्यक्तीची, असे स्वार्थत्याग करायची तयारी नसते, जिच्यावर तुम्हाला कधीही विसंबून राहता येणार नाही, मानसिकदृष्ट्या तुम्ही जिच्याजवळ पोहोचूसुद्धा शकणार नाही, अशा व्यक्तीशी तुम्ही लग्न कराल का?

तुम्हा दोघांपैकी कोणाचा घटस्फोट झाला आहे का? त्याची कारणं दोघंही जाणता का?

घटस्फोटानंतर मनाच्या जखमा भरून येणं आवश्यक आहे. यासाठी घटस्फोटातील तुमच्या वाट्याबद्दल, देवाची क्षमा मागा. तसंच तुमच्या पूर्वीच्या जोडीदाराचीही क्षमा मागा. त्यामुळे तुमच्या मनाच्या जखमा भरून येतील आणि तुम्हाला नव्याने सुरुवात करता येईल. हे झाल्यावर स्वत:लाच विचारा, 'माझी सुटका करणारं आणि माझी काळजी घेणारं कोणीतरी मला हवं आहे की कोणासाठी काहीतरी करता यावं, यासाठी माझा लग्नाचा विचार चालू आहे? आध्यात्मिक, भावनिक, नैतिकदृष्ट्या माझ्यात खरोखरच बदल झाला आहे का?' लग्नाच्या प्रस्तावाचा विचार करण्यापूर्वी, या महत्त्वाच्या प्रश्नांची उत्तरं शोधणं आवश्यक आहे. दुसऱ्या वेळीतरी योग्य निर्णय घ्यायला तुम्हाला त्याची मदत होईल.

धर्मोपदेशक आणि माजी उपचारक या नात्याने इतकी वर्षं काम करताना मला एक गोष्ट जाणवली आणि मी चकित झालो. माझ्याकडे वेगवेगळे लोक येतात, पण त्यांची समस्या एकच असते. गंमत म्हणजे त्या समस्येकडे पाहण्याचा, त्यांचा दृष्टिकोन मात्र वेगवेगळा असतो. कारण त्यांचे दृष्टिकोन वेगवेगळ्या कसोट्यांवर आधारित असतात आणि त्याच कसोट्या लावून ते आपले निर्णय घेत असतात.

देवाच्या 'शब्दा'ला मुख्य पाया मानून त्याच्या आधारे आपल्या आयुष्यातील सर्व निर्णय घेतले पाहिजेत. हे वास्तव जेव्हा आपल्याला समजतं आणि आपण ते आचरणात आणतो, तेव्हा आपण योग्य निर्णय घेतो आणि आपल्या आयुष्यात स्वर्ग निर्माण होतो.

◆

८

सुखी वैवाहिक जीवन

स्त्रीला पुरुषाविषयी किंवा पुरुषाला स्त्रीविषयी जे जाणून घ्यायचं असतं, ते सगळं देवाच्या 'शब्दा'त उद्धृत केलेलं आहे.

वैवाहिक जीवनात पाऊल टाकताना, खूप जोडप्यांच्या डोळ्यांसमोर असतात त्यांनी वाचलेल्या परीकथा, सिनेमात बघितलेली, रेडिओ-सीडीवर ऐकलेली त्यांची आवडती प्रेमगीतं, सिनेमा, पुस्तकं आणि गाण्यांत सुखी संसाराची जी चित्रं रंगवलेली असतात, त्यांचा वास्तवाशी दुरान्वयानेही संबंध नसतो. उदाहरणार्थ, प्रेम आणि सुखी संसाराची गाजलेली, लोकप्रिय परीकथा म्हणजे सिंड्रेलाची कहाणी. वर्षानुवर्षं सावत्र आईचा छळ सोसल्यावर ह्या तरुणीवर प्रेम करतो तरुण, सुंदर, उमदा राजकुमार. खराखुरा 'परीकथेतील राजकुमार.' तिच्या कष्टप्रद, दुःखी आयुष्यातून तो तिची सुटका करतो आणि मग ते सुखाने संसार करतात.

पण प्रत्यक्षात जेव्हा एखादं जोडपं एकमेकांच्या गळ्यात वरमाला घालतं आणि परीकथेत सांगितल्याप्रमाणे सुखाने संसार करण्याचं स्वप्न बघतं, तेव्हा लवकरच त्यांचे पाय जमिनीला टेकतात आणि त्यांच्या लक्षात येतं की, परीकथा आणि प्रत्यक्ष जीवन यात खूप फरक आहे. वैवाहिक जीवन सुखी करण्यासाठी दोघांनाही अतोनात प्रयत्न आणि श्रम करावे लागतात. मी नेहमीच लोकांना सांगत असतो की, 'श्रम' या शब्दाला घाबरू नका. जेव्हा एखादं जोडपं त्यांच्या सुखी संसाराची उभारणी करत असतं, त्यासाठी त्यांनी मनापासून केलेल्या परिश्रमामुळे एक अत्युत्कृष्ट चित्राची निर्मिती होते. त्या चित्रात दोन आयुष्यं एकरूप झालेली दिसतात.

माझ्यामते, आजकाल घटस्फोटाचं प्रमाण वाढण्याचं कारण म्हणजे, अलीकडच्या काही वर्षांत तयार झालेली 'मायक्रोवेव्ह मानसिकता.' खूप लोकांना जास्त वेळ न दवडता, काहीही प्रयत्न केल्याशिवाय मौल्यवान गोष्टी मिळवायच्या असतात. 'पी हळद

आणि हो गोरी' असा त्यांचा दृष्टिकोन असतो. दुसरं म्हणजे राईचा पर्वत केला, तर त्याचा शेवट नातं तुटण्यात होतो. अगदी क्षुल्लक घटनांतून निर्माण झालेल्या मतभेदांचं वेळेवर निराकरण झालं नाही, तर ते संघर्षाच्या वावटळीचं रूप धारण करतात.

संसारात होणाऱ्या जास्तीत जास्त संघर्षांचं मूळ दोघांच्या व्यक्तिमत्त्वातील विरोधात असतं. जरी दोघं आता एक झाले असले तरी दोघांची मतं, व्यक्तिमत्त्वं, दृष्टिकोन यात खूप अंतर असतं. त्यामुळे वादविवादाचे प्रसंग येणारच. पण संसार या वादविवादांमुळे मोडत नाहीत, तर ते वाद, विरोध ज्या पद्धतीने हाताळले जातात; त्यामुळे मोडतात.

समुपदेशक म्हणून काम करताना मी निष्कर्ष काढला की, बऱ्याच विवाहित जोडप्यांना मतभेदांचं निराकरण कसं करावं, याचं शिक्षण मिळालेलं नसतं. त्या जोडप्याला मतभेद मिटवण्याच्या क्लृप्त्या ठाऊक नसतात. त्यामुळे ते मतभेदांचा निवाडा करण्याकरिता भांडणाचा आश्रय घेतात.

भांडणाच्या चार अयोग्य पद्धती

पुढे भांडणाच्या चार पद्धती दिल्या आहेत. वादविवाद किंवा समस्या मिटवताना हे प्रकार आवर्जून टाळावेत.

एस्किमो पद्धत

या प्रकारात जोडप्यातील एक किंवा दोघंही भांडणानंतर थिजतात, परिस्थितीकडे पूर्णपणे दुर्लक्ष करतात. जसजसा काळ जाईल, तसतशी परिस्थिती निवळेल अशी त्यांना आशा वाटत असते. ते भावनिकदृष्ट्या अंग काढून घेतात आणि स्वत:च्या जखमा कुरवाळत बसतात. अशा या 'अळीमिळी गुपचिळी' प्रकाराला 'मूक वागणूक' म्हणतात. या पद्धतीत मुळातील समस्या सोडवलीच जात नसल्यामुळे त्या जोडप्यातील एकाच्या किंवा दोघांच्याही मनात कडवटपणा येतो.

काउबॉय पद्धत

काउबॉय पद्धत म्हणजे 'गोळी घालून उडवा' पद्धत. संतापाच्या भरात हे जोडपं एकमेकांना वाटेल तसं बोलतं. खरंतर त्यांच्या मनात तसं काही नसतं. पण हे वाग्बाण एकमेकांना आणि पर्यायाने त्यांच्या वैवाहिक जीवनाला घायाळ करतात. त्यामुळे समेट करण्याची संधीही ते गमावून बसतात.

हौडिनी पद्धत

जेव्हा वाद निर्माण होतात, तेव्हा एक जण किंवा दोघंही पळ काढून स्वत:ची अलगद सुटका करून घेतात. त्यांना भांडण आवडत नसतं. त्यामुळे भांडण, वादविवाद टाळायचा शक्य तितका प्रयत्न ते करतात. मुद्द्याला सामोरं जाऊन

त्याचं निराकरण करण्याऐवजी ते परिस्थितीपासून पळ काढतात. परिणामी ते मद्यपान, खरेदीचं व्यसन, दिवसभर टीव्हीसमोर बसून राहणं किंवा प्रमाणाबाहेर खाणं यांसारख्या विघातक वर्तणुकीकडे वळतात. परिस्थितीचा सामना करणं टाळण्यासाठी काहीही करायची त्यांची तयारी असते.

मुष्टियुद्ध पद्धत

या पद्धतीत एक जण किंवा दोघंही मनगटाच्या जोरावर संघर्ष हाताळू पाहतात. तशी सुरुवात होते तर्कशुद्ध बोलण्याने, पण हळूहळू रागाचा पारा चढत जातो. आणि हातापायी कधी सुरू होते, ते कळत नाही. अशाप्रकारे मारहाण करणाऱ्या व्यक्तीला समुपदेशनाची आवश्यकता असते.

संसार म्हटला की, मतभेदाचे प्रसंग येणारच. पण भांडण-झगडे हा त्यावरील उपाय नव्हे. अशा वेळी प्रार्थना करा, देवाला शरण जा आणि त्याचं मार्गदर्शन घ्या.

प्रार्थनेमुळे नेहमीच समस्या सुटतात

संसारात समस्या निर्माण झाल्या, तर त्या लगेच सुटाव्यात असं आपल्याला वाटतं. समस्येच्या निराकरणाची पहिली पायरी आहे प्रार्थना. मन:पूर्वक, 'शब्दा'वर आधारित प्रार्थना. देव काय सांगतो, ते ऐकण्यासाठी त्या परिस्थितीपासून मनाने लांब जाणं आवश्यक असतं. फिरायला जाण्याने मन निवळेल असं वाटत असेल, तर खुशाल जावं. बरेचदा दोघंही एवढी चिडलेली असतात की, देवाला शरण जाण्यासाठी म्हणून तात्पुरता तह करायलाही तयार नसतात. पण माझ्यामते ते आवश्यक आहे.

दोघांनीही देवाची प्रार्थना करून त्या वादावादीमागे त्यांचा वाटा काय आहे ते त्यांच्या निदर्शनास आणून देण्याची, देवाला विनंती केली पाहिजे. आपण स्वत:च यावर विचार करून निवाडा करावा, असं देवाला वाटतं. जेव्हा आपण नीट विचार करू लागतो तेव्हा योग्य तो समतोल दृष्टिकोन आपल्याला मिळावा यासाठी देव मदत करतो. एखाद्या समस्येला आपण स्वत:च जबाबदार आहोत, हे सत्य स्वीकारायला वैचारिक परिपक्वता लागते. स्वत:वर कोणी दोषारोप केला तर त्याला नकारात्मक प्रतिसाद देणं ही मानवी प्रवृत्ती आहे, हे मला माहीत आहे. पण भावनांनी आपल्यावर स्वार होण्याआधी, आपण प्रार्थना करून परिस्थितीचं पुनर्मूल्यमापन केलं पाहिजे. त्यामुळे आपण अचूक निवाडा करू शकतो आणि त्या समस्येला खतपाणी घालण्यात आपला हात किती आहे, याचा आढावा घेऊ शकतो.

देवाला शरण जा आणि त्याला विचारा, "या समस्यांचं मूळ मी स्वत:च आहे का? माझं वागणं असमंजसपणाचं, स्वार्थी आहे का?" मी स्वत: नेहमीच असं विचारतो – "देवा, मी चुकीचा वागतो आहे का? कसा? माझ्या निदर्शनास आण.

मी माझी चूक सुधारीन, स्वत:त बदल घडवून आणीन असं मी तुला वचन देतो.''

समेटाच्या प्रक्रियेचा प्रारंभ

समेटाच्या प्रक्रियेला आरंभ म्हणून त्या जोडप्याने एखाद्या निवांत ठिकाणी औपचारिक शांतता परिषद आयोजित करून, त्या समस्येला सामोरं जावं, असा सल्ला मी नेहमी देतो. यात योग्य वेळ ही महत्त्वाची गोष्ट आहे. तुम्ही दमले-भागलेले असाल, ताणतणावाखाली असाल किंवा मुलं जागी असतील, तर अशा वेळी या विषयावर बोलणं योग्य नाही. कुटुंबीयांनी एकत्र घालवायच्या वेळात अशा चर्चा केल्यास त्यातून काहीही निष्पन्न होत नाही. टॅफी आणि मी, मुलांच्या सान्निध्यात वेळ घालवून नंतरच कुठेतरी शांत ठिकाणी जेवायला किंवा नुसतंच फिरायला जातो आणि मध्ये कोणताही व्यत्यय येऊ न देता त्या समस्येवर शांतपणे विचारविनिमय करतो. माझ्या अनुभवावरून मी सांगतो की, इतर जोडप्यांनीही समेटाच्या बोलण्यासाठी हेतुपुरस्सर निवांत वेळ मुक्रर करावी.

आपल्या नात्यात कधीकधी अशाही वेळा येतात की, जेव्हा आपल्यात प्रत्यक्ष चकमक घडते तेव्हा आपण त्यातून मार्ग काढण्याच्या मन:स्थितीत नसतो. अशा वेळी ते घोंगडं तसंच भिजत ठेवणं यातच शहाणपण आहे. आपल्या भावनांवर काबू मिळेपर्यंत आपण थांबलो तर सलोख्याने संघर्ष मिटू शकतो.

मतभेद, भांडणं सोडवताना प्रार्थना आणि समेटाची बोलणी याव्यतिरिक्त पुढील तत्त्वं लक्षात ठेवा.

सकारात्मक दृष्टिकोन ठेवा

तुमची सकारात्मकता वाढवा आणि सर्व भीती घालवा. बोलायला सुरुवातच अशी करा, "माझं तुझ्यावर खूप प्रेम आहे. आपला संसार सुखाचा व्हावा, असं मला वाटतं."

स्वत:वर दोष घेण्याची तयारी दाखवा

प्रार्थनेच्या वेळी देवाने तुम्हाला जे सांगितलं, त्यावर विचारविनिमय करा. भांडणाला किंवा समस्येला तुम्ही जबाबदार असाल, तर ते मान्य करून ती जबाबदारी स्वीकारा. ते तुम्ही अशाप्रकारे सांगू शकता, "हनी, देवाने मला या सर्व गोष्टींवर नीट विचार करायला सांगितलं. त्याप्रमाणे विचार केल्यावर माझ्या लक्षात आलं की, तुला दोष देण्यावर माझा भर असतो. याची कारणं दोन आहेत. एक म्हणजे मला माझ्या भावना उघड करायच्या नसतात आणि दुसरं म्हणजे मला जबाबदारी घ्यायची नसते.'' तुमच्या जोडीदाराला बहुधा हे ठाऊकच असणार. त्यामुळे बिनधास्त बोला, तुमच्या चुका कबूल करा.

क्षमा मागा

क्षमायाचनेत किती शक्ती आहे, हे तुम्हाला ठाऊक नाही. मनापासून, प्रामाणिकपणे केलेली क्षमायाचना जादू करून जाते. ती जखमा भरून काढते, मन शांत करते, संबंध सुधारते आणि नात्यात पूर्वीचा आनंद आणते. पण अहंकारी लोकांना अशी क्षमा मागणं कमीपणाचं वाटतं.

वैरभावाऐवजी तुमचं दुखावलेपण व्यक्त करा

कोणी आपली निराशा केली, अपमान केला तर आपण दुखावलं जाणं साहजिकच आहे. पण खूपदा पुरुषांना, ते दुखावले गेले आहेत, हे दुसऱ्यांना कळू द्यायचं नसतं. या दुखावलेपणाच्या भावनांचं व्यवस्थापन नीट झालं नाही, तर त्या मनातच कोंडून राहतात आणि कालांतराने त्यांचं रूपांतर संताप, तिटकारा, कटुता यात होतं. तुम्हाला जेव्हा राग येतो, तेव्हा स्वत:लाच विचारा, 'मी का चिडलो आहे?' राग विनाकारण येत नाही. तत्कालीन कारण नसताना राग आला, तर बहुधा पूर्वी कोणीतरी तुम्हाला दुखावलं होतं, हेच रागाचं मूळ कारण असल्याचं आढळेल.

दुखावलं जाण्याच्या भावना जेव्हा उत्पन्न होतात तेव्हाच त्या हाताळा. तुमच्या जोडीदाराच्या बोलण्याने तुम्ही दुखावला गेला असाल तर ते त्या जोडीदाराकडे व्यक्त करण्यात कसला आला आहे कमीपणा? उलट त्यामुळे तुम्ही दोघं किती जवळ येता, ते पाहून तुम्हाला आश्चर्य वाटेल. त्या जखमांवर मलमपट्टी झाल्यास तुमच्या मनावरील ओझं उतरून जाईल. एफेसिअन्स ४:२६मध्ये इशारा दिला आहे. "तुम्हाला चीड आणणाऱ्या गोष्टींवर उपाय केल्याखेरीज झोपायला जाऊ नका." निदान, "याविषयी आपण उद्या बोलू या. आतापुरतं मला माफ कर." एवढं जरी बोललं तरी ते पुरेसं आहे. एकटंच जाऊन कोचावर झोपण्यापेक्षा किंवा मुलांबरोबर जोडीदाराला निरोप पाठवण्यापेक्षा ते कितीतरी पटीने चांगलं आहे.

थेट विधानं करा

प्रामाणिकपणाचा एक अर्थ आहे स्पष्टवक्तेपणा. आडून आडून बोलणं किंवा काहीही विचार न करता शेरा मारणं, यातून काहीही साध्य होत नाही. तुम्हाला जे म्हणायचं आहे तेच बोला. उदाहरणार्थ, "तू काल रात्रभर टीव्ही बघायचं ठरवलंस, ते माझ्या मनाला लागलं," असं थेट समस्येला भिडा. उगीच "नाही म्हणजे, काल तू रात्रभर टीव्ही बघितलास. मला जरा वाईट वाटलं. पण ठीक आहे. त्याचं एवढं काही नाही," असं गुळमुळीत, आडून आडून बोलण्याचा काहीही उपयोग होत नाही. तुमच्या भावना प्रामाणिकपणे व्यक्त करा.

'नेहमीच', 'कधीच नाही' यांसारखे शब्द टाळा

"तुझं वागणं नेहमीच असं असतं" किंवा "तू कधीच मला मदत करत

नाहीस'' यांसारखे आरोप केले की, होत आलेला समेटही फिसकटू शकतो. 'तू', 'नेहमीच', 'कधीच नाही,' वगैरे आरोप झाले की, समोरची व्यक्ती बचावात्मक पवित्रा घेते, स्वत:चं समर्थन करायला लागते. त्याऐवजी तुम्हाला काय वाटतं, ते तुम्ही सांगा. उदाहरणार्थ, ''तू तुझ्या कामात एवढा बुडून गेला आहेस की, तुझ्या आयुष्यात मला स्थानच नाही, असं मला वाटतं'', ''आपल्या आर्थिक परिस्थितीकडे बघितलं की मला नैराश्य येतं'', ''घरातलं सगळं काम बाकी आहे म्हटल्यावर माझ्या पोटात गोळा येतो'' अशा शब्दांत बोलल्यास नक्कीच फरक पडेल. सौम्य भाषेत बोलायला सुरुवात केलीत, तर संवादाचे दरवाजे आपोआप उघडत जातील. सुसंवादाच्या पायावरच यशस्वी संसार उभे असतात, हे लक्षात ठेवा.

उपाय शोधण्यावर लक्ष केंद्रित करा

दोघांनीही एकत्र येऊन समस्या सोडवली पाहिजे. या वेळी समस्येवरच बोलत राहण्याचा, आपलंच म्हणणं दामटत राहण्याचा मोह होतो. पण त्यावर ताबा मिळवा. समस्येवर जास्त भर न देता त्यातून मार्ग कसा काढता येईल, यावर लक्ष केंद्रित करा. प्रत्येक समस्येवर उपाय असतो. मोकळ्या मनाने तो उपाय शोधण्याचा प्रयत्न करा. सुसंघटितपणे विचार करण्याची ही संधी तुम्हाला मिळाली आहे असं समजा. धार्मिक मार्गाने समुपदेशन घ्या. समस्या सोडवण्याची सगळी कौशल्यं वापरा. उपाय नक्कीच सापडेल.

या प्रक्रियेतील सर्वांत महत्त्वाचा मुद्दा म्हणजे समुपदेशन तुमच्या जोडीदारासाठी नाही, तर तुमच्यासाठी घ्या. माझ्याकडे समुपदेशनासाठी आलेली व्यक्ती आपल्या जोडीदाराकडे बोट दाखवते, तेव्हा मी त्या ठपका ठेवणाऱ्या व्यक्तीकडेच माझं लक्ष वळवतो. कारण? कारण टाळी एका हाताने वाजत नाही. संसारातील समस्या दोघांपैकी फक्त एकामुळे उद्‌भवत नाहीत.

कधीकधी त्या दोघांमधील भिंत पाडण्यासाठी व्यावसायिक मध्यस्थाची गरज भासते.

सहचर या नात्याने, बायबलमधील व्यावहारिक तत्त्वं आपण आपल्याला, संसाराला लागू केली पाहिजेत. नाहीतर आपण शत्रूच्या कारस्थानांना बळी पडत राहू. जोपर्यंत आपण प्रथम देवाला शरण जाण्याचं वळण स्वत:ला लावत नाही, त्यानुसार आपल्या समस्यांची उत्तरं देवाच्या 'शब्दा'त शोधण्याची सवय स्वत:ला लावत नाही, तोपर्यंत आपल्याला कायमस्वरूपी आणि सकारात्मक फळ मिळणार नाही. त्या ज्ञानाचा उपयोग आपल्या नात्यात केला तर आपल्या आयुष्यात महत्त्वपूर्ण बदल होईल.

स्त्री आणि पुरुष

स्त्री आणि पुरुष, दोघांच्याही गरजा वेगवेगळ्या असतात, ही गोष्ट सर्वज्ञात

आहे. त्या गरजा काय असतात, हे शोधून काढणं, हे आव्हानात्मक काम आहे. अर्थात ते वाटतं तेवढं कठीण नाही. स्त्री आणि पुरुष वेगवेगळ्या ग्रहांवरून आल्यासारखे वाटत असले, तरी परस्परांच्या गरजा त्यांनी कशा पुरवाव्यात, याची रूपरेषा देवाच्या 'शब्दा'त दिली आहे. पण त्यासाठी दोघांनी एकमेकांना समजून घेण्याची आणि आवश्यक त्या तडजोडी करण्याची आवश्यकता आहे.

स्त्रीला पुरुषाविषयी किंवा पुरुषाला स्त्रीविषयी जे जाणून घ्यायचं असतं, ते सगळं देवाच्या 'शब्दा'त उद्धृत केल्याचं आपल्याला आढळतं. जेनिसिस ३:१७मध्ये म्हटलं आहे की, देवाचा 'शब्द' ॲडमने पाळला नाही म्हणून जमिनीला शाप लागला आणि त्याला जास्त श्रम करावे लागले. याचा परिणाम म्हणून इतरांनी आपल्याला महत्त्व द्यावं, आपण काहीतरी पराक्रम करावा ही पुरुषाची सर्वांत मोठी गरज असल्याचं आढळतं. पुरुष हे स्वभावतःच कामाच्या संदर्भात जगणारे असतात. आपल्या यशाचं मोजमापही ते त्यांच्या व्यवसायात, करिअरमध्ये त्यांनी काय साध्य केलं आहे, यावरूनच करतात.

याउलट स्त्रियांचा स्वभाव नात्यांच्या संदर्भात जगण्याचा असतो. इव्हची निर्मिती नात्यासाठी आणि नात्यामधूनच झाली. स्त्रीच्या आयुष्यात प्राधान्य असतं – तिच्या लाडक्या बाळांचं संगोपन करण्याला. घर सांभाळणं, मुलांना वाढवणं, कुटुंबाची देखभाल करणं, या गोष्टींत तिला विशेष रस असतो.

नात्याच्या दृष्टीने विचार करता, आपण स्वतःच्या वाटचं काम करू शकणार नाही, अशी भीती अनेक पुरुषांना वाटत असते. त्याचा संबंध ते स्वतःच्या योग्यतेशी जोडतात. अनेक स्त्रियांना या भीतीची कल्पना नसते आणि कल्पना असली तरी त्या समजून घेऊ शकत नाहीत. त्यामुळे त्यांचा प्रतिसाद तटस्थतेचा असतो. अर्थात पुरुषही अत्यंत कौशल्याने या भावना दडवून ठेवतात. पण नंतर नंतर मात्र त्यांचा ताबा सुटतो; पण जर त्या जोडप्याने, पुरुषाला वाटणारी ही भीती नीटपणे समजून घेतली तर ती दोघं मिळून एकोप्याने निरोगी, जास्त संतोषदायक नातं जोपासू शकतील.

स्त्रियांनो, मी तुम्हाला काही तत्त्वं सांगतो. ही तुम्ही नियमितपणे आचरणात आणलीत, तर तुमचं तुमच्या नवऱ्यावर खूप प्रेम आहे, हे त्याला कळेल. स्वतःत जास्तीत जास्त सुधारणा करण्याच्या त्याच्या प्रयत्नांची तुम्हाला जाणीव आहे, तुम्ही त्याच्या पाठीशी आहात अशी त्याची खात्री पटेल.

त्याला मान द्या

पुरुषांना मान मिळाला की, त्यांचा उत्साह वाढतो, त्यांचा स्वतःबद्दलचा अभिमान वाढतो आणि तो प्रगतीच्या दिशेने वेगाने घोडदौड करतो. तेच जर एखाद्या पुरुषाला योग्य तो मान दिला गेला नाही, त्याचा अनादर झाला, तर त्याच्या

अस्तित्वाच्या केंद्रबिंदूला धक्का पोहोचतो, तो घायाळ होतो. त्याची शक्ती, काम करण्याची प्रेरणा सगळ्यावरच परिणाम होतो. आळशी, स्वार्थी, फक्त स्वत:चाच विचार करणाऱ्या नवऱ्याविषयी मी हे बोलत नाही. जो नवरा स्वत:च्या कुटुंबाची व्यवस्थित काळजी वाहतो, त्यांच्या सुखासाठी झटतो, त्यांच्या बाबतीत वरीलप्रमाणे घडू शकतं.

तुमच्या पतीची जिवलग मैत्रीण व्हा

एखादा पुरुष ताणतणावाखाली असेल, तर ते दुसऱ्याला सांगणंही त्याला अवघड जातं. तो जेव्हा मन मोकळं करायचा प्रयत्न करतो; तेव्हा पत्नीने प्रेमाने, मनापासून ते ऐकावं, त्यात रस घ्यावा, अशी त्याची अपेक्षा असते. देव नेहमीच तुमच्या पाठीशी असतो. आतापर्यंत तुम्हा दोघांवर जी संकटं कोसळली, त्यातून देवानेच तुम्हाला बाहेर काढलं आहे. आणि आताही तोच मार्ग दाखवील, ही गोष्ट तुमच्या पतीच्या लक्षात आणून द्या. तो देवाचा पुत्र आहे आणि देव त्याच्यात वास करतो, या गोष्टीचं त्याला स्मरण करून द्या. शहाणपण ही जीवनातील सर्वांत महत्त्वाची गोष्ट आहे, हे त्याला पटवा. त्या परिस्थितीत योग्य ते करण्याची बुद्धी मिळण्यासाठी दोघांनी मिळून देवाची प्रार्थना करा.

तो तुम्हाला किती महत्त्वाचा वाटतो, ते त्याला सांगा

एखादा पुरुष कुटुंबाच्या दृष्टीने किती महत्त्वाचा आहे, हे त्याला कळणं गरजेचं आहे. जर तो स्वत:ला कुचकामी समजत असेल, तर त्याच्यात काहीही करण्याची प्रेरणाच उरत नाही. असुरक्षितता, न्यूनत्व, अपुरेपणा वगैरे भावना त्याच्या मनाचा ताबा घेतात. त्याला स्वत:ला असं वाटू नये, म्हणून तुम्ही त्याच्याशी बोला. तुम्ही त्याच्यावर किती प्रेम करता, तुम्हाला त्याची किती गरज आहे, हे त्याला सांगा. तुमची मुलं आणि इतर कुटुंबीयांनाही तो किती महत्त्वाचा वाटतो, हे त्याला शब्दांतून आणि कृतीतून जाणवून द्या.

चारचौघांत त्याची प्रशंसा करा

इतरांसमोर तुमच्या पतीची निंदा करू नका किंवा इतरांनाही करू देऊ नका. चारचौघांत त्याला गप्प बसवणं किंवा त्याचा अनादर करणं अशा गोष्टी पुरुषाला खूप इजा पोहोचवतात. त्याऐवजी त्याच्या लक्षात येईल, अशा प्रकारे इतरांसमोर त्याची बाजू घ्या. त्याने तुमच्यासाठी काय काय केलं आहे आणि तुमच्या आयुष्यात त्याचं काय स्थान आहे, याचं मुक्तकंठाने वर्णन करा.

त्याच्या भावना चेतवा

शारीरिक प्रेम ही पुरुषाची प्राथमिक गरज आहे हे सर्वश्रुत आहे. पण याचा अर्थ

नेहमी त्यानेच पुढाकार घ्यावा, असा होत नाही. खरंतर, आपल्या पत्नीने पुढाकार घ्यावा असं अनेक पतींना वाटत असतं. स्त्रीच्या उत्स्फूर्ततेमुळे पुरुषाला आगळाच आनंद मिळतो. पत्नीलाही 'त्या' संबंधांचं तेवढंच आकर्षण वाटतं, हे पतीला कळलं की, तोही खूश होतो. हा पती लाभणं, ही तिच्या आयुष्यातील सर्वांत उत्तम गोष्ट आहे, असं तिने आपल्या पतीला वाटू दिलं पाहिजे. अजून एक गोष्ट म्हणजे तुमच्या पतीची स्तुती करायला घाबरू नका आणि ती स्तुती त्याच्यासमोर करायला मागेपुढे पाहू नका. "ओह! किती चांगला आहे माझा नवरा!" असं टॅफी म्हणते, ते मला खूप आवडतं. वरवर हसत मी "पुरे पुरे. बस आता!" असं म्हणत असलो, तरी मला मनातून गुदगुल्या होतात आणि मी छाती आणखी थोडी ताणून आणि मान आणखी वर उचलून चालतो. स्त्रियांनो, तुमच्या पतीशी असंच वागून बघा. तो "त्यात काय मोठं!" असा आव आणेल कदाचित; पण त्याचा परिणाम दूरगामी असेल.

स्त्रियांना काय हवं असतं?

स्त्रिया असा विचार का करतात आणि असं का वागतात, यावर जेनिसिस ३:१६ प्रकाश पाडतं. "तो त्या स्त्रीला म्हणाला, 'मी तुझं दुःख, तुझी गर्भधारणा कित्येक पटीने वाढवीन. मुलांना वाढवताना तुला दुःख होईल. तुझी अभिलाषा तुझ्या नवऱ्याविषयी असेल आणि तो तुझ्यावर सत्ता गाजवेल.'"

स्त्रियांना मुख्यत्वे दोन काळज्या असतात : कुटुंबाची आणि सुरक्षिततेची. लक्षात घ्या, ॲडमच्या बरगडीतून इव्हची निर्मिती झाली. दाट, अर्थपूर्ण नातेसंबंधांतून तिच्या गरजा पुऱ्या होतात. स्त्रीच्या दृष्टीने कुटुंब खूप महत्त्वाचं असतं. नवऱ्याविषयी तिला वाटणारी तीव्र अभिलाषा, ही जिवलग मैत्री आणि जिवाभावाच्या नात्याच्या उत्कट इच्छेतून जन्माला येते. मुलांना वाढवण्यातील दुःख म्हणजे त्यांची सुरक्षितता, शिक्षण, कल्याण या सगळ्या बाबतीतील काळज्या.

स्त्रीला सुरक्षितता एवढी महत्त्वाची का वाटते, हे समजणं फारसं कठीण नाही. कमिशनवर काम करणाऱ्या माणसाशी ती लग्न करेलही, पण त्याला नियमित पगार मिळत असता, तर तिला जास्त बरं वाटलं असतं. तसंच, ती एक बेडरूम असलेल्या घरात राहायला तयार होईल, पण ऐसपैस घरात राहायला तिला जास्त आवडेल.

पुरुषांनो, आपण आपल्या बायकोला नीट समजू शकलो नाही, तर त्यांच्या भूमिका, कामं, काळज्या यांचा आपण पुरेसा आदर करणार नाही. संगोपन करण्याच्या स्त्रीच्या भूमिकेला कमी लेखलं; त्यांच्या काळज्यांची, भावनांची टिंगल, टीका केली किंवा तिच्याकडे पूर्णपणे दुर्लक्ष केलं तर पतिपत्नीमधील दरी हळूहळू वाढत जाऊन शेवटी संसाराचा विचका होईल.

पुरुषाला फक्त वस्तुस्थिती ऐकायला आवडतं, हे देवाला ठाऊक आहे.

म्हणूनच त्याने एफेसिअन्स ५:२५मधून पतीने पत्नीशी कसं वागावं याच्या सूचना दिल्या आहेत – "नवऱ्यांनो, ज्याप्रमाणे येशूने चर्चवर प्रेम केलं, त्याच्यासाठी स्वत:ला वाहून घेतलं, नेमकं तसंच तुम्ही तुमच्या बायकोवर प्रेम करा." या उक्तीमधील दोन महत्त्वाचे शब्द आहेत – 'नेमकं तसंच.' त्यांच्यावर लक्ष केंद्रित करा. देव आपल्यावर कसं प्रेम करतो?

पतींनो, देव चर्चवर, त्याच्या लेकरांवर निरपेक्ष, बिनशर्त प्रेम करतो. आपण आपल्या पत्नीवरही तसंच प्रेम करावं, अशी देवाची इच्छा आहे.

तिच्यासोबत वेळ घालवा

तुम्हाला जेव्हा जेव्हा देवाशी बोलण्याची गरज भासते, तेव्हा तेव्हा देव तुमचं ऐकतो ना? तुमच्या पत्नीला जेव्हा तुमच्याशी बोलायचं असतं, तेव्हा तुम्ही ते लक्षपूर्वक ऐकावं, अशी तिची अपेक्षा असते. तिची ती गरज असते. टीव्हीवरील सामना बघायचा आहे किंवा वर्तमानपत्रातील चांगला लेख वाचायचा आहे म्हणून तिच्याकडे दुर्लक्ष करू नका. या बोलण्यामागचा तिचा मूळ हेतू असतो, तुमचा सहवास आणि सुरक्षितता. हे लक्षात घ्या. तिच्या दृष्टीने तुम्ही तिचे जिवलग मित्र असता. तिच्या आयुष्यात घडणाऱ्या घटनांविषयी तुमचा दृष्टिकोन काय आहे, हे तिला जाणून घ्यायचं असतं.

तुम्हाला त्यात विशेष काही वाटणार नाही, पण तिच्या दृष्टीने ते खूप महत्त्वाचं असतं. अगदी छोट्या छोट्या गोष्टी ती तुम्हाला सांगू शकली, त्यावर चर्चा करू शकली, तर त्यामुळे तुमच्यामधील मैत्री, विश्वास वाढतो असं तिला वाटतं. तिला तुम्ही प्राधान्य दिलं पाहिजे. चर्चच्या कामांमुळे पत्नीकडे लक्ष द्यायला वेळ नाही असं सांगणारी माणसं माझ्या पाहण्यात आली आहेत. पण जर तुम्ही चर्चच्या कामांना किंवा तुमच्या व्यवसायाला पत्नीपेक्षा जास्त महत्त्व दिलं, तर देवाने कुटुंबीयांच्या संदर्भात घालून दिलेला क्रम तुम्ही डावललेला असतो. पत्नीला असलेली तुमच्या सहवासाची भूक भागवण्यासाठी, तुम्ही लक्षपूर्वक तिच्याशी संवाद साधला पाहिजे आणि तोही तुम्ही दोघंच बसून.

तिच्याशी एकरूप व्हा

तुमच्या पत्नीशी एवढं एकरूप व्हायचा प्रयत्न करा की, दोघांच्याही मनात एकच विचार असेल. तुमचे दोघांचे आत्मे एवढे एकरूप व्हावेत की, तुम्ही बोलायला तोंड उघडलं की, तेच शब्द तिच्या तोंडून बाहेर पडावेत.

रोमँटिक व्हा

स्त्रीच्या दृष्टीने प्रणय हा शृंगारापुरताच मर्यादित नसतो. मनात शृंगाराचा

विचारही नसताना केलेला स्पर्श, स्त्रीला हवाहवासा वाटतो. त्यामुळे तिला आपण 'कोणीतरी खास' असल्यासारखं वाटतं. संभोगपूर्व कामक्रीडेची सुरुवात शय्यागृहात होत नाही. ती तर सकाळीच झालेली असते आणि दिवसभर चालूच असते. तुमचं तिच्यावरील निरपेक्ष प्रेम तुमच्या शब्दांतून, भावनांतून, कृतीतून दिवसभर व्यक्त होऊ द्या. तरच तुम्ही दोघंही शृंगाराचा खरा आनंद लुटू शकाल.

घरकामात तुमचा वाटा उचला

तुमचं लग्न झालं त्या दिवसापासूनच तुम्ही तुमच्या पत्नीच्या आयुष्यातील प्रत्येक क्षेत्राचे – मग त्यात घरकामही आलं – भागीदार झाला आहात. ती तुमच्यावर जे काम सोपवेल, ते न चिडता, न वैतागता मनापासून करा. किंबहुना तिने सांगण्यापूर्वी स्वतःहून तिला मदत करा.

हल्ली स्त्रिया पूर्वी कधी नव्हत्या; एवढ्या कामात व्यग्र झाल्या आहेत. अनेक स्त्रिया अर्थार्जनासाठी घराबाहेर पडल्या आहेत. बाहेर आठ-दहा तास काम करून थकूनभागून घरी आल्यानंतर त्यांनी पुन्हा स्वयंपाकपाणी, धुणीभांडी, मुलांची देखभाल, त्यांचा अभ्यास, बिलं भरणं वगैरे कामात पुढचे आठ तास घालवावेत का? तुम्हाला तिच्याकडून जास्त प्रेम हवं असेल, तर तिला मदत करा. खऱ्या अर्थाने पत्नीचे सहधर्मचारी व्हा.

तुमच्या पत्नीला समजून घ्या

एक स्त्री म्हणून टॅफीच्या काय गरजा आहेत, हे समजून घ्यायला मी सुरुवात केली आणि माझ्या संसारात परिवर्तन झालं. तुमच्या पत्नीच्या गरजा तुम्ही का जाणून घेतल्या पाहिजेत, याची बायबलनुसार दोन कारणं आहेत. एक म्हणजे तुम्ही तिला समजून घेतल्याशिवाय, देवाच्या अपेक्षेनुसार तुम्ही तिच्यावर प्रेम करू शकणार नाही. दुसरं कारण म्हणजे जोपर्यंत तिच्या गरजा पुऱ्या होत नाहीत तोपर्यंत तुम्ही "देवाविषयीच्या आदरयुक्त भीतीने परस्परांना" समर्पित होऊ शकत नाही (एफेसिअन्स ५:२१). सुरक्षितता, सान्निध्य आणि प्रेम या तिच्या गरजा पूर्ण झाल्या नाहीत किंवा त्यांना तडा जायची वेळ आली, तर तिच्यात भीती आणि असुरक्षिततेचा उगम होतो. तुमची पत्नी घाबरलेली किंवा आपल्याच कोशात गेलेली आढळली, तर तुमच्या नात्याचा मागोवा घ्या. त्यासाठी पुढील प्रश्न स्वतःला विचारून त्यांची उत्तरं शोधा.

* माझ्या पत्नीची कोणती गरज मी भागवली नाही?
* मी तिच्याशी पारदर्शकतेने वागत आहे का? तिला जे कळायला हवं, ते सर्व मी तिला सांगतो का?
* मला काय वाटतं, कसं वाटतं, मी कसला विचार करतो, ते मी तिला

सांगतो का?

* मी तिची प्रेमाने काळजी घेतो का?
* तिला आर्थिकदृष्ट्या सुरक्षित वाटतं का?
* मी आमच्या घराची, संसाराची काळजी घेतो का?
* माझ्याकडून तिच्यापेक्षा इतर गोष्टींनाच जास्त प्राधान्य दिलं जात आहे का?

समतोल या संकल्पनेवर माझा दृढ विश्वास आहे. बायबलनुसार (प्रॉव्हर्ब्स ११:१) चुकीचा समतोल म्हणजे देवाचा तिटकारा करण्यासारखं आहे. सुखी संसारासाठी आपण 'शब्दा'मधील आध्यात्मिक तत्त्वं आचरणात आणली पाहिजेत, हे खरंच आहे; पण त्याबरोबरच काही व्यावहारिक तत्त्वंही पाळावी लागतात. अनेकदा लोक टोकाची भूमिका घेतात. पण हे बरोबर नाही. अध्यात्म आणि व्यवहार यांचा समतोल साधणं आवश्यक आहे. आपण डोकं वापरून अध्यात्म्याच्या जोडीला व्यवहाराचंही अनुसरण केलं, तर सुखी संसाराचा मजबूत पाया तयार होतो. याशिवाय, आपल्या आतील 'मी', आपल्याकडून संसाराला बाधा आणणारी कामं करवून घेणार नाही, याविषयीही आपण सावध राहिलं पाहिजे.

देवाला अभिप्रेत असलेला समतोल जर आपण साधला, तर लग्नापूर्वी पाहिलेलं परीकथेतील सुखी संसाराचं स्वप्न आपण प्रत्यक्षात साकार करू शकू.

◆

१

मुलांचं संगोपन

देवाच्या 'शब्दा'नुसार मुलांचं संगोपन केलं, तर त्याचे सकारात्मक परिणाम दिसून येतात.

मुलं ही देवाची देणगी आहे. याबद्दल शंका वाटण्यासारखे प्रसंगही अनेकदा येतात; पण मुलं हे खरोखरच देवाचं वरदान आहे. अनेकदा, मुलांना वाढवणं, त्यांचं संगोपन करणं हे वरदान नसून शाप वाटतं, हे मला मान्य आहे. मीही त्यातून गेलो आहे. पण मी त्या वेळी क्षणाची उसंत घेऊन बायबलमध्ये मुलांविषयी काय म्हटलं आहे, ते आठवत असे. साम (Psalm) १२७ :३मध्ये म्हटलं आहे, ''पहा, मुलं हा देवाचा वारसा आहे. गर्भाशयाचं फळ हे त्याचं बक्षीस आहे.'' या उक्तीचा दुहेरी अर्थ आहे. पहिलं म्हणजे मुलं किती मौल्यवान असतात, हे यात सांगितलं आहे आणि नंतर ती आपल्याला वरदान आहेत, असंही त्यात म्हटलं आहे.

मुलं हा आपल्याला मिळालेला वारसा (Heritage) आहे. 'हेरिटेज' या हिब्रू शब्दाचा एक अर्थ 'नेमून दिलेलं काम' असा आहे. मूळ हिब्रू अनुवादात साम १२७:३मध्ये तर म्हटलं आहे, ''पहा, मुलं हे देवाने नेमून दिलेलं काम आहे.''

आपली मुलं जोपर्यंत आपल्याजवळ राहात असतात, तोपर्यंत आपल्याला संधी असते, त्यांना बायबलमधील तत्त्वं शिकवायची, देवाला अभिप्रेत असलेली, त्यांना त्यांच्या आयुष्याचं उद्दिष्ट पूर्ण करण्यासाठी आवश्यक असलेली तत्त्वं त्यांच्या मनावर बिंबवायची. सदाचरणाचे संस्कार मुलांवर करण्याची जबाबदारी पालकांची असते. मुलं म्हणजे देवाने, विश्वासाने आपल्यावर सोपवलेली जबाबदारी आहे.

देव ज्या दृष्टीने मुलांकडे पाहतो, त्याच दृष्टीने आपणही त्यांच्याकडे पाहिलं पाहिजे. इसाया ८:१८मध्ये म्हटलं आहे, ''मी, आणि देवाने मला दिलेली मुलं, आम्ही इस्राईलमधील संकेत आणि चमत्कारासाठी, जमावाच्या देवाकडून आलो

आहोत.'' आपली मुलं ही देवाने आपल्या प्रतिष्ठेसाठी वापरायची वाहनं आहेत. म्हणूनच अभ्यास, दात घासणं वगैरे गोष्टींसाठी मुलांच्या मागे लागत राहण्याची कटकट वाटत असली तरी, या शेवटच्या दिवसात, संकेत आणि चमत्कार म्हणून त्यांचा उपयोग करायची अशी देवाची इच्छा आहे हे आपल्याला विसरून चालणार नाही.

देवाने आपल्या मुलाला काय देणगी दिली आहे, त्याचं काय भवितव्य योजलं आहे, ते आपण ओळखलं पाहिजे. आपण जेव्हा आपल्या मुलांना देवाचा 'शब्द' समजून घ्यायला मदत करू, तेव्हाच त्यांच्यात देवाविषयीची जाणीव विकसित होईल. त्यामुळे त्यांच्या श्रद्धेचा स्तर उंचावेल. याचा परिणाम म्हणून देवाशी संलग्न असणं आणि देवाचा वरदहस्त असणं म्हणजे काय असतं, ते इतरांच्याही निदर्शनास आणण्याचं काम मुलं करतील.

देवाने मुलांना आपलं माध्यम बनवण्यासाठी ती मोठीच झाली पाहिजेत, असं नाही. सॅमसन, सॅम्युएल आणि येशू यांच्यात जेव्हा देवाची शक्ती प्रकट होऊ लागली, तेव्हा ते लहानच तर होते. आकारमान, वय यांमुळे काहीच फरक पडत नाही. तुमच्या मुलांना आतापासून सत्कृत्यं करण्यासाठी प्रोत्साहन द्या. आजारी माणसांची सेवा करून त्यांची तब्येत सुधारताना त्यांना पाहू द्या. भविष्यकथन, शिकवणं, मध्यस्थी करणं, देवाच्या मार्गदर्शनाखाली काम करणं यांसारखी कामं देव आपल्याकडून करून घेत आहे, अशी प्रतिमा अंतर्मनात साकार करायला त्यांना शिकवा. एवढंच नव्हे तर त्यांच्यावर देवाने सोपवलेल्या कामाची आपल्याला प्रतिष्ठा वाटते, हे त्यांना समजणं महत्त्वाचं आहे.

देवाच्या पद्धतीने संस्कार

देव हा पालक आहे. मुलांना शिस्त लावणं आवश्यक आहे, हे देवाला ठाऊक आहे. शिस्तीचं प्रमाण कदाचित कमी-जास्त असेल, पण प्रत्येक मुलाला वेळोवेळी शिस्त लावणं गरजेचं अहे. प्रॉव्हर्ब्स १३:२४मध्ये म्हटलंच आहे, "जो छडीचा वापर करत नाही, त्याचं मुलावर खरं प्रेम नसतं. जो आपल्या मुलावर प्रेम करतो, तो आवश्यक तेव्हा लगेचच शिस्त लावतो.'' (एनकेजेव्ही). गेल्या काही वर्षांत मुलांना मारण्याच्या या बायबलमधील तत्त्वाच्या विरोधात बरेच लोक उभे ठाकले आहेत. अनेक पुस्तकं, लेख, टीव्हीवरील कार्यक्रम आणि इतर प्रसारमाध्यमांतून ते आपली मतं व्यक्त करत असतात. देवाच्या कार्यपद्धतीच्या विरोधात असणाऱ्या या कार्यपद्धतीने जनमानसावर किती पगडा बसवला आहे, हेच यावरून दिसून येतं. याचा परिणाम म्हणजे मुलं बेशिस्त, उच्छृंखल होऊ लागली आहेत, परिणामांचा विचार न करता मन मानेल तसं वागू लागली आहेत. योग्य निर्णय घेण्याएवढी परिपक्वता लहान मुलात नसते. बायबलमध्ये म्हटलं आहे, "लहान मुलांच्या मनात मूर्खपणा भरलेला असतो. शिस्तीचा

बडगा त्या मूर्खपणाला पळवून लावतो.'' (प्रॉव्हर्ब्स २२:१५ ॲम्प्लि).

'छडी लागे छमछम' आणि मुलांना मारहाण करणं यात मुळातच फरक आहे. त्यांच्या चुकांची जाणीव करून देऊन त्यांना सुधारणं हे प्रेमाचं लक्षण आहे. वळ, जखमा हे शिस्तीचं नसून मारहाणीचं लक्षण आहे. मुलाला मारलेल्या चापटीचे वळ त्याच्या शरीरावर उठता कामा नयेत, तर त्याच्या सदसद्‌विवेकबुद्धीवर उठले पाहिजेत. मुलांना शिस्त लावणं – मग ते चापटी मारणं का असेना – प्रेमानं केलं पाहिजे, रागाने नव्हे. निर्दयतेने, निष्ठुरतेने वागणं हे चांगल्या पालकत्वात बसत नाही. अशा निष्ठुर पालकांची मुलं दुर्वर्तनी निपजतात. माझा छडीवर विश्वास असला तरी, मी शिस्तीचा बडगा उगारण्याच्या विरोधात आहे. मुलांना चीड येईल एवढ्या प्रमाणात त्यांना चिथवू नका असा आदेश बायबलने एफेसिअन्स ६:४मध्ये दिला आहे. देवाने पालकांना मुलं देण्यामागचा हेतू आहे त्यांना मार्गदर्शन करणं आणि देवाच्या मार्गाचं आचरण कसं करावं हे त्यांना शिकवणं. देवाच्या 'शब्दा'ने ताकीद दिली आहे की, मुलांचं नीट संगोपन करून व त्यांना देवाचा उपदेश करून वाढवा. (एफेसिअन्स ६:४).

देवाच्या 'शब्दा'नुसार मुलांचं संगोपन केलं, तर त्याचे सकारात्मक परिणाम दिसून येतात. 'शब्द' हा अस्सल आहे आणि तो लागू पडतोच. याउलट जगाच्या पद्धतीने मुलं वाढवल्यावर कसं अपयश येतं ते आपण पाहतच आहोत.

बायबलच्या तत्त्वांनुसार मुलांचं संगोपन करणं हे नि:संदेहपणे परिणामकारक असल्याचं सिद्ध झालं आहे. (२सॅम्युएल २२:३१). मी आणि टॅफीने आमच्या मुलांना नेहमीच देवाच्या 'शब्दा'च्या मार्गदर्शनानुसार वाढवलं आहे. त्याचे मुलांवर तर सकारात्मक परिणाम दिसून आलेच; पण पालक म्हणून आम्हीही चांगले घडलो.

प्रॉव्हर्ब्स २२:६मध्ये म्हटलं आहे, ''मुलाने जसं वागलं पाहिजे, तसं त्याला वळण लावा. म्हणजे मोठा झाल्यावरही तो पथभ्रष्ट होणार नाही.'' वळण लावणं म्हणजे 'चारित्र्य घडवणं, प्रत्यक्ष करून दाखवून शिकवणं' आणि 'तालीम घेणं.' शिकवणं आणि वळण लावणं यात जमीनअस्मानाचा फरक आहे. उदाहरणार्थ, दात घासणं कसं आवश्यक आहे, हे समजावून सांगून आपण आपल्या मुलांना वैयक्तिक आरोग्याचं महत्त्व शिकवू शकतो. पण त्या आरोग्याची महती पटवून त्यानुसार वागण्याचं वळण लावण्यासाठी आपण रोज सकाळी त्यांना उठवून त्यांच्याबरोबर आन्हिकं केली पाहिजेत. वळण लावण्यामुळे जे शिकलेलं असतं ते पक्कं होतं आणि या प्रक्रियेत तालीम आणि शिस्त यामुळे मुलांचं चारित्र्यसंवर्धन होतं.

जुन्या पद्धतीचं घरगुती वळण

मुलांवर चांगले संस्कार करण्याची सुरुवात घरातूनच होते. असे संस्कार करणं आता जुनाट समजलं जात असलं तरी त्याच्या अभावी मुलं कशी वागतात, ते पाहायला

फार लांब जायला नको. मोठ्यांनी काही सांगितलं तर "हूं!", "काऽऽय?", "हॅऽऽऽ" यांसारखी दुरुत्तरं करून निर्लज्जपणे त्यांचा अनादर करणारी मुलं काही कमी नाहीत. हे तर काहीच नाही. काही मुलं तर एवढी उद्धट असतात की, मोठ्यांशी, अगदी स्वतःच्या आईवडिलांशी बोलतानाही ती घाणेरडी भाषा वापरतात, शिवीगाळ करतात. माझं नशीब की, माझ्या आईवडिलांनी संस्कारांना जुनाट, बुरसटलेलं मानलं नाही. टॅफीच्या आईवडिलांनाही संस्कार कालबाह्य वाटले नाहीत. मी आणि माझी पत्नी, आम्हा दोघांचाही शिस्त आणि इतरांशी आदराने वागण्यावर ठाम विश्वास आहे. आम्ही आमच्या मुलांना मोठ्यांशी आदराने बोलणं किती आवश्यक आहे, ते सांगतो. मोठ्यांशी बोलताना "हो मॅडम", "नाही, मॅऽऽम" "हो, सर", "नाही सर" अशा शब्दांचा वापर करण्याने आपल्या मनातील त्यांच्याविषयीचा आदर व्यक्त होतो. व्यवहारात शिष्टाचार पाळणं, तसंच "कृपा करून", "माफ करा", "धन्यवाद" यांसारख्या वाक्यप्रयोगातून आदर दर्शवणं, हे खूप महत्त्वाचं आहे.

याशिवाय, आपण मुलांना स्वतःवर ताबा ठेवायला शिकवलं पाहिजे; कारण बेशिस्त मुलं काही सांगण्या-शिकवण्याच्या पलीकडे असतात. घराबाहेर बेतालपणे वागणारी मुलं घरीही तशीच वागतात. मुलांनी दुर्वर्तन केलं म्हणून पालकांना शाळेत भेटायला बोलावलं, तर अनेक पालक शिक्षकांनाच दोष देतात. घरातूनच मुलांना चांगलं वळण लावलं गेलं नसेल, तर शिक्षकांवर आणि शाळेच्या पदाधिकाऱ्यांवर चिडण्यात काय अर्थ आहे! उलट त्यामुळे परिस्थिती अजूनच चिघळते. आपल्या मुलांमुळे जर कोणाला त्रास झाला, तर तो आपला स्वतःचा दोष मानला पाहिजे. आपल्या मुलांना व्यवस्थित वागायला लावण्याची जबाबदारी आपली असते.

बायबलमधील तत्त्वांनुसार मुलांना वळण न लावण्याचे परिणाम, शिक्षकांचा किंवा मुख्याध्यापकांचा फोन येणं यापेक्षाही खूप वाईट, दूरगामी असू शकतात. मुलांना शिस्त लावण्यात, त्यांच्यावर चांगले संस्कार करण्यात आपण कमी पडतो, तेव्हा आपल्या कुटुंबालाच शाप लागू शकतो आणि या दुर्दैवाला आपणच आमंत्रण देत असतो. एलीच्या कथेवरून हे स्पष्ट होतं. पहिल्या सॅम्युएल ३:१३-१४मध्ये म्हटलं आहे, "एलीच्या मुलांनी नीच कृत्यं केली आणि एलीने त्यांना आवर घातला नाही. म्हणून मी त्याला सांगितलं की, त्याला ठाऊक असलेल्या या अनीतीमुळे मी त्याच्या घराला शिक्षा फर्मावली आहे. मी एलीच्या घराच्या बाबतीत शपथेवर सांगतो की, बळी किंवा दानधर्म वगैरे करून त्या घरातील अनीती धुऊन निघणार नाही. तर ते घर नेहमीच कलंकित राहील."

एलीच्या मुलांनी देवाच्या घरात वेश्यांशी संबंध ठेवला आणि बळी दिलेल्या नेवैद्याचा काही भाग खाल्ला. ते करत असलेल्या पापांना एलीने अटकाव केला नाही. एलीच्या निष्क्रिय पालकत्वाची देवाला चीड आली. त्यामुळे एली आणि

त्याच्या मुलांची देवळातील धर्मोपदेशकांच्या पदांवरून हकालपट्टी झाली. एवढंच नव्हे; तर त्यांना प्राणही गमवावे लागले. जेव्हा आपण मुलांच्या दुर्वर्तनाकडे कानाडोळा करतो, तेव्हा आपण त्याच्या दुष्परिणामांना आमंत्रण देत असतो.

मुलांचं संगोपन करण्याच्या तीन पद्धती आहेत. त्या आपल्याला ठाऊक असणं आवश्यक आहे. आपण देवावर विश्वास ठेवत नाही किंवा देवाने विदित केलेल्या रितीनुसार मुलांना वळण लावत नाही, तेव्हा केलं जाणारं संगोपन पहिल्या किंवा दुसऱ्या प्रकारात मोडतं. आपली मुलं जशी घडायला हवीत असं आपल्याला वाटतं, तशी ती घडण्यासाठी संगोपनाची तिसरी पद्धत आपण अमलात आणली पाहिजे. त्याचं आपल्याला नक्कीच चांगलं फळ मिळेल.

अलगता

समाजातील नकारात्मक प्रभाव, धोकादायक गोष्टी यांच्या भीतीने त्यापासून आपल्या मुलांना वाचवण्यासाठी काही पालक आपल्या मुलांना इतरांपासून अलग ठेवतात. ते आपल्या मुलांना शेजारपाजारच्या मुलांबरोबर खेळायलाही देत नाहीत. शाळेत आणि चर्चमध्ये त्यांच्या सहवासात येणाऱ्या व्यक्तींव्यतिरिक्त घराबाहेरील कोणत्याही व्यक्तीशी संबंध ठेवायला मुलांना मज्जाव असतो. अशी मुलं मोठी झाली तरी समाजात मिसळताना आवश्यक असणाऱ्या कौशल्यांचा त्यांच्यात अभाव असतो. त्यामुळे ते इतरांबरोबर विधायक, उत्पादनक्षम पद्धतीने बोलू किंवा वागू शकत नाहीत.

निष्क्रियता

निष्क्रिय पालक हे बहुधा पराभूत आणि दुबळ्या मनोवृत्तीचे असतात. त्यामुळे मुलांवर चांगला प्रभाव पाडण्याची आशा त्यांनी सोडलेली असते. ते दडपणाखाली दबून गेलेले असतात. म्हणून मुलांवर इतरांचा प्रभाव पडला तरी, ते चालवून घेतात. निष्क्रिय पालक मुलांवर चांगले संस्कार करण्याच्या फंदात पडत नाहीत की मुलांच्या भविष्याविषयीच्या योजना आखत नाहीत. "मुलांना काय करायचं आहे, ते मी त्यांना स्वत:लाच ठरवू देणार आहे" किंवा "मुलांच्या आयुष्यात ढवळाढवळ करायला मला आवडत नाही" अशा तऱ्हेच्या सबबी ते सांगत असतात. दुर्दैवाने यात त्यांच्या मुलांचा बळी जातो. चुकीची निवड किंवा चुकीच्या कृतीचे दुष्परिणाम त्या मुलांना भोगावे लागतात. मुलांना आयुष्यात योग्य मार्गावरून चालायची दिशा दाखवणं हे आपलं काम आहे. जेव्हा मुलांच्या संगोपनाचा प्रश्न असतो, तेव्हा उदासीन राहून चालत नाही. आव्हानात्मक परिस्थितीत धीर सोडून, दडपणाखाली दबून किंवा पळपुटेपणा करून चालत नाही. पळपुटेपणा हा यातून बाहेर पडण्याचा सगळ्यात सोपा मार्ग आहे.

संस्कार

देवाविषयी भीतियुक्त आदर बाळगून जे पालक मुलांना वळण लावतात, ते आपल्या मुलांची जबाबदारी घेतात. बारीकसारीक बाबतीत काळजी करून ते स्वत:वर दडपण घेत नाहीत किंवा आपल्या मुलांना प्रत्येक माणसापासून आणि प्रत्येक गोष्टीपासून लांब ठेवत नाहीत. आपल्या मुलांना ते निवडक लोकांत मिसळू देतात. आपण आपल्या मुलांच्या मनावर चांगली मूल्यं ठसवत आहोत आणि पुढील आयुष्यात योग्य ते निर्णय घेण्यासाठी त्याचा उपयोग होईल, याची त्यांना खात्री असते.

संगोपनकौशल्यांचा विकास

बालसंगोपनकौशल्यं विकसित करण्यासाठी, त्याचा अभ्यास करण्यात पुढाकार घेणं हे पालकांसाठी आवश्यक आहे. कधीकधी आपल्याला वाटतं की, पाण्यात पडलं की पोहायला येणार. पण पालकत्वाच्या बाबतीत ते शक्य नाही. पालकत्व ही अतिशय मोठी जबाबदारी आहे. या संदर्भात शक्य तेवढी माहिती, ज्ञान आणि समजूतदारपणा मिळवा, असा सल्ला मी देईन. "सर्व संपादनात समजूतदारपणा संपादन करा." (प्रॉव्हर्ब्स ४:७)

नियम बनवा

मुलांच्या वयानुसार पालकांनी नियम घालून दिले पाहिजेत आणि मुलांनी ते पाळले पाहिजेत. चार वर्षांच्या मुलावर नऊ वर्षांच्या मुलाचे नियम लादले, तर ते निराशाजनक आणि अवास्तव ठरतील. आपण मुलांकडून रास्त अपेक्षा ठेवल्या पाहिजेत. मुलांना कळतील अशा प्रकारे, स्पष्टपणे हे नियम एका कागदावर लिहून तो कागद ठरवून दिलेल्या जागी लावला पाहिजे. ही जागा म्हणजे शिस्तीची किंवा खेळांमधील विश्रांतीची जागा असावी. या नियमांचं पालन मुलांनी केलंच पाहिजे यासाठी तो कागद लावला आहे, हे मुलांच्या लक्षात आणून दिलं पाहिजे. आपण नियम बनवले; पण ते अमलात आणले नाहीत, तर मुलं आपलं म्हणणं गांभीर्याने घेणार नाहीत.

शिस्त म्हणजे काय, ते मुलांना समजलं पाहिजे

मुलांनी नियम मोडले तर लगेचच त्यावर कृती करा. शिक्षा देण्यासाठी नेमलेल्या जागी त्यांना न्या आणि त्यांनी काय चूक केली ते त्यांना समजावून सांगा. त्यांना समज देण्याचं कारण त्यांना स्पष्टपणे कळलं आहे, याची खात्री करून घ्या. अवज्ञा, बंड या विषयांवर बायबलमध्ये काय सांगितलं आहे, हे दाखवून त्यांच्या वर्तणुकीकडे पाहायचा देवाचा दृष्टिकोन काय आहे हे त्यांना शिकवा.

छडी लागे छमछम

मुलांमध्ये सुधारणा घडवून आणणं आणि त्यांना शिक्षा करणं यात फरक आहे. सुधारणेच्या मुळाशी मुलांवरचं प्रेम, त्यांची काळजी असते. मुलांचा आत्मसन्मान आणि एकाग्रता पुन्हा प्रस्थापित करणं हा त्यामागील उद्देश असतो. 'मला तुझी काळजी वाटते. म्हणून तुला योग्य मार्गावर आणण्यासाठी मी हे करत आहे,' हे यातून ध्वनित होतं. याउलट शिक्षा म्हणजे आपली सत्तेची भूक भागवण्यासाठी घेतलेला सूड असतो. 'मी तुला दाखवतोच आता. तरच माझा 'अहं' सुखावेल', हा अर्थ शिक्षेतून सूचित होतो. काही पालक आपल्या मुलांना मारत नाहीत; पण गरज पडली तर मी मारतो बाबा! बायबलने अशा चापटी मारण्याला उत्तेजन दिलं आहे. प्रॉव्हर्ब्स २९:१५मध्ये म्हटलं आहे की, 'शिक्षेमुळे शहाणपण येतं.' मुलांना शिक्षा न करता, त्यांना हवं ते करायला मोकळं सोडलं, तर ती आपल्या पालकांना खाली मान घालायला लावतील. पण एक लक्षात घ्या की, प्रत्येक, अगदी लहानसहान गोष्टींसाठी मुलांना मारत राहणं ही अतिशय वाईट गोष्ट आहे. त्याचप्रमाणे छोट्या छोट्या चुकांचा बाऊ करून त्यांच्याकडे गैरवर्तन म्हणून बघू नका. त्यामुळे मुलांचा दृष्टिकोन बदलेल. तुम्ही त्यांना नाकारत, झिडकारत आहात, असा समज ती करून घेतील. एकदा का त्यांच्या मनाने हे घेतलं, की ती बंडखोर होतील.

बंडखोरी निपटून टाका

मूल बंडखोरी करण्याच्या मार्गाकडे झुकत आहे, अशी जरा जरी शंका आली, तरी त्यावर लगेचच कृती करा. कुढणं, रुसणं-फुगणं, हट्ट करणं, चिडणं या गोष्टी मुलांना करू देऊ नका. बंडखोर मुलं मोठी झाल्यावरही बंडखोरच राहतात. जसजशी वर्षं जातात, तसतसं नाराजी, नापसंती वगैरेचं रूपांतर कायदे, नियम वगैरेंचा अनादर करण्यात होतं. उदाहरणार्थ, अशा बंडखोर माणसांना मालकाचं किंवा वरिष्ठ अधिकाऱ्यांचं वर्चस्व मानण्यात समस्या येतात. त्यामुळे त्यांच्या नोकऱ्या टिकत नाहीत. एखादवेळेस एखादी नोकरी टिकलीच तर त्यांना बढती मिळत नाही.

अनुकरणीय बना

मुलं अनुकरणप्रिय असतात. म्हणून त्यांचे आदर्श तुम्हीच व्हा. आदर्श शोधण्यासाठी घराबाहेर पडण्याची वेळ त्यांच्यावर आणू नका. लहान वयात मुलं संस्कारक्षम असतात. त्यांचे मेंदू स्पंजासारखे असतात. मुलं जे जे ऐकतात; बघतात, ते ते चटकन ग्रहण करतात. मग ते चांगलं असो की वाईट. मुलं आपल्या आईवडिलांचं बारकाईने निरीक्षण करत असतात. आईवडील जसं बोलतात, तसंच मुलंही बोलतात. आईवडील जे करतात, तेच मुलंही करतात. तुमची मुलं तुमच्याकडे

कोणत्या दृष्टीने बघतात, ते समजून घ्यायचं असेल तर भातुकली वगैरे खेळताना त्यांचं निरीक्षण करा. मुलं जे जे बघतात, जे जे अनुभवतात, तेच त्यांच्या खेळातून प्रकट होत असतं. मी लहान असताना मोठी माणसं नेहमी सांगायची, "मी जे सांगतो तसं कर. मी करतो तसं करू नकोस." आजच्या काळात आपण आपल्या मुलांना असं सांगू शकत नाही. मुलं बघूनच शिकतात.

माझ्या मुली मोठ्या होत आहेत. त्यांच्यासमोर सदाचरणी, धार्मिक आईचा आदर्श आहे. त्या जे काही शिकल्या, त्यातील बऱ्याचशा गोष्टी आम्ही त्यांना सांगितल्या नव्हत्या. आईचं अनुकरण करूनच, त्या गोष्टी त्यांच्या मनात ठसत गेल्या. प्रेमळ आणि निष्ठावान ईश्वराला आयुष्य समर्पित केलं, तर आपल्याला किती सुख आणि समृद्धी लाभते, याचं उदाहरण मुलांसमोर ठेवणं हे पालक म्हणून आपलं कर्तव्य आहे.

ऐकून घ्या

मुलं काही सांगायला लागली, तर आपण ते ऐकून घेतलं पाहिजे. त्यांनाही भावना असतात. जसं मोठ्या माणसांना कोणीतरी आपलं ऐकून घ्यावं, आपल्याला समजून घ्यावं असं वाटत असतं, तसंच मुलांनाही वाटतं. आपल्याला सर्वच प्रश्नांची उत्तरं ठाऊक आहेत, असं गृहीत धरून चालणार नाही. कधीकधी बोलण्याच्या ओघात ती उत्तरं मिळत जातात. जर मुलांना, त्यांच्या मनात असलेल्या गोष्टी व्यक्त करायला मनाई केली, तर त्यांना ज्या गोष्टीविषयी बोलायचं असतं, त्याची प्रतिक्रिया म्हणून ती एखादी कृती करतात.

आपण मुलांना नेहमीच उपलब्ध असलं पाहिजे. मुलं आपल्याशी कोणत्याही विषयावर बोलू शकतात, असा विश्वास त्यांना वाटला पाहिजे. पालक म्हणून आपण धीराने त्यांचं बोलणं ऐकलं पाहिजे. त्यांचे विचार, त्यांची मतं विचारात घेतली पाहिजेत. त्यांनी सांगितलेल्या सगळ्या गोष्टींशी आपण सहमत असलं पाहिजेच, असं नाही. (बहुधा नसतोच.) पण त्यांचं बोलणं नीट ऐकून घ्या आणि त्याला प्रेमाने, धीराने प्रतिसाद द्या. मुलांवर सारखं टीका करत राहिलं किंवा त्यांना शिक्षा सुनावत राहिलं तर ती मनाची दारं पालकांसाठी बंद करतात.

मुलांबरोबर 'दर्जेदार' वेळ घालवा

मुलांबरोबर वेळ घालवण्याला प्राधान्य द्या. आयुष्यातील अनेक गोष्टींमध्ये आपला वेळ जाणं अपरिहार्य असतं. तरीही, त्यातूनही मुलांसाठी थोडा वेळ काढणं हे अतिशय आवश्यक आहे. आपल्या आयुष्यात मुलांपेक्षा जास्त महत्त्वाचं काही नाही, हे मुलांच्या मनावर बिंबवण्यासाठी असा वेळ त्यांना देणं गरजेचं ठरतं. त्यांच्या शेजारी बसून त्यांचा अभ्यास घेणं, त्यांच्या शाळेत जाऊन

त्यांच्याबरोबर खाणं, बँड प्रॅक्टिसहून त्यांना घरी आणणं या गोष्टी तर महत्त्वाच्या आहेतच, पण त्याशिवाय नुसतंच त्यांच्याशी गप्पा मारत बसणं, त्यांच्याबरोबर खेळणं, भटकायला जाणं यासारखा दर्जेदार (क्वालिटी) वेळही मुलांबरोबर घालवला पाहिजे. तुमचा विश्वास बसणार नाही; पण मुलांना तुमच्याबरोबर वेळ घालवणं खूप आवडतं.

काही वर्षांपूर्वी ही गोष्ट टॅफीने माझ्या लक्षात आणून दिली.

माझ्या कार्यक्रमांच्या तारखा, विशेषत: मी बाहेरगावी कधी जाणार, याची सर्वांना कल्पना असावी, म्हणून मी त्यांची नोंद कॅलेंडरवर करून ते कॅलेंडर स्वयंपाकघरात लावत असे. त्या कॅलेंडरवर माझं सतत लक्ष असे. त्या कार्यक्रमांसाठी आवश्यक ती पूर्वतयारी मी आवर्जून करत असे. असं करता करता माझ्या कुटुंबासाठी मी देत असलेला वेळ कधी कमीकमी होत गेला, ते माझ्या लक्षातही आलं नाही. शेवटी टॅफीवर मला सांगण्याची पाळी आली, "अरे बाबा, आम्हालाही तुझी गरज आहे." तेव्हा कुठे माझ्या लक्षात आलं की, महिनोन्महिने त्या कॅलेंडरवर लिहिलेल्या, माझ्या दृष्टीने महत्त्वाच्या असणाऱ्या भेटीगाठी, सभासंमेलनांच्या यादीत माझ्या कुटुंबीयांचा साधा उल्लेखही कुठे नव्हता, हे बघून त्यांना काय वाटलं असेल! मग मी टॅफीबरोबर चर्चा केली आणि यात बदल करायचं ठरवलं. मी माझ्या कॅलेंडरची पुनर्रचना केली. मी ते पूर्वीच्याच जागी लावत होतो; पण मुलींना त्यात त्यांचीही नावं आढळू लागली. पहिल्यांदाच आपलं नाव कॅलेंडरवर बघून लॉरिन किती खूश झाली होती! तिचा तो आनंदी चेहरा मला अजून डोळ्यांसमोर दिसतो. मी आणि ती, फक्त आम्ही दोघंच कुठेतरी जाऊन मजा करणार आहोत; एवढंच नव्हे, तर ते सर्वांना कळावं म्हणून कॅलेंडरवर लिहिलंय, यामुळे ती इतकी हुरळून गेली होती म्हणता! मुलं तुमच्यासाठी 'खास कोणीतरी' आहेत, ही भावना त्यांच्यापर्यंत पोहोचू द्या. त्यातही एकावेळी एकाच मुलाच्या सहवासात राहून, तुम्ही त्यांना, देवाने तुम्हाला दिलेली अमूल्य देणगी मानता, हे त्यांनाही समजू द्या. यासाठी, प्रत्येकासाठी थोडा दर्जेदार वेळ राखून ठेवा.

चर्चमध्ये बरोबर जा

देवाशी असलेलं तुमचं नातं तुम्ही किती मोलाचं समजता, ते मुलांना कळणं महत्त्वाचं आहे. रविवारी सकाळी मुलांना घरातील कोणाबरोबर, नाहीतर चर्चच्या गाडीतून चर्चला पाठवणं योग्य नाही. सर्व कुटुंबीयांनी मिळून चर्चला जायला सुरुवात करा. मग ते एक काम न राहता त्याला कार्यक्रमाचं स्वरूप येईल. लक्षात ठेवा, जो परिवार एकत्र प्रार्थना करतो, तो परिवार सदैव एकत्र राहतो.

लैंगिक शिक्षण

लैंगिक शिक्षण हा पालकत्वातील सर्वांत कठीण विषय. जवळजवळ सगळेच पालक त्या विषयावर मुलांशी बोलायची टाळाटाळ करतात. मुलांना हे शाळेत शिकवलं जावं किंवा मुलांनी स्वतःच त्याविषयी जाणून घ्यावं, असं मानणाऱ्या पालकांची संख्याही कमी नाही. ही खरंतर घोडचूक आहे. कारण हे सगळं मुलांवरच सोडलं, तर ती नक्की गोत्यात येतील. संततिनियमनाची साधनं त्यांना आणून देणं, हे त्याचं उत्तर होऊ शकत नाही. दुसरं कोणी त्यांना शिकवेल, असं म्हणून आपली जबाबदारी झटकून टाकणंही योग्य नाही. मुलांनी या बाबतीतील माहिती आपल्याकडून घेणं, हा सर्वांत उत्तम पर्याय आहे. आईवडील हेच मुलांचे पहिले आणि प्रभावशाली गुरू असतात.

मी कबूल करतो की, या विषयावर मुलांशी बोलणं ही साधी गोष्ट नाही; पण संकोच बाजूला सारून आपणच ती माहिती मुलांना दिली पाहिजे. नाहीतर मुलांना चुकीची, वेडीवाकडी माहिती मिळण्याचा संभव असतो. लहान वयात गरोदर राहणं किंवा लैंगिक संबंधांतून पसरणारे रोग यांचं प्रमाण आजकाल किती वाढलं आहे, ते आपण पाहतोच. त्यापैकी कित्येक जण एड्समुळे मृत्युमुखी पडत आहेत. याचं कारण अगदी साधं आहे – लैंगिक ज्ञानाचा अभाव. यामागचं विदारक सत्य हे आहे की, यातील बरीचशी मुलं डेटिंग करण्याएवढी मोठी झालेली नसतात. त्या कोवळ्या मुलांना 'फक्त दोघांनीच केलेल्या डेटिंग'मधून निष्पन्न झालेल्या अनिवार भावनांना आवर घालून निग्रह कसा दाखवावा, हेही ठाऊक नसतं. विरुद्धलिंगी मुलांबरोबर अशा प्रकारचे धोकादायक संबंध ठेवायची सवलत, स्वतःच्या मुलांना देणारे पालक पाहिले, की मन विमनस्क होतं. देवाच्या 'शब्दा'वर आधारित नीतितत्त्वं, मूल्यं आपण मुलांच्या मनावर ठसवली पाहिजेत. त्यामुळेच ती जगात चाललेल्या वाईट गोष्टींपासून दूर राहतील.

मुलांचं वय विचारात घेऊन आणि 'शब्दा'ला पायाभूत धरून मुलांभोवती लक्ष्मणरेषा आखाव्यात. म्हणजे मोहमयी परिस्थितीत सापडण्यापासून ती परावृत्त होतील. उदाहरणार्थ, स्वतःच्या लैंगिक भावनांना ती आवर घालू शकतात, याची खात्री पटेपर्यंत त्यांना फक्त 'दोघां'च्या डेटिंगला जाण्याची परवानगी न देता 'ग्रुप डेटिंग'ला पाठवावं. टीव्हीवरील काही कार्यक्रम, काही चित्रपट तसंच काही प्रकारचं संगीत हे कामभावना उद्दीपित करणारं असतं. यात आलिंगन, चुंबन यांचा भडिमार असतोच; शिवाय काहीही विचार न करता दिसेल त्याच्याशी/तिच्याशी संबंध ठेवणं वगैरे प्रकारही त्यात आढळतात. अशा प्रकारच्या कार्यक्रमांमुळे डेटिंग म्हणजे आलिंगन, चुंबन आणि संभोग अशी मुलांची मानसिकता तयार होते. अशा प्रकारचे कार्यक्रम मुलांना पाहू वा ऐकू न देणं हे उत्तम.

पालकांनो, आपण आपल्या लाडक्या बाळांना स्वत:च्या लैंगिक भावनांवर आवर घालायला शिकवलं पाहिजे. याशिवाय, मोठं होताना त्यांच्या शरीरात काय काय बदल होतात, तेही त्यांना समजावून सांगितलं पाहिजे. स्वत:वर ताबा ठेवणं ही सर्वांत महत्त्वाची गोष्ट आहे (१थेसॅलोनिअन्स ४:३-५). मी माझ्या मुलांच्या मनावर ठसवत असतो की, कौमार्य हा एक खजिना आहे. विवाहबाह्य लैंगिक संबंध हे देवाच्या 'शब्दा'विरुद्ध असतात. 'सुरक्षित लैंगिक संबंध' असं काही नसतंच. सुरक्षित लैंगिक संबंधाचा एकमेव मार्ग म्हणजे संयम.

या शिक्षणाबरोबर लैंगिक अनीतिविरुद्धच्या लढाईत वापरायचं सर्वांत बळकट शस्त्र म्हणजे प्रार्थना. आपल्या मुलांच्या संरक्षणासाठी पालकांनी प्रार्थना करणं आवश्यक आहे. प्रार्थना करा आणि विश्वास बाळगा की, तुमची मुलं आपलं कौमार्य शाबूत ठेवतील आणि स्वत:च्या मनावर ताबा ठेवतील. (गॅलॅशियन्स ५:२२-२३). याशिवाय देवाच्या आणखी जवळ जाण्याची इच्छा त्यांना होवो, तसंच योग्य ते निर्णय घेण्याची बुद्धी त्यांना मिळो, यासाठीही प्रार्थना करा.

लैंगिक व्यवहार ही लग्नानंतर करण्यासाठी राखून ठेवलेली गोष्ट आहे आणि कौमार्यामुळे देवाचा गौरव, सन्मान होतो, ही शिकवण मुलांना दिली, तर विवाहपूर्व लैंगिक संबंधाच्या दुष्परिणामांची शक्यता खूपच कमी होते.

आपल्याकडे अजून एक शस्त्र आहे. ते म्हणजे निरपेक्ष प्रेम. देव आपल्यावर करतो तसं प्रेम आपण मुलांवर केलं, तर ती प्रेमाच्या शोधात भलत्याच ठिकाणी जाणार नाहीत. उलट ती मुलं कधीही न आटणाऱ्या प्रेमाच्या, सुरक्षिततेच्या झऱ्यात तृप्त होऊन निघतील. बांधिलकी, सुसंगती, शिस्त आणि प्रेम या पायावरच चांगल्या पालकत्वाची इमारत उभी राहते.

मी तुम्हाला आवर्जून सांगतो की, तुमच्या मुलांवर तुम्ही किती प्रेम करता, हे त्यांच्या लक्षात आणून द्यायची सवय तुम्ही स्वत:ला लावा. त्यासाठी रोज ठरावीक वेळ राखून ठेवा. त्या वेळात त्यांना जवळ घ्या, त्यांचे मुके घ्या, त्यांना उत्तेजन द्या. त्यांच्या सुखदु:खात रस घ्या. "आज काय गमती केल्यास?" यांसारखे प्रश्न विचारून त्यांना बोलतं करा. त्यांच्या आवडीचे विषय, त्यांनी तडीस नेलेल्या गोष्टी या सर्वांचे तुम्ही सर्वांत मोठे चाहते आहात, असा विश्वास त्यांना वाटू द्या. अशाप्रकारे नियमितपणे तुमचा वेळ, शक्ती आणि परिश्रम यांचं योगदान देऊन मुलांशी असलेली तुमची बांधिलकी बळकट करा.

'एकटे' पालक, विवाहित पालक, आजीआजोबा, धर्मपिता, धर्ममाता, पालक (गार्डियन) यांपैकी कोणत्याही नात्याने तुम्ही पालकत्वाची कठीण जबाबदारी निभावत असलात, तरी मी तुम्हाला या कामात उत्तेजन देतो. कधीतरी अशाही वेळा येतील की, तुमचा धीर सुटेल, सगळं हाताबाहेर जात आहे, असं वाटू लागेल. पण लक्षात

ठेवा. आपण एकटे नाही, आपला प्रेमळ पिता, तो देव आपल्याला मदत करायला नेहमीच तत्पर असतो. त्याने सांगितलं आहे की, तो कधीही आपल्याला एकटं पडू देणार नाही, आपल्याला सोडून जाणार नाही. जेव्हा सगळं गळ्यापर्यंत आलं आहे, असं वाटतं तेव्हा सगळा भार देवावर टाकून शांत रहा.

मी जेव्हा माझ्या प्रत्येक मुलीकडे बघतो, तेव्हा त्यांच्याशिवायच्या माझ्या आयुष्याची मी कल्पनासुद्धा करू शकत नाही. त्या मुली म्हणजे खरोखरच ईश्वरी देणग्या आहेत. मुलांना वाढवणं ही अजिबात सोपी गोष्ट नाही. पण हळूहळू आपण शिकत जातो. परिपूर्ण बालक ही फक्त एक संकल्पना आहे. प्रत्यक्षात कोणतंही मूल परिपूर्ण नसतं. त्यामुळे आपण त्यांना मोकळेपणा दिला पाहिजे, हवं ते शिकू दिलं पाहिजे. आपण त्यांना देवाच्या पद्धतीने वाढवलं असेल, तर ती मुलं कधी चुकूनमाकून भरकटलीच तरी धीर सोडू नका. ती पुन्हा योग्य मार्गावर येतील याची खात्री बाळगा. मी नेहमी सांगतो त्याप्रमाणे, ती मुलं फक्त आधार शोधत असतात. तुम्ही श्रद्धेने त्यांच्या जीवनविषयीच्या 'शब्दा'चं पठण करत रहा. देवाने तुमच्यावर सोपवलेलं हे अतिशय महत्त्वाचं काम – मुलांचं संगोपन – मनापासून करा. तुमचं प्रेम, तुमचे श्रम यांचं बक्षीस तो कृपाळू देव तुम्हाला नक्कीच देईल.

◆

विभाग तिसरा

नकारात्मक भावनांवर विजय मिळवा

१०

त्यातून बाहेर पडा

अज्ञानाला नकारात्मक भावनांची जोड मिळाली, तर ते प्राणघातक ठरू शकतं. क्षमाशीलता ही भावना नाही, तो निर्णय आहे.

दुखावणारे लोक इतरांना दुखावतच राहतात, हे वापरून वापरून गुळगुळीत झालेलं वाक्य असलं, तरी ते सत्य आहे. त्यामुळे आपल्याला आपल्या आयुष्यातील वेदना ओळखायला मदत होते. तसंच सहवासात येणाऱ्या दुखावणाऱ्या माणसांशी आपण कसं वागलं पाहिजे, तेही कळतं. 'दुखावणं' ही नकारात्मक भावना आहे आणि आपण जर वेळीच आवर घातला नाही, तर ती आपल्या अख्ख्या आयुष्याचा ताबा घेते. खूपदा लोक आपल्या वेदनेची सबब सांगून इतरांशी क्षुद्रपणे, रागाने, कटुतेने वागतात. दुसऱ्यांना क्षमा करत नाहीत; पण आपण भूतकाळातील निराशा, वेदना कवटाळून बसलो, तर त्या अजूनच त्रासदायक होतात. महत्त्वाची गोष्ट म्हणजे आपल्या स्वत:लाच त्याचा त्रास होतो.

जगात असे दुखावणारे लोक बहुसंख्य आहेत. त्यापैकी बरेच जण सश्रद्ध आहेत. पुनर्जन्म झाल्याने माणसाच्या हृदयातील जखमा आणि वेदना आपोआपच पुसल्या जात नाहीत. पापविमोचनातून चैतन्याची पुनर्निर्मिती होत असली, तरी आत्मा तसाच राहतो. जखमी भावना नष्ट होण्यासाठी वेळ, बरं होण्यासाठी लागणारी वचनबद्धता आणि देवाच्या 'शब्दा'ला शरण जाण्याची इच्छा या गोष्टींची आवश्यकता असते. या तीन गोष्टी नीट जुळून आल्या तर, दुखावणाऱ्या आत्म्याला बरं करण्याची शक्ती आपल्याला मिळते.

अज्ञानाला नकारात्मक भावनांची जोड मिळाली, तर ते प्राणघातक ठरू शकतं, असं मला ठामपणे वाटतं. ज्ञानाच्या अभावामुळे, देवाला जे करावंसं वाटतं, त्या गोष्टींपासून आपण तुटून अलग केले जातो आणि भावनांच्या तालावर नाचल्यामुळे

शत्रूला प्रवेशद्वारच उघडलं जातं. भावना या आपल्याला देवाच्या इच्छेपासून दूर नेऊ शकतात. या सगळ्याचं मूळ आहे आपण 'दुखावलेले' असण्यात.

काठ्या आणि दगड

"काठ्या आणि दगड यांमुळे माझी हाडं मोडतील कदाचित, पण शब्दांमुळे मला कधीच जखमा होणार नाहीत." हे अवतरण तुम्ही ऐकलं असेलच. पण खरं सांगायचं तर, शब्द जखमी करतात. त्यांनी आपल्या हृदयावर आणि आत्म्यावर घातलेले घाव बराच काळ टिकतात. जेव्हा लोक आपल्याशी खोटं बोलतात, आपला अनादर करतात, आपल्याला कमी लेखतात, आपल्याला घायाळ करतात, त्याचा परिणाम चिरकाल राहतो. अशाच प्रकारच्या वाग्बाणांनी भावनांना घायाळ केल्याचा परिणाम म्हणून माणूस इतरांना दुखवायला लागतो.

प्रॉव्हर्ब्स १२:१८मध्ये म्हटलं आहे, "तलवारीने भोसकावं तसं काहींचं बोलणं असतं. काही जणांचं बोलणं मात्र हितकर, दिलासा देणारं असतं." देव सांगत आहे की, तलवारीने वार केल्यावर कसं वाटतं त्याची तुम्ही कल्पना करू शकत असाल तर शब्दही तसेच घायाळ करू शकतात, हे तुम्हाला कळेल. सुरा खुपसल्यावर मांसाची जी गत होते, तीच अविचारी, निष्ठुर शब्दांनी मनाची होते. भावनिकदृष्ट्या आपण कसे घडलेले आहोत, ते प्रथम समजून घेतलं पाहिजे. तरच आपण 'दुखावणारं' बोलायचं सोडून 'सुखावह' बोलायला लागू.

या क्षेत्रात माझ्यात सुधारणा घडवून आणायला मला बराच वेळ लागला. याचं खरं कारण होतं, माझ्या स्वतःच्या आयुष्यात मी बऱ्याच बाबतीत दुखावलो गेलो होतो. त्या दुःखाचाच आधार घेऊन मी स्वतःला उभं करायचा बराच प्रयत्न केला. पण मी कधीच यशस्वी झालो नाही. उलट सगळं ढासळतच गेलं. तुम्हीही कधी मित्राकडून किंवा एखाद्या नातेवाइकाकडून म्हणा, तुमच्या व्यवसायात किंवा चर्चमध्येही असेल, कोणाकडून दुखावला गेला असाल. कुठेही आणि कोणाकडूनही आपण दुखावले गेलेलो असलो, तरी आपल्या मनाच्या जखमा भरून याव्यात हीच देवाची इच्छा असते.

दुखावलेपणाच्या या भावना अपायकारक का असतात? कारण देवाचे आपल्या आयुष्याला असलेले आशीर्वाद आपल्यापर्यंत पोहोचण्यात त्या आडकाठी आणतात. या भावनांमुळे आपल्या निर्णयाचा विपर्यास होतो आणि आपण जगाकडे, इतरांकडे विकृत नजरेने पाहू लागतो. जेव्हा जेव्हा तुम्ही या भावनांना मनात थारा देता, तेव्हा तेव्हा त्या तुमचं 'काहीतरी' हिरावून घेत असतात आणि शत्रू याचा फायदा घेतल्याशिवाय राहत नाही. म्हणून पुढे जायचा प्रयत्न करण्याअगोदर मनातील या भावनांपासून स्वतःला मुक्त केलं पाहिजे.

आयुष्याच्या प्रवासात आपले इतरांशी सतत संबंध येत असतात. त्यामुळे कधी

ना कधी आपण कोणा ना कोणाकडूनतरी दुखावले जाण्याची शक्यता कायम असते. ती परिस्थिती कशी हाताळावी हे तुम्हाला कळलं, तर तुमच्यावर त्याचा दुष्परिणाम होणार नाही. आणि तुम्ही हे नक्कीच करू शकाल.

दुखावणाऱ्या लोकांना ओळखणं

इतरांना दुखावणाऱ्या लोकांना ओळखणं कठीण नाही. तुम्ही लक्षपूर्वक पाहिलंत, तर त्यांच्यातील दुखावलं गेल्याच्या खुणा, त्यांच्या मानसिक वेदना तुम्हाला स्पष्ट दिसतील.

पहिली गोष्ट म्हणजे, अशा लोकांच्या सहवासात आपल्याला तितकंसं सुखावह वाटत नाही. सदैव नकारात्मक वागणारी माणसं तुम्ही पाहिली आहेत का? त्यांचे शब्द, त्यांची वागणूक, त्यांचा दृष्टिकोन या सगळ्यांतून, आजूबाजूच्या प्रत्येक व्यक्ती आणि प्रत्येक गोष्टीच्या बाबतीत ते सदैव असमाधानीच असल्याचं जाणवत राहतं. प्रत्येक वेळी, संभाषणात ते आपल्या भूतकाळाचा धागा ओवायच्या संधी शोधत असतात. अशा बऱ्याच लोकांशी माझी गाठ पडली आहे. त्यांच्या भावनाविश्वात दडलेली ही मानसिक इजा स्पष्टपणे जाणवली आहे.

दुसरी गोष्ट म्हणजे, हे लोक जेव्हा दुसऱ्याला दुखावतात, तेव्हा ते फक्त इतरांवरच चिडतात असं नव्हे, तर ते स्वतःवरही चिडलेले असतात. हा राग त्यांच्या आतच दबला जाऊन औदासीन्य आणि तणावाच्या रूपाने व्यक्त होतो. त्यामुळे ते लवकर चिडतात आणि लोकांवरील, परिस्थितीवरील प्रतिक्रिया कठोरपणे व्यक्त करतात. दुखावलेला माणूस साऱ्या जगावर राग काढतो. आपल्या जिभेचा आसूड उगारून इतरांना फटकारतो आणि स्वतःच्या वेदना त्यांच्यावर लादतो.

अशा लोकांच्या नाकावरच राग असतो. कधीकधी हे लोक मुद्दामच चिडतात. त्यामुळे समोरचा माणूस बोलायला लागला की, हे आपल्या वेदनेची कहाणी त्याला सांगायला मोकळे, हा त्यामागील हेतू असतो. आश्चर्याची गोष्ट म्हणजे, इतरांना दुखावणारे हे लोक अतिशय संवेदनशील असतात आणि नेहमी बचावात्मक पवित्रा घेतात. त्यांना सतत आपल्यावर कोणीतरी टीका करत असल्यासारखं वाटतं. प्रत्यक्षात तसं काहीही नसलं तरी ते सोईस्करपणे तसा गैरसमज करून घेतात.

दुखावणाऱ्या माणसांची तिसरी खूण म्हणजे, वाईट निर्णयक्षमता. तुम्ही दुखावलेले असता तेव्हा कोणताही निर्णय घेणं टाळलं पाहिजे. कारण त्या मनःस्थितीत तुम्ही योग्य निर्णय घेऊच शकणार नाही. भविष्यातील हित-अहिताचा विचार न करता तापलेल्या डोक्याने, भावनांच्या आहारी जाऊन निर्णय घेणं साफ चुकीचं आहे. दुखावलेल्या मनःस्थितीच्या आधारे घेतलेल्या निर्णयांची मागाहून खूप मोठी किंमत मोजावी लागते.

माझ्या वडिलांना लोक 'मोठे डॉलर' म्हणत. ते कोणाचा फालतूपणा खपवून घेत नसत. ते भावनांच्या तालावर चालत असत. मी लहान असतानाची गोष्ट. ते

पोलीस अधिकारी होते. एका रात्री ते आजारी असल्यामुळे कामावर गेले नाहीत. ते खरोखरच आजारी आहेत का, हे पाहण्यासाठी त्यांच्या बरोबरचा पोलीस अधिकारी रात्री दोन वाजता आमच्या घरी आला. माझे वडील भडकले. तोही कमी नव्हता. दोघेही हमरीतुमरीवर आले. वडील एवढे चिडले की, त्यांनी त्याला धमकावलं, "आत्ताच्या आत्ता इथून चालायला लाग नाहीतर तुझा मुडदाच पाडीन." पुढच्याच क्षणी कर्कश आवाज करत ती पोलीस व्हॅन निघून गेली. माझी खात्री आहे, वडिलांनी खरोखरच त्याचा खून केला असता. कारण ते सारासार विचार करण्याच्या मन:स्थितीत नव्हते. अशा वातावरणात मी लहानाचा मोठा झालो. आमच्या घरातील सगळे जण भावनेच्या आहारी जाऊन निर्णय घेत.

आयुष्यात कधी ना कधी आपण दुखावलेल्या मन:स्थितीत निर्णय घेण्याच्या चुका करतो. नंतर बहुतेक वेळा आपल्यावर पश्चात्ताप करण्याची पाळी येते. तशा मानसिक अवस्थेत आपण स्पष्टपणे, तर्कशुद्ध, वस्तुनिष्ठपणे विचार करू शकत नाही. यावर उत्तम उपाय म्हणजे त्या परिस्थितीपासून, निदान मनाने तरी थोडा वेळ दूर जाणं आणि भावनिकदृष्ट्या ताळ्यावर येणं. यासाठी पुढील प्रश्नांचा उपयोग होऊ शकतो, "या निर्णयाचा माझ्या आयुष्यावर काय परिणाम होईल? मागाहून माझ्यावर पश्चात्ताप करण्याची पाळी येईल का?" हे प्रश्न स्वत:लाच विचारा आणि त्यांच्या उत्तरांवरून निर्णय लगेच घ्यायचा की नंतर, ते ठरवा.

उपरोधाला बळी पडणं कसं टाळायचं?

आयुष्यात यानंतर कधीही दुखावलं न जाण्याचा उपाय आहे. तो आहे देवाचा 'शब्द'. आयुष्यात आपल्याला सामोरं जावं लागणाऱ्या सगळ्या गोष्टींवर – यात मानसिक क्लेश, भावनिक आघात ह्याही गोष्टी आल्याच – आपण मात करावी, यासाठी देवाने अगोदरच तरतूद करून ठेवली आहे, ही गोष्ट किती दिलासा देणारी आहे! देवाने कसलं वचन दिलं आहे, ते आपल्याला कळल्यावर नवीन भावनिक वास्तवाचे दरवाजे आपल्यासाठी उघडतील.

लूक १०:१९मध्ये याची गुरुकिल्ली आहे, "पहा, मी तुम्हाला विंचू आणि साप पायदळी ठेचण्याची आणि शत्रूंना निष्प्रभ करण्याची शक्ती देतो. तुम्हाला कोणीही, कसलीही इजा करू शकणार नाही." देवाने आपल्यापुढे एक सामर्थ्यशाली सत्य प्रकट केलं आहे. ते म्हणजे आपण भावनिकदृष्ट्या अभेद्य होऊ शकतो. हे देवाचं वचन आहे. आपल्या भावना आपल्या ताब्यात ठेवण्यासाठी आपण 'शब्दा'चा कौशल्याने उपयोग केला, तर आपल्याला कोणीही दुखावू शकणार नाही

होय, मानसिक आघातांना बळी पडणं किंवा त्यामुळे पराभूत होणं हे आपण टाळू शकतो. यशाप्रमाणेच आपल्या आयुष्यातील खऱ्या विध्वंसाची सुरुवात

आपल्या आतून होते आणि आपला प्रभाव पाडत पाडत तो बाहेर प्रकट होतो. तुम्ही घायाळ व्हाल असं बोलणारे, करणारे लोक तुम्हाला नेहमीच भेटत राहणार. पण देवाच्या 'शब्दा'चं चिलखत घालून तुमच्या अंत:करणाचं, मनाचं रक्षण करा. या वचनाचं चिंतन करा म्हणजे तुम्ही कोणाहीकडून किंवा कोणत्याही गोष्टीने दुखावले जाणार नाही. देवाने तुम्हाला अधिकार दिले आहेत हे लक्षात घ्या. सैतान सतत तुमच्या भावनांवर घाला घालण्याचे प्रयत्न करत असतो. सैतानावर, त्याच्या या प्रयत्नांवर तुमचा अधिकार गाजवा. दुखावलं जायला ठाम नकार द्या.

माझ्या स्वत:च्या आयुष्यातही हा निर्णय घ्यायची वेळ माझ्यावर आली. लोकांनी प्रसारमाध्यमातून माझ्याविषयी वाईटसाईट गोष्टी पसरवल्या. माझं बोलणं वेगळ्याच संदर्भात घेऊन त्यातून भलताच अर्थ काढला जाऊ लागला. माझ्याविषयी नाही-नाही त्या अफवा पसरवल्या जाऊ लागल्या. प्रसारमाध्यमं आगीत तेल ओतत होती. या सगळ्या प्रकाराचा मला अतिशय त्रास होत होता. एक दिवस हे सगळं मला असह्य झालं. मी मनाचा निर्धार केला, 'माझ्याविषयीच्या नकारात्मक आणि खोट्यानाट्या गोष्टींनी माझं मन:स्वास्थ बिघडवून घ्यायला माझा ठाम नकार आहे.' हा सगळा सैतानाचा डाव आहे, हे माझ्या लक्षात आलं आहे. देवाच्या आदरणीय, सन्माननीय व्यक्तींची अपकीर्ती करून देवाच्या 'शब्दा'वरील लोकांच्या विश्वासाला तडा पोहोचवायचा हा शत्रूचा उद्देश असतो.

मला कोणी लुच्चा म्हटलं, तरी मला त्याची पर्वा नाही. माझ्या आत असं काहीतरी आहे आणि त्यामुळे मी भावनिकदृष्ट्या अभेद्य झालो आहे. मी देवाच्या 'शब्दां'नी भारला गेलो आहे. म्हणून शत्रू माझ्यावर चाल करून आला तर देव माझ्या केसालाही धक्का पोहोचू देणार नाही.

'शब्दा'चं दीर्घकाळ चिंतन केल्यानंतरच असा आत्मविश्वास निर्माण होतो. तुमचं मन:स्वास्थ बिघडवण्याच्या हेतूने आखलेल्या कटातील परिस्थितीकडे आणि लोकांकडे पाहण्याचा तुमचा दृष्टिकोनच या आत्मविश्वासामुळे बदलून जातो. देव म्हणजेच प्रेम. देवाचा 'शब्द' जेव्हा तुमच्या आत्म्यावर, चैतन्यावर कोरला जातो, तेव्हा हे प्रेम भीतीच्या पायावर उभ्या असलेल्या मानसिक दुखापतीला, नाकारण्याला आणि वेदनेला दूर ढकलतं. तुम्हाला दुखावणाऱ्या माणसांकडे तुम्ही वेगळ्याच नजरेने पाहायला लागता. इतरांना दुखावणारे हे लोक प्रत्यक्षात स्वत:च प्रेमाचे भुकेले असल्याचं तुमच्या लक्षात येतं. त्यामुळे या क्लेशदायक लोकांना प्रतिसाद द्यायची तुमची पद्धत अंतर्बाह्य बदलून जाते. आणि मग तुमचे मानसिक घाव भरून येतातच, शिवाय तुमची ताकदही वाढते.

अशा भावनिक हल्ल्याला प्रतिसाद देताना काही विशिष्ट गोष्टी कराव्यात. पहिली गोष्ट म्हणजे येशूचं स्मरण करा. येशूलाही या भावनांचा सामना करावा

लागला होता आणि त्या भावनांची तीव्रता तुमच्या भावनांपेक्षा कितीतरी पटीने जास्त होती. पण त्याने त्याचे निर्णय भावनांच्या आहारी जाऊन कधीही घेतले नाहीत. त्याला मोहात पाडायचे प्रयत्न झाले होते, पण त्याने त्या मोहावर विजय मिळवला. तुम्ही 'दुखावलो गेलो' असं म्हणता, तेव्हा तुम्हाला नक्की कसं वाटतं, ते येशू नीट समजू शकतो. येशूच्या जवळच्या लोकांनी त्याला नाकारलं इथपासून ते त्याला देवाचा तात्पुरता का होईना, पण वियोग घडवणाऱ्या त्याच्या आध्यात्मिक व शारीरिक मृत्यूपर्यंत येशूने आपल्यासाठी जे जे सहन केलं आहे, त्याच्या अल्पांशानेही सहन करावं लागण्याची वेळ आपल्यावर येत नाही, येणार नाही. येशूने त्या मानसिक घावांना स्वत:वर मात करू दिली नाही. त्याने प्रार्थना केली आणि तो पुढे जात राहिला, वर चढत राहिला. येशूला जाणवणाऱ्या वेदनांवर त्याने विजय मिळवला, हे लक्षात घेतलं तर आपल्यालाही ते शक्य आहे असा आत्मविश्वास आपल्यात येतो.

कोणी आपल्याला दुखावल्यावर आपल्या मनात उसळणाऱ्या भावनांना प्रतिबंध घालण्यासाठी करायची दुसरी गोष्ट म्हणजे त्यावर वर्चस्व प्रस्थापित करा. आपल्या मनात तो अनुभव पुन्हापुन्हा उगाळत बसू नका. तुमची भावना खरी आहे, हे मला मान्य आहे. तुमच्या मनाला ती गोष्ट खूप लागली आहे, हेही मला मान्य आहे. पण म्हणून तुम्ही तिला शरण जावं, असा त्याचा अर्थ होत नाही. आणि इथेच तुमच्या निर्णयाचं सामर्थ्य, आणि हो, तुमच्या जिभेचंही सामर्थ्य उपयोगी पडतं. देवाच्या 'शब्दा'चं पठण करून ती क्लेशाची भावना तुमच्या मनातून, अंत:करणातून दूर सारा. ती तिथे जास्त काळ रेंगाळली तर तुमच्या निर्णयक्षमतेवर, तुमच्या वर्तणुकीवर नक्कीच दुष्परिणाम होईल.

दुसऱ्या कॉरिंथिअन्स १०:५मध्ये म्हटलं आहे की, देवाच्या ज्ञानाच्या विरोधात स्वत:ला उंचावणारी प्रत्येक गोष्ट, प्रत्येक कल्पना यांचा त्याग करा. यात आपल्या आत्म्यावर सत्ता गाजवणाऱ्या आणि 'शब्दा'च्या विरुद्ध आपल्याला विचार व कृती करायला लावणाऱ्या भावनांचाही समावेश आहे. "आत्ताच्या आत्ता, येशूच्या प्रीत्यर्थ माझ्या क्लेशभावनांवर मी सत्ता गाजवीन. मी माझ्या आत्म्याला देवाच्या 'शब्दा'नुसार वागण्याचा हुकूम देतो. माझं मन मी देवावर एकाग्र करीन. आणि तो मला पूर्ण शांततेत ठेवील." हा उतारा म्हणा आणि त्या भावनांची मनातून हकालपट्टी करा. हा उतारा पुन्हापुन्हा म्हणा आणि देवाच्या 'शब्दा'च्या सामर्थ्याने मनातील नकारात्मक भावना आणि विचारांना हाकलून द्या.

देवाच्या प्रेमाला परिपूर्ण करणं

मानसिक वेदनांवर मात करण्याविषयीचे उपाय सांगताना आवर्जून उल्लेख करावा लागेल – देवाच्या प्रेमाचा, त्याच्या प्रेमाच्या सावलीत वाटचाल करण्याचा

आणि आपली मानसिकता देवाच्या प्रेमाने भारून टाकण्याचा! 'दुखावणं' ही स्वार्थी भावना आहे. त्याचा केंद्रबिंदू आहे 'स्व'चं जतन, संरक्षण. आपण दुखावले जातो तेव्हा आपल्या जगात काय चाललं आहे, याचाच विचार करतो. फक्त स्वत:संबंधीच सगळ्या गोष्टी असतात.

जेव्हा लोक दुखावले जातात, तेव्हा त्यांच्या शब्दांतून, कृतीतून त्यांनी इतरांना दुखवायचा जास्त संभव असतो. खरंतर, स्वत:ला पुन्हा कोणी दुखवू नये याच हेतूने ते हे करत असतात. याच्या मुळाशी असते फक्त भीती.

'शब्द' आपल्याला सांगतो की, भीती देवापासून येत नाही. देवाने आपल्याला भीतीपासून मुक्त केलं आहे. (२टिमोथी १:७. हिब्रूज २:१४-१५). तुम्ही तुमच्या अंत:करणात भीतीला थारा दिला असेल, ती भीती आहे ही तुमची खात्री असेल, तर तुम्ही भीतीपासून स्वत:ची सुटका करून घेतली पाहिजे. यासाठी तुमच्या आयुष्यात देवाचं प्रेम एवढ्या प्रमाणात विकसित करा की, ते तुमच्या मनातील, अंत:करणातील भीतीला निघून जायला भाग पाडेल. या प्रेमाचा, तुमच्या नातेसंबंधात जास्तीत जास्त उपयोग केलात, तर तुम्ही त्यात अधिकाधिक विकसित होत जाल.

पहिल्या जॉन ४:१८मध्ये म्हटलं आहे, "प्रेमात भीती नसते. उलट परिपूर्ण प्रेम भीतीची हकालपट्टी करतं. कारण भीतीमध्ये छळ, यातना असतात. जो घाबरतो तो प्रेमात परिपूर्ण होऊ शकत नाही." जर तुम्ही दुखावला गेला असाल, तर त्यात छळही असतोच. तुम्ही यापूर्वी शेवटचे कधी खरोखरचे दुखावले गेला होता? त्या वेदनेबरोबर आलेलं सगळं मानसिक आणि शारीरिक दु:ख तुम्हाला आठवतं आहे? आपल्याशी कोण, कसं वागलं याच्या आठवणी म्हणजे एक छळच असतो आणि त्या आपल्याला जणू भूतकाळात कैदच करून ठेवतात.

आपल्याला कोणीही काहीही केलेलं असलं, तरी देवाचं प्रेम त्यावर मात करू शकतं. देवासारखं प्रेम करायची क्षमता तुमच्यात आहे का, असा प्रश्न जर तुम्हाला पडला असेल तर रोमन ५:५ वाचा. त्यात म्हटलं आहे, "आशा आपल्याला कधीही तोंडघशी पाडत नाही. पवित्र आत्म्याने देवाच्या प्रेमाचा वर्षाव आपल्या हृदयावर केला आहे आणि तेच प्रेम आपल्यालाही दिलं आहे."

'शब्दा'नुसार माणसांवर बिनशर्त, निरपेक्ष प्रेम करण्याची निसर्गातीत क्षमता देवाप्रमाणेच माणसाकडेही असते. ही खरंच अतिशय चांगली बातमी आहे. याचा अर्थ असा होतो, की 'इतरांवर प्रेम करा' ही ईश्वराची आज्ञा पाळण्याकरिता देवाने आपल्याला सज्ज केलेलं आहे.

प्रेमाने चालणं म्हणजे ज्यांनी आपल्याला दुखावलं आहे, त्यांना क्षमा करणं. ही सर्वांत कठीण पायरी आहे. पण ती खूप आवश्यक आहे. आपण जेव्हा दुसऱ्यांना दुखावतो व इतरांना क्षमा करत नाही, तेव्हा वर्षानुवर्षं ती वेदना आपण उराशी

बाळगत असतो. बरेचदा आपण लोकांना देत असलेले प्रतिसाद आणि प्रतिक्रिया भीतीवर आधारित असतात. याचं कारण आपल्या मनात त्या लोकांविरुद्ध संघर्ष चालू असतो.

आपल्या बरं होण्यात क्षमेचं अतिशय महत्त्वाचं स्थान आहे. मी नेहमी सांगत असतो त्याप्रमाणे, दुसऱ्याला क्षमा न करणं म्हणजे, विषप्राशन करण्यासारखं आहे. ज्याने आपल्याला पीडा दिली, त्याच्या मरणाची आपण वाट बघत असतो, पण शेवटी त्याचा त्रास आपल्यालाच होतो. आपण इतरांना क्षमा केली तरच देव आपल्याला क्षमा करतो. आपल्याला कोणीही कितीही त्रास दिलेला असो, आपण त्यामुळे कितीही दुखावलेलो असो, आपण क्षमा केलीच पाहिजे.

लूक १७:३-५मध्ये येशूने आपल्या शिष्यांना क्षमाशीलतेविषयी सूचना दिल्या आहेत, ''तुम्ही सावध रहा. तुमच्या भावाने तुमचा अपराध केला तर त्याचा निषेध करा; पण त्याला जर पश्चात्ताप झाला, तर त्याला क्षमा करा. दिवसातून सात वेळा त्याने तुमचा अपराध केला आणि सातही वेळा तो जर तुमच्याकडे येऊन म्हणाला की, मला पश्चात्ताप झाला आहे, तर तुम्ही त्याला क्षमा करा. येशूचे शिष्य येशूला म्हणाले, 'आमची श्रद्धा वृद्धिंगत करा.''

इथे येशूने सांगितलं आहे, की एका दिवसात सात वेळा जरी कोणी तुमचा अपराध केला, तरी त्याला क्षमा करणं, ही तुमची जबाबदारी आणि कर्तव्य आहे. हे काम त्याच्या शिष्यांना आव्हानात्मक वाटलं म्हणून त्यांनी येशूकडे आपली श्रद्धा वाढवण्यासाठी प्रार्थना केली. क्षमा करणं, हे नेहमीच सोपं असतं असं नाही, हे त्यांना ठाऊक होतं.

आपल्या बाबतीतही हे तितकंच खरं आहे. क्षमाशीलता ही नक्कीच सोपी गोष्ट नाही. जेव्हा कोणीतरी तुम्हाला भयंकर त्रास दिला असेल, तर त्याला क्षमा करणं अजिबात सोपं नाही. पण ते आवश्यक आहे. क्षमाशीलता ही भावना नाही, तो निर्णय आहे. बरेचदा आपल्या मनात नसलं, तरी आपल्याला श्रद्धापूर्वक, क्षमाशीलतेचा निर्णय घ्यावा लागतो. हळूहळू आपल्या मनात क्षमाभावना निर्माण होईल असा विश्वास बाळगून क्षमा करावी लागते आणि मागाहून त्या भावना मनात निर्माण होतातच. पण सुरुवात निर्णयप्रक्रियेने होते. आपण आपल्या इच्छेने क्षमा केली पाहिजे.

एकदा का आपण क्षमा केली की, पुन्हा त्या अपराधाची उजळणी न करणं महत्त्वाचं आहे. खरंतर त्या उजळणीमुळेच तो त्रास आपल्या आयुष्यात रेंगाळत राहतो. आपण 'जाऊ दे' म्हणून सोडून दिलं पाहिजे. क्षमाशीलता म्हणजे पूर्ण परिस्थिती देवावर सोपवणं, ते सगळं निस्तरायला आणि त्या माणसाच्या बाबतीत योग्य ती कृती करायला देव समर्थ आहे; असा विश्वास बाळगणं. पण जे घडलं आहे, त्यातच आपण अडकून राहिलो, तर आपण बरं होण्याची प्रक्रिया रेंगाळते.

आपण पुन्हापुन्हा त्या मानसिक घावाची आठवण काढत राहून स्वत:ला बरं

करायची संधी नाकारत असतो. याचं उदाहरण म्हणून मी तुम्हाला एका मुलाची गोष्ट सांगतो. एका मुलाच्या गुडघ्याला जखम होते. डॉक्टर त्यावर औषध लावून बँडेज बांधतात. त्याच्याकडे कोणी आलं की, तो बँडेज सोडतो, पट्टी काढतो आणि आपली जखम दाखवतो. नंतर पुन्हा बँडेज बांधतो. थोड्या वेळाने दुसरा कोणी आला की, पुन्हा पट्टी सोडून जखम दाखवतो. त्याचं हे बांधणं-सोडणं, बांधणं-सोडणं चालूच राहतं. शेवटी पुन्हा; त्या जखमेतून भळाभळा रक्त वाहू लागतं. आपण जेव्हा तो प्रसंग पुन्हापुन्हा उगाळत बसतो, तेव्हा आपल्या बाबतीतही हेच घडतं. ते दुःख उगाळणं थांबवलं, तरच आपण त्या वेदनेपासून मुक्त होऊ शकू.

आपल्याला त्रास देणाऱ्या व्यक्तीचं उट्टं काढण्याचा प्रयत्न केला, तरी उपचारप्रक्रियेचा वेग मंदावतो. नकारात्मक भावनांच्या कचाट्यात सापडल्यामुळे आपल्याला तो मोह होणं साहजिक आहे. पण त्या मोहावर आपण विजय मिळवला पाहिजे. यासाठी तो प्रसंग पुन्हापुन्हा आठवणं टाळलं पाहिजे. तसं केलं नाही तर कालांतराने त्या माणसाचं बोलणं, कृती आपल्या मनाचा ताबा घेईल आणि आपलं सगळं लक्ष त्याचा सूड घेण्यावर केंद्रित होईल.

आपण जर प्रेमाने वागायला नकार दिला, तर आपण देवाकडून आशीर्वादाची किंवा समर्थनाची अपेक्षा ठेवू शकत नाही. बदला घेणं देवावर सोपवा. त्याने सांगितलं आहे की, तो परतफेड करील. पण त्याची वेळ तोच ठरवणार. आपण मात्र प्रेमाची बीजं रोवून आपल्याला त्रास देणाऱ्यांसाठी प्रार्थना करत राहिलं पाहिजे. आपण जेव्हा त्यांच्यासाठी प्रार्थना करत असतो, तेव्हा आपल्या जखमा भरून येत असतात.

श्रद्धेची ढाल घ्या आणि सबबी सांगणं थांबवा

लोकांच्या घावापासून आपला बचाव करण्यासाठी देवाने आवश्यक ती शस्त्रं आपल्याला दिली आहेत. त्यापैकी एक आहे श्रद्धेची ढाल. एफेसिअन्स ६:१६मध्ये तिचा उल्लेख आहे, ''सर्वांत महत्त्वाचं म्हणजे श्रद्धेची ढाल घ्या. त्यामुळे दुष्टांच्या धगधगत्या भाल्यांनाही तुम्ही थंड करू शकाल.''

श्रद्धेची ढाल म्हणजे काय? म्हणजे देवाचा 'शब्द'! दुसरा कोणी आपल्याला काय बोलला, त्याने काय केलं याचं चिंतन करायचं सोडून देवाच्या 'शब्दा'ने आपलं मन व्यापून टाकलं पाहिजे. आपल्याविरुद्ध बोलला गेलेला अपायकारक शब्द किंवा केलं गेलेलं वाईट कृत्य म्हणजे तो 'धगधगता भाला!' पण आपल्या विचारांच्या अग्रभागी 'शब्द' ठेवला, मनावर होणाऱ्या आघाताच्या वेळी 'शब्द' उच्चारला, तर सैतानाचा धगधगता भाला आपल्याला स्पर्शही करू धजणार नाही आणि आपल्याला कोणीही दुखावू शकणार नाही. जर आपण ढाल खाली ठेवली तरच आपल्याला इजा होऊ शकेल. आपण देवाचा 'शब्द' वाचत नसलो तर नकारात्मक शब्द, कृती

आपल्याला जखमी करू शकतील.

घावांपासून आपल्या मनाला वाचवण्यासाठी तुम्ही आक्रमक व्हा, असं मी आग्रहाने सांगतो. श्रद्धेची ढाल सज्ज ठेवण्यासाठी आत्ताच मनाचा निर्धार करा. त्या परिस्थितीविषयी 'शब्दा'चं काय म्हणणं आहे, याचाच फक्त विचार करा. असं जर तुम्ही केलं नाहीत, तर ते लोक आणि ते मुद्दे पुन्हा तुमच्या जखमेवरील खपली काढतील. देवाच्या 'शब्दा'चं चिंतन आपण करत राहिलो, तर आपल्या भूतकाळातील घाव तर भरून येतीलच; पण भविष्यातील दुखापतीपासूनही आपलं संरक्षण होईल.

महत्त्वाची गोष्ट म्हणजे आपण पटकन का दुखावले जातो, त्याच्या सबबी सांगणं थांबवलं पाहिजे. अशी माणसं तुम्ही पाहिली आहेत का? त्यांच्या मनात काय चाललं आहे, त्यावर उपाय शोधण्याऐवजी ते जसे आहेत तसे ते का आहेत, याच्या सबबी शोधण्यात वेळ घालवतात. याचा परिणाम म्हणजे ते भावनिक तुरुंगात स्वत:ला कोंडून ठेवतात.

प्रत्येकाच्या बाबतीत काही ना काही घडलेलं असतंच. आपल्या सगळ्यांनाच आयुष्यात असे अनुभव आलेले असतात. त्यामुळे आपण दुखावले गेलेलो असतो. आईवडील नसल्यामुळे किंवा असतील तर त्यांनी छळ केल्यामुळे, जोडीदाराने केलेल्या प्रतारणेमुळे, अशा कोणत्याही कारणांमुळे आपल्यावर मानसिक आघात झालेला असू शकतो. पण आपल्या नकारात्मक भावनांमागच्या फक्त सबबीच सांगत राहणं आणि आयुष्यात सकारात्मक सुधारणा घडवून आणण्यासाठी पावलं न उचलणं हे अयोग्य आहे. हे कठोर वाटलं, तरी आपण त्यातून मुक्त झालं पाहिजे. आपल्या भावनांचं प्रदर्शन करणं थांबवून देवाच्या उपचारक शक्तीवर विश्वास ठेवला पाहिजे.

आपल्यावरील आध्यात्मिक आणि भावनिक हल्ल्यांना सामोरं जायचा सर्वांत उत्तम मार्ग म्हणजे, त्या परिस्थितीशी सलोख्याचे संबंध (कम्युनिअन) प्रस्थापित करणं. विशेषत: अशा प्रसंगात आपल्याला सलोख्याची ताकद उपयोगी पडते. कम्युनिअन टेबलावर मतभेद संपुष्टात येऊन समेट होतो. जेव्हा तुम्ही पाव, वाइनचं सेवन करण्यात सहभागी होता, तेव्हा तुमच्या आयुष्याच्या प्रत्येक क्षेत्रात देवाची शक्ती प्रवाहित होते आणि तुमच्या आत्म्यात देवाची जीवनशक्ती क्रियाशील होते.

मानसिक घावांपासून मुक्त व्हायचा निर्णय घ्या. म्हणजे तुमचे सगळे घाव भूतकाळात जमा होतील. देवाने यासाठी तुम्हाला उपलब्ध करून दिलेल्या साधनांचा फायदा घ्या आणि या घावांवर मात करा. यापुढे कोणीही कधीही तुम्हाला दुखावू शकणार नाही.

◆

११

विषादाला निरोप द्या

नकारात्मक भावनांचं व्यवस्थापन आपण कसं करतो, त्यावरच आपण शेवटी जिंकणार का, ते ठरतं.

माझ्या आयुष्यातील तो रितेपणाचा काळ मी कधीच विसरू शकणार नाही. तेव्हा मी औदासीन्याविरुद्ध लढत होतो. औदासीन्याने माझ्यात इतक्या मंदगतीने आणि जाणूनबुजून प्रवेश केला होता की, सुरुवातीला माझ्या ते लक्षातच आलं नाही. त्यावर्षी मी शंभरच्यावर निमंत्रणं स्वीकारली होती. त्यामुळे मी बराच प्रवास करत होतो, खूप प्रवचनं देत होतो. याच्या जोडीला मी शैक्षणिक उपचारक म्हणूनही काम करत होतो. दडपणाखाली असलेल्या, औदासीन्याची शिकार झालेल्या रोग्यांना कराव्या लागणाऱ्या समुपदेशनाच्या ताणाने आपली किंमत वसूल करायला सुरुवात केली होती. माझं चैतन्य संपुष्टात येत होतं; पण त्याची भरपाई माझ्याकडून केली जात नव्हती. याचा परिणाम म्हणजे मला रितेपण आलं. माझ्या चैतन्यात त्या वेळी 'शब्द'ही उरला नव्हता. त्यामुळे माझं मन कोणत्याही प्रकारच्या हल्ल्याला बळी पडू शकेल, अशा अवस्थेत होतं.

शरीरातील चैतन्य कमी झाल्यामुळे औदासीन्य, नाकारलेपणा, आत्महत्या, अपुरेपणा आणि न्यूनतेची बीजं माझ्यात रुजली, अंकुरू लागली. या भावनांनी माझ्यापासून माझं देवाशी असलेलं सख्य, जवळीक हिरावून घेतली. त्या हल्ल्यांनी मला एवढं चिरडून टाकलं की, माझ्यातील चैतन्य पारच हतबल झालं. मला देवाच्या अस्तित्वाची जाणीवच उरली नाही.

एक दिवस कामावरून घरी आल्यावर कार गॅरेजमध्ये ठेवली आणि कित्येक तास मी आतच बसून राहिलो. अशाप्रकारे जगण्यापेक्षा मरण पत्करलेलं बरं, असं वाटत होतं. नरकात जाण्याची पाळी येऊ न देता आयुष्य कसं संपवावं, याचाच मी

विचार करत होतो. पण मला उत्तर मिळालं नाही. शेवटी मी कारमधून उतरलो आणि घरात शिरलो. जरी मला देवाच्या अस्तित्वाची जाणीव नव्हती, तरी माझ्या आतलं कोणीतरी मला पुढे जायला भाग पाडत होतं.

तात्पर्य हेच की, नकारात्मक भावनांच्या तडाख्यातून कोणीही सुटू शकत नाही. पण त्या नकारात्मक भावनांचं व्यवस्थापन आपण कसं करतो, यावरच आपण पुढे जाणार की त्याच जागी अडकून पडणार ते ठरतं; शेवटी आपण जिंकणार की नाही ते ठरतं. या भावनांचं काय करावं ते न कळल्यामुळे नकारात्मक भावनांच्या प्रांतातच ठाण मांडून बसलेले लोकही असतात. त्यामुळे देवाने त्यांच्यासाठी योजलेल्या शांती, समृद्धी आणि आनंदाच्या मुक्कामी ते पोहोचूच शकत नाहीत. आपण आपल्या बाबतीत असं घडू देता कामा नये. आपल्या भावनांचं व्यवस्थापन कसं करावं, हे आपल्याला समजलं, तर आपण तेवढ्या प्रमाणात यश, स्वातंत्र्य, वैयक्तिक विकास यांच्या जवळ जाऊ.

भावनांची हाताळणी करताना सर्वप्रथम एक गोष्ट लक्षात घेतली पाहिजे. ती म्हणजे भावना या खऱ्या असतात. आम्ही नकारात्मक भावना कधीच अनुभवली नाही, असं म्हणण्यात अर्थ नाही. कारण ते खोटं आहे. मला रितेपण आणि दडपलेपण जाणवत असूनही माझा भरगच्च दिनक्रम आणि जगभर फिरून प्रवचनं द्यायचा उपक्रमही मी चालूच ठेवला. भावनांना नाकारून किंवा त्यांच्याकडे दुर्लक्ष करून त्या नाहीशा होत नाहीत. आपण त्या अनुभवतच राहणार. पण त्यांना आपण कसा प्रतिसाद देतो, यावर आपलं भवितव्य अवलंबून असतं.

माणूस हा तीन घटकांनी बनलेला असतो. तो चैतन्यमय अस्तित्व असतो. त्याला आत्मा असतो आणि त्या दोघांचा वास शरीरात असतो. आत्म्यात मन, इच्छा आणि भावना समाविष्ट असतात. आपण विचार करतो, भावना अनुभवतो, निर्णय घेतो. या सर्व प्रक्रिया आपल्या आत्म्याच्या कक्षेत येतात. आपण पाहिलंच आहे की, आपले आत्मे समृद्ध व्हावेत अशी देवाची इच्छा असते (३ जॉन १:२). आपल्या आत्म्याची समृद्धी किती प्रमाणात होते, त्यावर आपल्या आयुष्याच्या सर्व क्षेत्रांची गुणवत्ता अवलंबून असते. जर आपल्या भावनांचा ताबा नकारात्मक विचारांनी, संवेदनांनी घेतला, तर आपल्या आयुष्याच्या इतर क्षेत्रातील आपल्या वाढीतही अडथळा येतो.

भावनांची व्याख्या आपण अशी करू शकतो. भावना म्हणजे सुख किंवा वेदना यामुळे आपल्या आत उत्पन्न होणाऱ्या संवेदना. यांची निर्मिती आपल्याला, आपल्या आयुष्याच्या संदर्भातील देवाच्या इच्छेच्या जवळ किंवा त्यापासून दूर नेण्याच्या हेतूने झालेली असते.

एक गोष्ट समजून घ्या. सगळ्याच भावना वाईट नसतात. खरंतर देवाने आपल्यात भावना निर्माण केल्या आहेत त्यालाही कारण आहे. सकारात्मक, निरोगी

भावनांमधून आपण देवाला खोलवर, जास्त अर्थपूर्ण पद्धतीने अनुभवतो. प्रेम, आनंद, शांती यांतून आपल्याला देवाचीच जाणीव होते. देवाच्या शक्तीचा स्पर्श आपल्या आयुष्याला होतो तेव्हा पवित्र भावना निर्माण होतात. या जाणिवा अनाकलनीय पद्धतींनी देवाशी व इतरांशी आपलं नातं जोडतात. त्या नात्यातून निरपेक्ष प्रेम, सुख, समाधानाचे अगणित स्तर निर्माण होतात.

आपण माणसं म्हणजे संवेदनशील प्राणी आहोत; पण भावनांनी आपल्यावर अंमल गाजवता कामा नये. खरंतर, येशू हा सर्व माणसांना, भावनांच्या तावडीत सापडण्याच्या शापापासून मुक्त करण्याकरिता आला आहे. याचाच अर्थ आपली इच्छा नसेल तर आपण नकारात्मक भावनांना बळी पडणार नाही. आपले विचार, बोलणं, कृती यांवर आपण भावनेचा अंमल चालू दिला, तर आपल्या हातून अटळपणे, आपल्याला वाईट मार्गाला नेणाऱ्या गोष्टी घडतील.

आजकालच्या बातम्यांचे मथळे, टीव्हीवरील टॉक शो, बातम्यांचे कार्यक्रम यांवर नजर टाकली तर स्पष्टपणे जाणवतं की, जगभरातील लोक भावनांच्या आहारी जाऊन निर्णय घेत आहेत. त्यामुळे त्यांची स्वत:ची आयुष्यं तर बरबाद होतातच, पण इतरांच्याही आयुष्याचा सत्यानाश होतो. भावना आपल्या कह्यात ठेवल्या नाहीत, तर त्यांची शक्ती उत्पात घडवून आणू शकते. आपण आपल्या नकारात्मक भावना ओळखून त्यांना निरोगी पद्धतीने वळण लावायला शिकलं पाहिजे. तरच आपण आयुष्याच्या ताणतणावातून योग्य प्रकारे मार्ग काढू शकू व परिपूर्ण जीवन जगू शकू.

औदासीन्य : आतल्या बाजूला वळलेला राग

औदासीन्य किंवा विषाद ही आजच्या काळातील, सर्वांत जास्त लोकांना ग्रासणारी नकारात्मक भावना आहे. औदासीन्य म्हणजे आतल्या बाजूला वळलेला राग. बाहेरील ताणतणाव जेव्हा आपण आत दडपतो, त्या ताणतणावांचं ओझं देवावर सोपवण्याऐवजी स्वत:च वाहत राहतो, त्या वेळी आपण या विघातक भावनेला आपल्या मनात यायचं आमंत्रण देत असतो. मला आठवतं आहे की, देवाने मला सांगितलं होतं की, मी ज्याखाली दबून गेलो होतो, त्या कामाच्या ओझ्याला तो नाही तर मीच जबाबदार आहे. ते निर्णय घेण्यापूर्वी मी देवाला शरण गेलो असतो, तर हे ओझं खूप हलकं झालं असतं. आपण त्याखाली दबून जातो आणि औदासीन्याची शिकार होतो.

मानसिक आरोग्यक्षेत्रात उपचारक म्हणून काम केल्यामुळे मी प्रत्यक्षच पाहिलेलं आहे की, औदासीन्य हा आजकाल सर्रास आढळणारा मानसिक विकार आहे. वेगाने बदलणाऱ्या आजच्या जगात लोकांना इतक्या आर्थिक, भावनिक, व्यावसायिक ताणतणावांना सामोरं जावं लागत आहे की, औदासीन्याची शिकार झालेले लोक

एवढ्या मोठ्या प्रमाणावर आढळले, तर त्यात काहीही आश्चर्य नाही.

'नॅशनल इन्स्टिटट्यूट ऑफ मेंटल हेल्थ'च्या वेबसाइटनुसार औदासीन्य हे पंधरा ते चव्वेचाळीस या वयोगटातील, अमेरिकेतील माणसांमधील अक्षमतेचं प्रमुख कारण आहे. यापुढील आकडेवारीनुसार एका वर्षात अमेरिकेतील लोकसंख्येच्या ६.७ टक्के लोक (१.४८ कोटी प्रौढ माणसं) गंभीर औदासीन्याची शिकार होतात. आणि त्यात पुरुषांपेक्षा स्त्रियांची संख्या जास्त आहे. स्त्री-पुरुष दोघांच्याही बाबतीत याची सुरुवात व्हायचं सरासरी वय आहे, बत्तीस वर्ष.

एवढ्या प्रचंड प्रमाणात लोकांत औदासीन्य आढळण्याचं कारण काय? बऱ्याच जणांच्या बाबतीत, आजूबाजूला घडणाऱ्या घटनांवर लक्ष केंद्रित केल्यामुळे हे होत असावं. आयुष्यातील परिस्थिती आणि घटनांना सकारात्मक पद्धतीने सामोरं कसं जावं हे त्यांना माहीत नसतं. त्यामुळे त्यांच्यावर आणीबाणीची वेळ ओढवली की, ते कोसळून पडतात. जिथे पाहावं तिथे मृत्यू, हिंसाचार, सत्यानाश, विमनस्कता यांच्याच बातम्या आढळतात. परिस्थितीच्या चक्रव्यूहातून बाहेर पडण्याचा मार्ग दिसत नसल्यामुळे स्वतःला, स्वतःच्या कुटुंबीयांना किंवा इतर कोणाला मारून टाकल्याच्या दुर्दैवी बातम्याही सर्रास आढळतात. हताश, हतबल झाल्यामुळेच त्या लोकांनी ही भयंकर कृत्यं करायला पावलं उचललेली असतात. औदासीन्याची योग्य दखल घेतली गेली नाही, तर ही हताश अवस्था, ही हतबलता येते.

असं असेल, तर आयुष्यातील ताणतणावाचा सामना कसा करावा? मानसिक आरोग्य कसं राखावं? भावनिक स्वास्थ्य कसं टिकवावं? या सर्वांत राहूनही जोमाने कसं वाढावं? या सर्वांचं उत्तर आहे देवाचा 'शब्द'! या सर्वांवर मात करायची ताकद देवाच्या 'शब्दा'त आहे, यावर तुमचा विश्वास आहे ना? मग आपल्याला औदासीन्य आणि निराशेच्या गर्तेत फार काळ राहावं लागणार नाही. माझ्या आयुष्यातील रितेपणाच्या काळात माझं चैतन्य 'शब्द'रहित होतं. मला 'शब्द' ज्ञात असूनही मी त्याचं चिंतन करत नव्हतो, त्यासाठी नियमितपणे वेळ देत नव्हतो. 'शब्दा'चं नियमितपणे चिंतन करण्यात कसूर झाली, की मग हळूहळू 'देव अस्तित्वातच नाही', 'असला तर तो माझ्यासाठी काहीही करत नाही' वगैरे चुकीच्या गोष्टी खऱ्या वाटायला लागतात. देव कधीही आपल्याला सोडून जात नाही किंवा एकटं टाकत नाही. येशू म्हणाला, "हिंमत बाळगा, या जगाला मी जिंकलं आहे." (जॉन १६:३३). ही चांगली बातमी आहे. जर येशू तसं म्हणाला, तर ते झाल्यातच जमा आहे. तो आपल्याला सांगत आहे की, आपल्याला आयुष्यात ज्या ज्या गोष्टींचा सामना करायचा आहे, त्या त्या गोष्टींवर त्याने अगोदरच विजय मिळवला आहे आणि आपल्या प्रत्येकातच ही मात करण्याची क्षमता आहे. आवश्यकता आहे, ती आपल्या नव्हे, तर त्याच्या क्षमतेवर श्रद्धा ठेवण्याची.

संकेत आणि लक्षणं

औदासीन्य हे वेगवेगळ्या मार्गाने प्रकट होतं आणि प्रत्येक जण त्याचा सामना वेगवेगळ्या प्रकारे करतो. औदासीन्य आलं की, अख्ख्या जगाचं ओझं खांद्यावर येऊन पडलं आहे आणि त्याखाली आयुष्यच चिरडलं जात आहे, असं वाटू शकतं किंवा निराशा आणि हतबलता ग्रासून टाकू शकते.

औदासीन्य व्यक्तीच्या आयुष्याचा ताबा घेऊ शकतं. टोकाला प्रकाशाचा किरणही न दिसणाऱ्या अंधाऱ्या बोगद्यातून चालत असल्यासारखं तिला वाटतं. आपल्या मनात येणाऱ्या नकारात्मक विचारांना आपण ताब्यात ठेवलं नाही, तर समस्या अजूनच गंभीर होते. ही नकारात्मकता, ताण, एकंदर परिस्थितीच कशी हाताळावी हे समजलं नाही तर आपल्याला बलाढ्य शत्रूसमोर निःशस्त्र उभं राहिल्यासारखं वाटतं.

औदासीन्यामुळे उसळलेल्या भावनांच्या या सर्वनाशी महापुराला तोंड देण्यासाठी बरेच लोक व्यसनांचा आश्रय घेतात. मद्य, मादक पदार्थ किंवा इतर व्यसनांच्या आहारी जाऊन ते या नकारात्मक भावनांपासून सुटका करून घ्यायचा प्रयत्न करतात. यामुळे आगीत तेल ओतल्यासारखं ते दुष्टचक्रात अजूनच अडकत जातात आणि चीड व निरुत्साहाच्या गर्तेत खोल खोल जाऊ लागतात.

औदासीन्याच्या धोकादायक लक्षणांपैकी काही अशी आहेत :

* हतबलतेची वा निराशेची सतत टोचत राहणारी जाणीव
* समाजविघातक वर्तणूक
* रात्रंदिवस झोपून राहावंसं वाटणं
* आत्मघातकी वर्तणूक
* आत्महत्येचे विचार

औदासीन्याची ही काही लक्षणं आहेत. यांच्यावर वेळीच उपाय केले नाहीत तर भयंकर परिणामांना सामोरं जावं लागण्याची शक्यता असते.

या विषादावर प्रतिहल्ला करायचा एकमेव खात्रीलायक उपाय म्हणजे औदासीन्याचा हल्ला होण्याचं कारण मुळापासून उखडून टाकणं आणि आपलं हृदय, मन देवाच्या प्रेमाने, 'शब्दा'ने व्यापून टाकणं. औदासीन्याबरोबर काळोखाची जाणीव येते. पण देवाचा 'शब्द' हा प्रकाश आहे, तो अंधारावर मात करतो. शिवाय आपल्याशी योग्य त्या गोष्टी बोलणाऱ्या माणसांच्या सहवासात आपण राहिलं पाहिजे. लोक म्हणतात त्याप्रमाणे फक्त इच्छाशक्ती किंवा सकारात्मक विचारसरणी पुरेशी नाही. औदासीन्य हा आपल्या आत्म्यावर झालेला आध्यात्मिक हल्ला आहे आणि त्यावर योग्य पद्धतीने उपचार झाले पाहिजेत.

औदासीन्याला कारणीभूत असणाऱ्या गोष्टींकडे पाहण्याचा आपला दृष्टिकोन कसा असावा ते आपण प्रथम पाहू या. आपल्यावर आक्रमण करणाऱ्या या उपद्रव व ताणाकडे आपण कसं पाहावं याविषयी जॉन १४:१मध्ये म्हटलं आहे, "तुमची मनं अशांत होऊ देऊ नका. देवावर श्रद्धा ठेवा. माझ्यावरही श्रद्धा ठेवा." आपण कसा विचार करावा आणि आपल्या हृदयापर्यंत काय जाऊ द्यावं, यावर आपण नियंत्रण ठेवू शकतो. आपल्या नकळत आपल्या मनात शिरकाव करणाऱ्या नकारात्मक भावना किंवा विचारशृंखला झटकून टाकून, त्याऐवजी देवाच्या 'शब्दा'ने आपलं मन व्यापून टाकण्याचा निर्णय आपण घेऊ शकतो. मन:स्ताप, त्रास येतच राहणार; पण येशू त्यापासून आपलं संरक्षण करील. आपला जर देवावर पूर्ण विश्वास असेल, तर औदासीन्यासारख्या नकारात्मक भावना नक्कीच छूमंतर होतील.

आपण ज्यातून जात असतो, त्या सगळ्या नकारात्मक भावना येशूने स्वत: अनुभवल्या आहेत, हे कळल्यावर आपल्याला किती धीर येतो! त्याने त्या फक्त अनुभवल्याच नाहीत; तर त्यावर विजयदेखील मिळवला, हे कळल्यावर आपणही असाच विजय मिळवू शकतो असा विश्वास, आशा आपल्यात निर्माण होते.

येशूला क्रूसावर चढवला, त्याच्या आदल्या रात्री गेथसेमेनच्या बागेतील येशूच्या अनुभवाचा वृत्तान्त मार्क १४:३३-३४मध्ये दिला आहे. त्या प्रसंगी एकाच वेळी तो कितीतरी भोग अनुभवत होता. औदासीन्याचे विचारही त्याच्या मनात येत होते. कल्पना करा. तुमच्याबाबतीत असं झालं तर? अख्ख्या जगाची पापं, रोग आणि शाप यांची जबाबदारी तुम्ही तुमच्या डोक्यावर घेणार आहात, मरणार आहात आणि त्यानंतर तुम्हाला पराकाष्ठेच्या नरकयातना भोगाव्या लागणार आहेत. येशूने हे सर्व केलं. "पीटर, जेम्स आणि जॉन यांना येशूने आपल्याबरोबर घेतलं. त्याला भयंकर भीती वाटू लागली, तो भयचकित झाला. तो अतिशय खिन्न आणि उदास झाला. तो त्यांना म्हणाला, 'माझा आत्मा एवढा दु:खी आहे (दु:खाने ओतप्रोत भरलेला आहे) की त्यामुळे मी मरायलाच टेकलो आहे!'" (ॲम्प्लि).

पाहिलंत? नकारात्मक भावनांमुळे येशू एवढा जेरीस आला होता, की तो खूप घाबरला होता, त्याला अतिशय यातना होत होत्या. एवढंच नव्हे, तर तो खूप उदास झाला होता. तो एवढा दु:खी झाला होता, की त्यामुळे तो जवळजवळ मरणाच्या दारात पोहोचला होता. येशूचे प्रत्येक बाजूने हाल करण्यात येत होते. त्याच्या अंतर्मनातही लढाई चालली होती. त्याच्या नकारात्मक भावना प्रबळ होऊन त्याला देवाच्या इच्छेविरुद्ध वागायला भाग पाडतील, अशी भीती त्याला वाटत होती. तरीसुद्धा त्या सत्त्वपरीक्षेच्या क्षणी त्या नकारात्मक विचारांना, नकारात्मक जाणिवांना पराभूत करणारे शब्द उच्चारून त्याने त्यावर ताबा मिळवला. त्या भावनांना शरण जाण्याऐवजी 'देवाची इच्छा' असं म्हणून त्याने त्या परिस्थितीवर विजय मिळवला.

शत्रूच्या सूचनांचा त्याने प्रतिकार केला. त्याच्या 'शब्दां'नी त्याला देवाने त्याच्यासाठी योजलेल्या मार्गावरच चालत राहण्याची ताकद दिली.

येशूप्रमाणेच आपणही नकारात्मक भावनांचा प्रतिकार केला पाहिजे. नकारात्मक विचार, भावना जेव्हा आपल्यावर चाल करून येतात, तेव्हा त्यांच्याशी झुंज द्यावी लागते. आपण शब्दांनी त्या भावनांची तीव्रता कमी केली पाहिजे आणि आपल्या पुढच्या चालीवर त्यांचा प्रभाव पडणार नाही, याची दक्षता घेतली पाहिजे. औदासीन्याच्या प्रभावातून बाहेर पडणं खूप कठीण आहे, असं बऱ्याच लोकांना वाटतं. पण सोपं करून सांगायचं तर तुमच्या विचारात जर तुम्ही बदल घडवून आणलात, तर आपोआपच तुमच्या भावनांमध्ये बदल घडून येईल.

त्या निर्णायक क्षणी येशूने केलेली दुसरी गोष्ट म्हणजे, तो उपडा झोपला आणि त्याने प्रार्थना केली. आपल्या भावना थैमान घालत असतात तेव्हा प्रार्थनेची शक्तीच त्यांना थोपवू शकते. नक्की काय केलं पाहिजे, ते येशूला ठाऊक होतं आणि ते करण्यापासून त्याचं औदासीन्य त्याला परावृत्त करू शकलं नाही. जेव्हा नकारात्मक भावना तुम्हाला जखडून टाकतात, भीती, खच्चीकरण, औदासीन्य तुम्हाला घेरून टाकतात, तेव्हा देवाशी संवाद साधा. जेव्हा अशा प्रकारची भावनिक लक्षणं दिसू लागतात, तेव्हा तुम्ही प्रार्थना करणं आवश्यक आहे. तुम्ही जर देवाशी बोलला नाहीत, तर तुम्ही तुमच्या भावनांना, देवाचा आवाज दडपून टाकण्याची संधी देता.

आपला आत्मा आपल्या चैतन्यावर अवलंबून असला पाहिजे. जेव्हा माणसाचं चैतन्य त्याच्या नियंत्रणात असतं, तेव्हा आपण अनुभवत असलेल्या नकारात्मक विचारांवर ते स्वार होतं व त्यांना पळवून लावतं. ताणतणावाखाली असताना आपण देवाच्या 'शब्दा'चं पठण केलं, तर आपलं चैतन्य, मन, इच्छाशक्ती, भावना यांवर आपली सत्ता कार्यान्वित होते.

तुमच्या भावनांशी संवाद साधा

तुम्हाला माहीत आहे का की, तुमच्यात तुमच्या भावनांशी संवाद साधण्याची शक्ती आहे आणि तुम्ही त्यांना हवं तसं वाकवू शकता? बायबलमधील पवित्र गीतांच्या कर्त्यांना ते ठाऊक होतं आणि ते त्याचं आचरणही करत होते. साम ४२मध्ये त्या कवींनी खरोखरच त्यांच्या आत्म्याशी संवाद साधून त्यांना आदेश दिला. पाचव्या श्लोकात त्यांनी म्हटलं आहे, "तू असा खिन्न का आहेस, माझ्या आत्म्या? आणि तू असा क्षुब्ध का आहेस बरं? तू देवावर विश्वास ठेव. त्याची कृपादृष्टी पडावी, म्हणून मी त्याची स्तुतिस्तोत्रं गातो."

भावनांचं व्यवस्थापन करताना शब्दांच्या शक्तीला कमी लेखून चालणार नाही.

शब्दच आपल्या विचारांना योग्य तो आकार देतात आणि त्यामुळेच आपल्या भावनाही नीट आकार घेतात.

औदासीन्याचा सामना करताना ते तुमच्या आयुष्यात कसं, कोणत्या मार्गाने आलं ते शोधून काढा आणि त्याच मार्गाने त्याला बाहेर काढा. माझं चैतन्य 'शब्द'रहित होतं, त्यामुळे मी मानसिक आजारांना दार उघडून आत घेतलं आणि औदासीन्याने माझा कब्जा घेतला. एक दिवस टॅफी आली आणि मला म्हणाली, "राजा, तू कुठेतरी बाहेर जायला हवंस. आपण सुट्टी घेऊन फिरायला जात आहोत."

त्याच काळात मी हॉटेलची खोली बंद करून आत बसलो. फक्त मी आणि देव. मी प्रार्थना करायला सुरुवात केली तेव्हा मला, मी तीन तास प्रार्थना करत असल्यासारखं वाटलं. प्रत्यक्षात मी फक्त दहा मिनिटंच प्रार्थना केली होती. एवढं रितेपण मला आलं होतं. मग मी पुन्हा सुरुवात केली. आता मी तासभर प्रार्थना केली. आणि मला देवाचा आवाज ऐकू आला, "तुझ्या आयुष्यातील प्रत्येक समस्येच्या वेळी तू माझ्या 'शब्दा'चा आधार घे. औदासीन्याचे झटके तुझ्या दिशेने चाल करून येताना दिसले तर 'शब्द' मोठ्याने म्हण." आणि खरंच. प्रत्येक वेळी नकारात्मक विचार किंवा भावनांची चाहूल लागल्यावर मी 'शब्द' उघडून मोठ्याने वाचू लागे. मी पन्नासएक उतारे वाचत असे. 'शब्द' सत्य असल्याची मी मान्यता देत होतो. कधीकधी ते उतारे मी दिवसातून वीस-वीस वेळा वाचत असे. मग माझ्या लक्षात येऊ लागलं की, प्रत्येक दिवशी ते विशिष्ट उतारे वाचायला मला कमी कमी वेळ लागू लागला. आणि मग तो विशिष्ट क्षण आला. मला तो दिवस अजून आठवतो आहे. माझा आत्मा आनंदाने तुडुंब भरून वाहू लागला. शांतता माझ्यात ओतप्रोत भरून राहिली. माझी शक्ती मला पुन्हा मिळाली होती. मी म्हटलं, "देवा, मी तयार आहे!"

आपल्याला ठाऊक आहे की, औदासीन्य बाहेरून आत येतं. तेव्हा जर आपल्याला औदासीन्याचा झटका आला तर सर्वप्रथम तुम्ही बोलत असलेले व ऐकत असलेले शब्द तपासा आणि त्यात योग्य तो बदल करा. बाहेरून कुठूनतरी येणाऱ्या नकारात्मक शब्दांकडे आपण लक्ष देत आहोत का? आपण ऐकलेल्या शब्दांचं आपल्या मनात चित्र तयार होतं आणि ते आपल्या कल्पनाशक्तीला खाद्य पुरवतं. कदाचित आपले कुटुंबीय किंवा मित्र आपल्याला काहीतरी सांगत असतील आणि त्यामुळे आपल्या मनातील औदासीन्याला बळकटी मिळत असेल. किंवा आपल्या आत्म्याच्या शत्रूने – सैतानाने आपल्या मनाला उद्देशून उच्चारलेले शब्द आपल्याला ऐकू येत असतील. आपली स्वत:ची सदसद्विवेकबुद्धीही आपल्याशी बोलू शकते. आणि जर तिच्यावर जगाच्या बातम्या, विचार, कल्पना, मनाचा कल यांचा प्रभाव पडलेला असेल, तर आपण आपल्याशी जे बोलू त्यामुळे आपली भावनिक स्थिती आणखी बिघडू शकते.

औदासीन्यावर विजय मिळवण्यासाठी व्यूहरचना करणं आवश्यक असतं.

आपण ज्या वस्तू पाहत असतो, जे ऐकत असतो, त्यात बदल करणं, नकारात्मक शब्द आपल्या मनाबाहेर टाकणं आणि नियमितपणे आपल्या हृदयात व मनात योग्य गोष्टी – विचार, भावना – ठेवणं या साऱ्यांचा समावेश या व्यूहरचनेत असावा.

जर तुम्ही विचार केलात तर तुमच्या लक्षात येईल, की प्रसारमाध्यमं सदासर्वकाळ विनाशाच्या आणि विषादाच्या बातम्या ओतत असतात. तुम्ही जर त्यांचा प्रतिकार केला नाहीत तर त्या तुमच्या मनावर ताबा मिळवतील. औदासीन्यावर वरचश्मा गाजवण्यासाठी, नकारात्मक संवेदनांचा पुरवठा करणारी माणसं आणि परिसर यापासून तुम्हाला दूर जावं लागेल. त्या परिस्थितीतून बाहेर पडणं अशक्य असेल तर तुम्हाला शक्ती देणारे, तुमची मानसिक पातळी उंचावणारे शब्द सतत तुमच्या मनात भरत रहा. तुम्हाला सुखावणारं संगीत ऐका. बायबलची शिकवण देणाऱ्या, स्तुतिस्तोत्रांच्या, भक्तिरसाच्या सीडी ऐका, डीव्हीडी पहा. तुमचे डोळे आणि कान या दोन्ही ठिकाणी पहारा द्या. तुमचं मन आणि चैतन्य देवाच्या 'शब्दा'ने भरून टाका.

जेव्हा ताण येतो, तेव्हा एकाच जागी, काहीही न करता उभं राहू नका. देवाच्या 'शब्दा'चं पठण करत रहा. औदासीन्यासारख्या नकारात्मक भावना आणि नकारात्मक विचार यांच्यावर विजय मिळवण्यासाठीचं ते परिणामकारक हत्यार आहे. तुमच्या मनात आगंतुकपणे घुसणाऱ्या नकारात्मक विचाराची प्रतिक्रिया म्हणून तुम्ही बायबलमधील अवतरणं उद्धृत केलीत तर ते नकारात्मक विचार पळून जातील. हे जास्तीत जास्त वेळा केलंत तर औदासीन्यासारख्या नकारात्मक भावनांपासून तुमचं रक्षण करण्याकरता संरक्षक भिंत तयार होईल.

तुम्ही विचारांनी विचारांचा काटा काढू शकत नाही. विचारांचा काटा काढायला 'शब्द'च लागतात. एखादा नकारात्मक विचार तुमच्या मनात आला तर तोंड उघडा आणि काहीतरी बोला. तुम्हाला उदास वाटलं तर त्या नकारात्मक भावनांमध्ये खितपत पडण्यापेक्षा, त्या उदासीनतेने तुम्हाला निराशेच्या गर्तेत ढकलण्यापेक्षा, देव तुमच्याविषयी काय म्हणतो ते ठामपणे म्हणा. शब्दांमध्ये शक्ती असते. तुम्ही ज्या क्षणी श्रद्धापूर्वक त्यांचा उच्चार करता, त्या क्षणी तुमचं शरीर, आत्मा, चैतन्यांवर त्याचा चांगला किंवा वाईट परिणाम होतो

मी रोज सकारात्मक, श्रद्धायुक्त शब्द बोलतो. औदासीन्याच्या तावडीतून सुटल्यापासून ते आजतागायत औदासीन्याचं भूत मला स्पर्शसुद्धा करू शकलं नाही. तसे अनेक प्रसंग आले. छळ, दोषारोप, उपद्रव अजूनही होत असतात. पण औदासीन्य येऊ शकत नाही. ते येताना दिसलं, तर काय म्हणायचं ते मला ठाऊक आहे. बायबलमधील तेच उतारे मी काढतो आणि वाचायला लागतो. 'शब्द'च माझ्या आत्म्याचं रक्षण करतो आणि मला ताकद देतो.

औदासीन्याने तुमच्या मनावर हल्ला केला, तर त्यापासून स्वत:ला वाचवण्यासाठी

काय करावं याचं आणखी ज्ञान मार्क १४:३५मधून मिळतं, "आणि येशू जरासा पुढे गेला. त्याने जमिनीवर अंग टाकलं आणि प्रार्थना केली की, जर शक्य असेल तर त्याच्यावर आलेली ही वेळ टळावी." येशूवर जेव्हा औदासीन्याचा सामना करण्याची पाळी आली, तेव्हाही त्याने 'पुढे जाणं' चालूच ठेवलं. औदासीन्य तुमच्यावर घाला घालायला येतं तेव्हा तुम्ही हतबल झालात तर सगळं संपलंच. तुम्ही ज्या मार्गाने जावं असं देवाला वाटतं; त्या मार्गाने तुम्ही पुढे जात राहिलंच पाहिजे, तुम्हाला कसंही वाटत असलं तरी. गती, चलनवलन महत्त्वाचं. तुम्ही हालचाल करणं थांबवलंत, तर तुम्हाला खिळवून ठेवणं शत्रूला सोपं जातं. म्हणून आपण देवावर विश्वास ठेवण्याचा पर्याय निवडून त्याच्या दिशेने चालत राहिलं पाहिजे.

औदासीन्यातून बाहेर पडण्याच्या पायऱ्या

जर तुम्ही आधीच औदासीन्याच्या विळख्यात सापडला असाल, तर तुम्हाला त्यातून बाहेर पडणं खूप कठीण जाईल. पण पुढील महत्त्वाच्या पायऱ्यांद्वारे तुम्ही या बाहेर पडण्याच्या प्रक्रियेला सुरुवात तर करू शकता.

पहिली पायरी : तुमच्या हृदयावर पहारा द्या

तुम्ही जे पाहता, जे ऐकता, जे बोलता, त्यातून तुमच्या चैतन्यामध्ये तुम्ही कोणत्या गोष्टींना प्रवेश देता, त्याविषयी जागरूक रहा. डोळे, कान आणि तोंड ही हृदयाची तीन प्रवेशद्वारं आहेत. यातूनच निराशेची बीजं तुमच्या अंत:करणात प्रवेश करून तिथे रुजतात. एखाद्या गोष्टीमुळे तुमच्या अंत:करणाला त्रास होऊ द्यायचा की नाही, हे पूर्णपणे तुमच्या नियंत्रणात असतं. तुम्ही कोणत्या गोष्टीवर विश्वास ठेवता यावर ते अवलंबून असतं. कोणत्याही गोष्टीने त्रास करून घ्यायचा नाही, असा निश्चय करा. देवावर विश्वास ठेवा.

दुसरी पायरी : तुमच्या समस्यांशी बोला

तुमच्या समस्यां'विषयी' बोलण्याऐवजी तुमच्या समस्यां'शी' बोला. तुम्ही जे बोलण्याची तालीम करता, ते तुमच्या आयुष्यात, वास्तवात येतं व त्याला बळकटी मिळते. मार्क ११:२३मध्ये म्हटलं आहे, "आपण श्रद्धेने डोंगराला हलायला सांगितलं, तर तो जागचा हलेल."

तिसरी पायरी : तुमच्या आयुष्यात काही उणं असेल, तर देवाला तुमच्या गरजा भागवायला सांगा

तर मनन-चिंतन करून तुमच्या गरजेविषयी बोलण्यापेक्षा सरळ देवाला सांगा. येशू म्हणतो, "माझं नाव घेऊन तुम्हाला जे हवं ते देवाकडे मागा. तो ते तुम्हाला

देईल.'' (जॉन १६:२३-२४) आपल्याकडे एखाद्या गोष्टीची उणीव असेल, तर त्यासाठी उदास होण्याची गरज नाही. कारण देवाने आपल्याला हव्या असलेल्या वस्तू पुरवण्याचं वचन दिलं आहे. एवढंच नव्हे, तर आपण समृद्ध झालो, तर देवाला आनंद होतो.

चौथी पायरी : कृतज्ञ व्हा

तुम्हाला हवी ती गोष्ट मिळाली की, देवाचे आभार माना. आभार मानणं, देवाची स्तुती करणं, यामुळे औदासीन्य नाहीसं होतं. स्तुती ही शत्रूला वाटेतच थांबवते, त्याच्यातील शक्ती काढून घेते. देवाची स्तुती करण्यासाठी कोणतंही निमित्त शोधा आणि देवाचं स्तवन करा आणि बघा. औदासीन्याचं भूत पळून जाईल.

आयुष्यात आपल्याला चुकीच्या वाटणाऱ्या गोष्टींनी आपण गांजलेले असतो. त्यामुळेच आपल्याला वारंवार औदासीन्य येऊ शकतं. या औदासीन्यामुळे आपण सर्व गोष्टी, घडामोडी यथार्थरूपात पाहू शकत नाही; तसंच देवाचं म्हणणंही स्पष्टपणे ऐकू शकत नाही. तथापि जीवनातील परिस्थिती आणि घटना कालसापेक्ष असतात. म्हणजे त्या काही काळाने बदलणार असतात. औदासीन्याचे झटके हे, तुमचं लक्ष देवाकडे न राहता तुमच्या समस्यांवर केंद्रित व्हावं या हेतूने शत्रूने केलेले प्रयत्न असतात. म्हणून देवाचं स्तवन करा, तो तुमच्याशी किती चांगला वागत आला आहे, त्याची तुमच्यावर किती कृपा आहे, त्याचं चिंतन करा आणि या खिन्नतेला पळवून लावा. स्वत:ला देवाच्या 'शब्दा'ने संपृक्त करा. फक्त सकारात्मक, श्रद्धामय शब्दच बोला. तुम्ही सातत्याने हे करत राहिलात तर तुमच्या आयुष्यात उदासीनता आणणारा दिवस पुन्हा कधीही येणार नाही. आयुष्य आहे म्हटल्यावर बऱ्यावाईट गोष्टी घडतच राहणार. पण नकारात्मक भावनांपासून तुमच्या मनाचा बचाव करण्यासाठी देवाने तुम्हाला दिलेली अस्त्रं वापरायचा निर्धार करा आणि विषादाला निरोप द्या!

◆

१२

आपल्याला खीळ घालणारा न्यूनगंड

देवाने प्रत्येकालाच अद्वितीय गुण दिले आहेत. तुमच्याकडे असणाऱ्या गुणांचा शोध घ्या आणि त्यांवर विश्वास बाळगा.

प्रत्येकाच्या अंत:करणात आणि मनात एक राक्षस दडून बसलेला असतो. तो आपल्याला आनंद आणि समाधानाच्या, आपल्या हक्काच्या पातळीपर्यंत पोहोचू देत नाही. त्याच्यामुळे आपण आपली इतरांशी तुलना करू लागतो आणि आपल्या आयुष्यातील अद्वितीय उद्दिष्टं हरवून बसतो. त्याचं नाव आहे न्यूनत्व. ती नकारात्मक भावना आहे – आयुष्यांची आणि नात्यांची धूळधाण उडवणारी. जर आपण स्वत:कडे प्रामाणिकपणे बघायला सुरुवात केली आणि या भावनिक राक्षसाला त्याची जागा दाखवून दिली तर आपण जे आहोत, जसे आहोत तसा स्वत:चा स्वीकार करू. हातचं राखून न ठेवता स्वत:वर भरभरून प्रेम करू, जगण्याचा आनंद लुटू. त्यामुळे आपलं स्वत:शी असलेलंच नव्हे, तर इतरांशी असलेलं नातंही सुधारेल.

न्यूनगंड असलेल्या व्यक्तीला तुम्ही कधी भेटला आहात? माझ्यामते, आपणा सर्वांनाच आपल्या आयुष्यातील कोणत्या ना कोणत्या क्षेत्रात कधी ना कधी न्यूनत्वाची भावना जाणवली असणार. मग ते आपलं दिसणं, शिक्षण किंवा वैयक्तिक क्षमता यांसारखं कोणतंही क्षेत्र असेल. आपण स्वत:कडे बघतो, इतरांकडे बघतो आणि करतो तुलनेला सुरुवात. आपण स्वत:च्या किमतीचे टवके काढायला कधी सुरुवात करतो आणि आपल्याला जाणवलेल्या आपल्यातील उणिवांची भरपाई करण्याचे उपाय कधी शोधू लागतो, ते आपल्या लक्षातही येत नाही.

स्वत:ला कमी लेखणारी माणसं सदैव स्वत:ची इतरांबरोबर तुलना करत असतात. त्या मोजमापाने ती कधीही संतुष्ट होत नाहीत. न्यूनत्व हे कर्करोगासारखं

असतं. ते आपल्या भावनांमध्ये विष कालवतं आणि आपल्या मनात अपुरेपणाचा भाव ठाण मांडून बसतो. असे लोक स्वत:ला शक्तिहीन, अधिकारशून्य, नगण्य, लहान समजतात. जीवनातील कुठल्यातरी क्षेत्रात ते कमी आहेत, असं त्यांना वाटत असतं म्हणून, फक्त तेवढ्यासाठीच त्यांच्या आयुष्यातील बराच काळ ते दुसऱ्याला काहीतरी सिद्ध करून दाखवण्यात खर्ची घालतात.

स्वत:ला कमी लेखण्यामागे कितीतरी कारणं असतात. बालपणी मनावर झालेला प्रचंड आघात, आयुष्यात आलेले अनुभव किंवा परिस्थितीचा रेटा यामुळे आपल्या अंत:करणात न्यूनत्वाची बीजं रोवली जाऊ शकतात. यावर वेळीच उपाययोजना करून ते अंकुर उपटून टाकले नाहीत, तर अपुरेपणाच्या या भावनांचा आपल्या जीवनाच्या उद्दिष्टांवर, प्रेरणांवर, एवढंच नव्हे, तर कृतीवरही प्रभाव पडू शकतो. नैराश्य आणि सामर्थ्यहीनतेची भावना मनाला व्यापून टाकते. त्यामुळे आपण जसं वागायला लागतो, त्याचा परिणाम आपलंच नव्हे, तर आपल्या सहवासातील माणसांचंही नुकसान होण्यात होतो. न्यूनत्वाची भावना समजून घेतली पाहिजे. तिचं पृथक्करण केलं पाहिजे तरच आपल्याला खरं भावनिक स्वातंत्र्य आणि शांती अनुभवता येईल. मग आपण आयुष्यातील कोणत्याही टप्प्यावर असलो तरी चालेल.

इतर नकारात्मक भावनांप्रमाणेच न्यूनत्वाचाही उगम ॲडम आणि इव्हने ईडनच्या उद्यानात देवाची अवज्ञा केली त्यातूनच झाला आहे. निषिद्ध असलेल्या झाडावरील फळ खाण्याचं पाप त्यांनी केलं, तेव्हा त्यांना भयंकर दुष्परिणामांना सामोरं जावं लागलं. देवाच्या आयुष्याशी असलेलं, त्यांचं नातं तुटलं आणि भीतीच्या भुताशी त्यांचा संबंध जोडला गेला. त्यापाठोपाठ आजार, मृत्यू यांचंही आगमन झालं.

भावनांचं वर्चस्व प्रस्थापित होणं हा ॲडम आणि इव्हला पृथ्वीवर मिळालेल्या शापाचाच एक भाग होता. आधी ते देवाच्या अंकित होते, ते आता नकारात्मक भावनांच्या अधीन झाले. त्यांच्या पापामुळे, देवाने दिलेल्या भावनांसकट सगळंच वेडंवाकडं, सैरभैर झालं. देवाची अखंड साथसंगत संपुष्टात आली. स्वत:ची जपणूक, जोपासना करण्यातच त्यांचं आयुष्य खर्ची पडू लागलं. त्यांच्या मनातील देवाची जाणीव जाऊन तिची जागा स्वत:चाच विचार करण्याने घेतली.

तुम्ही नीट विचार केलात तर तुमच्या लक्षात येईल की, न्यूनत्व म्हणजे हेच तर आहे. फक्त स्वत:चाच विचार केल्यामुळे आपलं सगळं लक्ष स्वत:चेच प्रश्न, स्वत:चंच अपयश, स्वत:च्याच काळज्या यावर केंद्रित होतं. दुसऱ्यांना सुख कसं देता येईल, याचा विचारही आपल्या मनात येत नाही. हे म्हणजे दुसऱ्याच्या दृष्टीला 'आपण' कसे दिसतो, याचीच काळजी करणं. देवाने आपल्यासाठी ठरवलेल्या मापदंडापेक्षा वेगळ्याच मापदंडाने स्वत:चं मोजमाप करणं. अशा तऱ्हेने विचार करण्यामुळे आपण कृतघ्न आणि आत्मनिष्ठ होतो.

जेव्हा एखाद्याला न्यूनत्व येतं, तेव्हा त्याच्या भावनेच्या प्रांतात काहीतरी गडबड असते. ॲडम आणि इव्हने लक्ष्मणरेषा ओलांडल्यावर ॲडमच्या बाबतीत तेच तर झालं. त्याच्या भावना विकृत झाल्या आणि देवाकडे धावत जाण्याऐवजी तो देवापासून लपून बसला. एकेकाळी देवाच्या सोबतीमुळे मनात आत्मविश्वास, सुख, खात्री असलेला हा माणूस अचानक अंग चोरून झुडपाच्या आड लपून बसलेला दिसला. त्याच्या हातून घडलेल्या पापामुळे न्यूनत्वासारख्या नकारात्मक भावना त्याच्यात शिरकाव करू लागल्या.

आत आहे ते, बाहेर आलंच पाहिजे

सुखाची, समाधानाची सुरुवात आतून होते. जर आपण स्वत:च्या संदर्भात सुखी नसलो, तर आपण इतर कोणाबरोबरही सुखी होऊ शकत नाही. मग आपला जोडीदार, मित्र, जिवलग कितीही का चांगले असेनात. आपल्या स्वत:विषयीच्या भावना चांगल्या नसतील, तर आपण जे काही करतो, त्यावर आपल्या या आतल्या वाईट प्रतिमेचा ठसा उमटतो. स्वत:विषयी असमाधानी असलेल्या या दु:खी लोकांना इतर सुखी, यशस्वी लोकांच्या आनंदात सहभागी होणं कठीण जातं. न्यूनत्व जोपासणाऱ्या लोकांना इतरांच्या यशाचा आनंद साजरा करता येत नाही. कारण ते स्वत:ची त्या व्यक्तीशी तुलना करण्यात गुंतलेले असतात, त्यांच्यापेक्षा वरचढ ठरण्याचा प्रयत्नात असतात.

रोमन्स ३:२३मध्ये एक चित्तवेधक विधान केलं आहे, "सर्वांनीच पापं केली आहेत आणि सर्व जणच देवाच्या कृपेला पात्र व्हायला उणे पडतात." या उक्तीत येशूवर श्रद्धा ठेवणाऱ्या सर्व लोकांना सदाचरणी कसं करता येईल, ते सांगितलं आहे. कारण 'सर्वांनीच' पाप केलं आहे, त्यामुळे सर्व जण देवाच्या कृपेला पात्र व्हायला उणे पडतात. दुसऱ्या शब्दात सांगायचं तर, बागेत ॲडमकडून घडलेल्या चुकीचा परिणाम म्हणून आपण सर्व जणच पापी म्हणून जन्मलो आहोत. त्यामुळे पापविमोचनाची संधी सर्वांनाच मिळेल; पण या उक्तीत शब्दांच्या पलीकडचंही काही आहे आणि ते या न्यूनत्वाच्या बाबीवर प्रकाश पाडतं.

माणसाच्या अध:पतनामुळे आपण सगळेच कृपेपर्यंत पोहोचू शकत नाही. 'कृपा'या शब्दाचा या संदर्भात अर्थ होतो – 'देवाचं तुमच्याविषयी जे उद्दिष्ट आहे, त्यानुसार बनणं.' 'उणे पडणं' याचा अर्थ न्यूनत्व असा होतो.

जर आपण या व्याख्या एकत्र वाचल्या, तर ती उक्ती अशी होईल, "आपण जे बनावं असं देवाचं मूळ उद्दिष्ट आहे, त्यापेक्षा आपण सर्व जण पापामुळे उणे, न्यून होतो." आपल्या आयुष्यातील बऱ्याचशा दुर्बलता आणि समस्या न्यूनत्वातूनच उत्पन्न होतात. "मी कधी सुधारेन असं मला वाटत नाही," अशी पराभूत मानसिकता होण्याचं

मूळ कारणही हे पापच असतं. ही विचारपद्धती हा त्या शापाचाच परिणाम आहे.

न्यूनगंडाची सुरुवात आतूनच होते आणि विचार, बोलणे, कृती या मार्गाने तो हातपाय पसरतो. हा न्यूनगंडच त्या व्यक्तीचे इतरांशी होणारे व्यवहार नकारात्मक करून टाकतो आणि त्यांच्यामधील नात्याचा नाश करतो. न्यूनगंडामुळे व्यक्ती स्वत:चाच द्वेष करू लागते. तिचं स्वत:विषयीचं चांगलं मत उणावत जातं. ही मानसिकता त्या व्यक्तीच्या मनात भरवून देते, ''बाहेर जा. इतरांकडे बघ. लोकांसारखं होण्यासाठी स्वत:त बदल कर.'' माणसांनीच ठरवलेल्या शारीरिक प्रमाणाप्रमाणे होणं, हेच त्या व्यक्तीचं ध्येय बनतं. स्पर्धात्मक मत्सर आणि इतर अनेक भावनिक समस्यांमागची भूमिका हीच असते. लोकांना आतून जाणवणारं न्यूनत्व शेवटी बाहेरही दिसू लागतं.

देवाने मला धर्मोपदेशक म्हणून बोलावल्यानंतर, कित्येक वर्षं मी माझ्यातील न्यूनगंडाशी झगडत होतो. मी सतत माझी तुलना इतर धर्मोपदेशकांशी करत असे. जे काम करण्याकरिता मला बोलावण्यात आलं आहे, ते करण्याकरिता लागणारी योग्यता माझ्यात आहे का, तेच मला कळत नसे. आणि काय सांगू? या सगळ्या विचारांनी माझं डोकं पिकून गेलं आणि शेवटी मी ठरवलं, ''बस्स! ठरलं. इतरांसारखं कसं व्हायचं ते मला माहीत नाही. त्यामुळे मला जमेल तेवढं मी मला उत्तम घडवणार.'' खरंच. मी इतर सर्वांसारखं बनण्याचा प्रयत्न केला होता. जेव्हा देवाने मला जसं घडवलं आहे – माझ्या व्यक्तिमत्त्वापासून ते माझ्या शिकवण्याच्या शैलीपर्यंत – तसं मी स्वत:ला स्वीकारलं तेव्हाच माझी न्यूनगंडातून सुटका झाली. स्वातंत्र्याचा हा अनुभवही माझ्या आतून सुरू झाला आणि त्याची फळं बाहेर दिसू लागली.

न्यूनत्वाचा आकृतिबंध

न्यूनत्व हे वाढतच असते आणि ते आपल्याला नकारात्मक भावनांच्या चाकोरीतून गरगरवत पुढे नेत असते. त्याचा प्रवास असा होतो –

१. पापामुळे आपण देवाच्या पसंतीस उणे पडतो. देवाबरोबरचं नातं नीट नसल्यामुळे आपण धिक्काराला पात्र होतो. त्यामुळे आपल्याला आणखीच उणं पडल्यासारखं वाटतं.

२. अशा या उणं पडण्यामुळे आपण न्यूनत्वाच्या अधीन होतो. आपले दोष, कमतरता यांचा आपण मनातल्या मनात सतत विचार करत राहतो. वेगवेगळ्या क्षेत्रांत इतरांशी बरोबरी करू न शकणारी व्यक्ती म्हणून आपण स्वत:कडे बघायला लागतो. एकदा आपलं न्यूनत्व या टप्प्याला पोहोचलं की, असुरक्षितता, मत्सर, गर्व-श्रेष्ठत्वाचा खोटा आभास वगैरे नकारात्मक भावनांना दारं उघडली जातात.

३. न्यूनत्वातून उत्पन्न झालेल्या नकारात्मक भावना दुर्बलतेला जन्म देतात आणि त्यातून उद्‌भवतं नैराश्य, संताप. स्वत:ला दुर्बल समजणारी माणसं इतरांना कह्यात ठेवण्याकरिता संतापाची ढाल करतात.

न्यूनत्व अनुभवणारी व्यक्ती इतरांना आपल्या ताब्यात ठेवू पाहते. न्यूनत्व आपल्याला दुसऱ्याची सेवा करण्याऐवजी दुसऱ्यावर सत्ता गाजवायला प्रवृत्त करतं. ज्या गोष्टींवर अधिकार गाजवायचा, त्या गोष्टींचीही आपल्याला भीती वाटू लागते. देवाची लेकरं म्हणून, आपण आपला देह आणि शारीरिक बाबतीत आपल्या विरोधात उद्‌भवणाऱ्या गोष्टी आपल्या नियंत्रणाखाली ठेवल्या पाहिजेत. अर्थात, आपल्या अधिकाराचा उपयोग आपण दुसऱ्यांवर सत्ता गाजवण्यासाठी करावा, असा याचा अर्थ होत नाही.

लूक १०:१९मध्ये 'शब्द' सांगतो की, आपली शत्रूवर व तो आपल्याकडे जे फेकतो, त्यावरही सत्ता चालते. पृथ्वीच्या वरील आणि पृथ्वीच्या पोटातील संसाधनांवर आपला अधिकार असतो. या क्षेत्रावर आपली सत्ता असावी असं देवाला वाटतं.

आमच्या लग्नाच्या वेळी आमच्यात झालेला करार, माझ्यातील न्यूनत्वाच्या प्राबल्यामुळे मी तिच्यावर वर्चस्व गाजवावं वा तिला गौण लेखावं, याविषयी नव्हता, हे मला समजून घ्यावं लागलं. मला न्यूनत्व जाणवत होतं, म्हणून तिच्यावर निर्दयपणे हुकमत गाजवायचा हक्क मला होता, असं नाही.

बरेच पुरुष न्यूनत्वाच्या भावनेशी झगडत असतात आणि त्याचा शेवट त्यांचा संसार विसकटण्यात होतो. खरंतर, लग्नाच्या नात्यात न्यूनगंडाला स्थान नसतं. पतिपत्नी दोघांनी देवाच्या आधिपत्याखाली राहिलं पाहिजे, तर ते दोघं एकमेकांना वरदान ठरू शकतात. न्यूनत्वाच्या भावनेबाबत काही पावलं उचलली नाहीत तर निरोगी, आनंदी नातं तयार होणं अशक्य आहे. आपण आपल्या आयुष्यात नवीन आकृतिबंध तयार केले, आपले विचार बदलले, तर आपल्या स्वत:विषयीच्या भावनांमध्येही बदल घडून येतील.

न्यूनगंडाची लक्षणं

न्यूनत्वाची ठळक लक्षणं दिसून येतात. ती कळल्यामुळे आपण कुठे आहोत हे कळायला मदत होईल आणि त्या क्षेत्रात तडजोड करणं आवश्यक आहे, हेही स्पष्ट होईल.

पहिली गोष्ट म्हणजे न्यूनत्वामुळे श्रेष्ठत्वाचा आव आणण्याची मानसिकता निर्माण होते. त्यामुळे आपल्या वागण्या-बोलण्यात 'मी तुझ्यापेक्षा सरस आहे' असा भाव दिसतो. या उद्धटपणाचा उगम स्वत:मध्ये उणेपणा असण्याच्या भावनेतून होतो. रोमन्स १२:३ सांगतं की, आपण जसे आहोत, त्यापेक्षा आपल्याला उगीचच

मोठं समजू नये. स्वत:ला इतरांपेक्षा श्रेष्ठ समजणारी माणसं खरंतर त्यांच्या मनात दडलेल्या अपुरेपणाच्या भावनेला झाकण्यासाठी तो मुखवटा लावत असतात.

दुसरी गोष्ट म्हणजे न्यूनत्वामुळे आपल्याला, सतत इतरांवर प्रभाव पाडत राहावं, आपण किती थोर, कर्तृत्ववान आहोत हे सिद्ध करत राहावं, याची गरज वाटते. यात आपली चूक अशी असते की, देवाने आपल्याला काय करण्यासाठी इथे बोलावलं आहे, तेच आपण विसरतो आणि आपण जे नाही आहोत ते असल्याचं नाटक फक्त इतरांवर प्रभाव पाडण्यासाठी म्हणून करतो. हे स्पष्टपणे न्यूनत्वाचं लक्षण आहे.

बढाया मारणं हे न्यूनत्वाचं आणखी एक लक्षण आहे. जास्त करून स्वत:विषयी, स्वत:च्या क्षमतांविषयी, स्वत:च्या कर्तृत्वाविषयी बोलत राहणारे लोक तुम्हाला भेटले आहेत का? या प्रकारच्या माणसांचं बोलणं फसवं असतं. या फुशारक्या, गर्वाने फुगण्याआड न्यूनत्व दडलेलं आहे असं खुशाल समजावं.

दुसऱ्या कॉरिंथिअन्स १०:१३मध्ये म्हटलं आहे, “दुसऱ्या दृष्टीने पाहिलं तर योग्य व्याप्तीपेक्षा, तसंच योग्य मर्यादेपेक्षा जास्त आत्मप्रौढी आम्ही करणार नाही. तर आम्ही ती देवाने घालून दिलेल्या मर्यादेतच (आमच्यावर सोपवलेल्या कामगिरीच्या) ठेवू. देवाने ही मर्यादा आपलं मोजमाप म्हणून घालून दिली आहे. ती तुमच्यापर्यंत पोहोचते आणि तुम्हालाही समाविष्ट करते.'' (ॲम्प्लि). आपण फुशारक्या मारता कामा नयेत. आपले विचार नेमस्त, वस्तुस्थितीला धरून असावेत. आपल्याला 'ग'ची बाधा होणार नाही यासाठी प्रयत्न करावेत. नेमस्त विचारसरणी समतोल असते आणि ती स्वत:कडे आणि जीवनाकडे समतोल व यथायोग्य दृष्टीने पाहते.

त्याचप्रमाणे न्यूनत्व असणारी माणसं आकसाने स्वत:मधील त्रुटी कबूल करतात आणि लगेचच इतरांमधील त्रुटींवरही बोट ठेवतात. त्यांनी असं करण्यामागे असलेलं कारण म्हणजे, ज्या क्षेत्रात ती माणसं इतरांवर टीका करतात, त्या क्षेत्रात ती अगोदरपासूनच स्वत:ला न्यून लेखत असतात.

न्यूनत्वाची इतर लक्षणं अशी आहेत.

* इतरांना छळणं. दुसऱ्यांच्या मर्यादांचा अनादर करणं.
* आपल्याशी कोणी सहमत न झाल्यास, तो आपल्यावरील हल्ला समजणं.
* कोणी विरोध केला किंवा आपल्या चुकीची दुरुस्ती केली तर त्याला मानहानी समजणं.
* आपल्या समस्यांसाठी इतरांना दोष देणं. आपण जिथे आहोत त्याची जबाबदारी न स्वीकारणं.

* आपण जे साध्य केलं आहे, त्यावरून किंवा आपल्या दिसण्यावरून आपली किंमत ठरवणं.
* चिडखोर, सहजपणे दुखावला जाणारा, सहजासहजी घायाळ होणारा असा स्वभाव असणं.
* दुसऱ्याची निंदा करणं व स्वत: बचावात्मक पवित्रा घेणं.
* स्वत:च्या समाधानासाठी इतरांचे दोष काढत बसणं.

उपाय

तुम्ही जर न्यूनत्वाशी संघर्ष करणार असाल, तर आशेला जागा आहे. आत्म्याच्या इतर कोणत्याही आजाराप्रमाणे, न्यूनत्वातून सुटण्याचा मार्गही देवाने तयार केला आहे. त्यानुसार आपण न्यूनत्वातून पूर्णपणे मुक्त होऊ शकतो. येशूच्या रक्ताने न्यूनगंडाचा आणि त्यातून निर्माण झालेल्या सर्व नकारात्मक भावनांचा नि:पात केला आहे.

येशूच्या रक्ताने आपल्यासाठी काय काय साध्य केलं आहे, हे समजून घेणं ही या विघातक भावनेचा समूळ नाश करण्याची पहिली पायरी आहे. परंपरागत धर्मात येशूच्या रक्ताचा संदर्भ येतो. पण त्या रक्ताचा आणि लोकांच्या रोजच्या जीवनातील गोष्टींचा, धडपडींचा, संघर्षांचा काय संबंध आहे, हे बऱ्याच लोकांना खरोखरच माहीत नसतं. त्याची जाणीव, ज्ञान आणि समज या गोष्टी स्वातंत्र्य आणि मुक्तीसाठी अतिशय आवश्यक आहेत.

येशूच्या रक्ताने आपल्यासाठी काय काय साध्य केलं आहे, हे समजून घेतलं तर आपण देवासमोर कधीही जाऊ शकतो आणि तो हात पसरून आपला स्वीकार करतो, या जाणिवेने आपल्याला आत्मविश्वास येतो. येशूच्या रक्तामुळेच, अपराधी भावना, निंदा, न्यूनत्व या कशाची भीती न बाळगता आपण देवाच्या सान्निध्यात जाऊ शकतो. कठीण प्रसंगी आपण देवाचा धावा करू शकतो आणि तो नक्की आपल्या मदतीला धावून येणार, असा विश्वास बाळगू शकतो.

देवासमोर आपली बाजू मांडणारा वकील आपल्याजवळ असल्यामुळे आपल्याला ठाऊक आहे की, "आपण जर आपल्या पापांची कबुली दिली, तर तो निष्ठावान व न्यायी देव आपल्याला क्षमा करील. आपले पापक्षालन करील." (१जॉन९). येशूच्या रक्तामुळे आपल्या चैतन्याला, आत्म्याला, एवढंच नव्हे तर शरीरालाही निरोगीपणा मिळू शकतो. देवाजवळ जाऊन प्रार्थना करतानाही "देवा, तू माझी प्रार्थना ऐकावीस एवढी माझी योग्यता नाही. मी कुठेतरी कमी पडत आहे असं मला वाटतं," असं म्हणण्याऐवजी, "देवाच्या सिंहासनासमोर धीटपणे येऊन प्रार्थना करण्याचा आणि उत्तर मागण्याचा हक्क मला रक्ताच्या बदल्यात मिळाला आहे. हो, मला हक्क मिळाला आहे." असं आपण म्हणू शकतो.

आपल्याला मिळालेल्या ईश्वरी देणग्या आणि प्रतिभेमुळेच आपल्यात त्रुटी उत्पन्न होतात. पण देवामध्ये आपण सारं काही करू शकतो. जेव्हा आपण स्वत:शी म्हणतो की, आपण एखादी गोष्ट करून शकणार नाही, तेव्हा खरंतर, येशू ही गोष्ट करू शकत नाही असा त्याचा अर्थ होत असतो. भावनांच्या दबावाखाली राहण्याचा – यात न्यूनत्वाच्या भावनेला बळी पडण्याचाही अंतर्भाव होतो. आपल्याला लागलेला शाप येशूने नाहीसा करून टाकला. आपण जेव्हा देवाशी नातं जोडतो, तेव्हा त्याच्याच डोळ्यांनी आपण स्वत:कडे बघतो. त्यामुळे आपण आपल्याला वेगळेच दिसतो. मग इतरांशी स्पर्धा किंवा तुलना करण्याची गरजच उरत नाही. देवाने आपल्याला दिलेल्या विलक्षण देणग्या, प्रतिभा आणि क्षमता यांवर आपला विश्वास असतो. त्यामुळेच या गोष्टी इतरांत आढळल्यास आपण त्यांची प्रशंसा करतो. थोडक्यात, आपण जसे आहोत तसे सुखी असतो. आपण देवामुळे फक्त जगतो, हालचाल करतो, अस्तित्वात असतो असं नाही. तर आपला देवावर नितांत विश्वासही असतो.

न्यूनत्वमुक्त आणि देवाच्या करुणेने भरलेलं जीवन जगण्यासाठी खालील पावलं उचला.

पहिलं पाऊल : तुमच्या आयुष्यासंबंधी देवाची योजना काय आहे, याचा शोध घेऊन त्यानुसार वागा

फिलिपिअन्स २:१३मध्ये म्हटलं आहे, “कारण देव त्याचं सुखनिधान तुमच्यात इच्छितो आणि ते प्रत्यक्षात करतो.” देव आपल्यात कार्यरत असतो आणि तोच आपल्याला शक्ती देतो.

दुसरं पाऊल : देवाच्या मापाने स्वत:ची किंमत करा

देवाचं माप हे प्रेमाचं माप आहे. जेव्हा तुम्हाला न्यूनत्व असलेला एखादा माणूस आढळतो, तेव्हा तो स्वार्थी असल्याचंही आढळतं. दुसऱ्याशी तुलना करून स्वत:ला कमी लेखणं सोडा. तुमच्या विचारांचा केंद्रबिंदू स्वत:वरून हटवून इतरांकडे न्या आणि त्यांना सुखी करण्याचा प्रयत्न करा.

तिसरं पाऊल : स्वत:ला देवाच्या ताब्यात द्या

तुम्हाला मिळालेल्या ईश्वरी देणग्या आणि क्षमता या रोजच्या रोज देवाला त्याच्या उपयोगासाठी उपलब्ध करून द्या. असं करण्यामुळे देव तुम्हाला जे देणार आहे, त्यासाठी तुमच्या आयुष्याची दारं उघडतात.

चौथं पाऊल : खोट्या आशा बाळगू नका

वैभवाची स्वप्नं बघणं सोडा. या क्षणी तुमच्या आयुष्यात तुम्ही कुठे आहात

आणि तुमच्याजवळ सध्या असणाऱ्या संसाधनांच्या जोरावर तुम्ही कुठपर्यंत मजल मारू शकता, याचा वास्तववादी विचार करा.

लक्षात ठेवण्यासारखी सर्वांत महत्त्वाची गोष्ट म्हणजे तुम्ही तुमच्याकडे किंवा तुमच्या क्षमतांकडे कसंही बघत असलात, तरी न्यूनत्वावरील देवाची प्रतिक्रिया असते – "तुम्ही कोण आहात, त्यामुळे काहीही फरक पडत नाही. तुम्हाला जे काही पाहिजे ते 'मी' आहे." जे करण्यासाठी तुमचा जन्म झाला आहे, ते करण्यात तुमच्या काही मर्यादा आड येत असतील, तर तुम्ही स्मरत रहा की, तुम्हाला फक्त 'देवा'ची गरज आहे. तुम्हाला कधी न्यूनत्वाची जाणीव पोखरत राहिली, तर म्हणा, "तुम्हाला माहीत आहे? देव हे माझं उगमस्थान आहे आणि मला फक्त त्याचीच गरज आहे." समजा अजून तुमचा व्यवहार पूर्ण झाला नाही, पाच वर्षं आली आणि गेली; पण अजून योग्य जोडीदार भेटला नाही, तर या साध्या सत्याचं स्मरण करा. तुमची किंमत वाढेल आणि तुमच्या समोरील संधीही वाढतील.

पाचवं पाऊल : देवाने तुम्हाला दिलेल्या देणग्यांची जाणीव ठेवा, किंमत ठेवा

प्रत्येकाकडे काही ना काही अद्वितीय गुण असतातच. इतरांकडे नसणाऱ्या आणि तुमच्याकडेच असणाऱ्या गुणांचा शोध घ्या. त्यांचा विश्वास बाळगा. त्यामुळे तुम्ही तुलनांच्या सापळ्यातून मुक्त व्हाल.

सहावं पाऊल : तुम्ही कोण आहात, देवाने तुम्हाला कोणते अधिकार दिले आहेत ते समजून घ्या

रेव्हिलेशन १:६मध्ये म्हटलं आहे, "आणि (त्याने) आपल्याला देवाचे आणि त्याच्या 'पित्या'चे राजे आणि धर्मोपदेशक बनवलं आहे. त्याचा गौरव आणि आधिपत्य सदासर्वकाळ राहो. तथास्तु!" तुम्हाला राजा बनवलं आहे. राजा कसा वागतो याचा विचार करा. तो कोण आहे, त्याचा दर्जा काय आहे, हे त्याला ठाऊक असतं. तो काय करू शकतो आणि काय करू शकत नाही, असे प्रश्न तो विचारत नाही, कारण राजपदाबरोबरच त्याच्याकडे काही विशेषाधिकारही आलेले असतात. तो कायदे बनवतो, त्याची अंमलबजावणी करतो आणि परिस्थिती पाहून निर्णय घेतो. त्याच्या क्षमतांना लोक मान्यता देतात. त्यांचा आदर करतात. आपण कोण आहोत, याची जाणीव असल्यामुळे तो स्वत:ची तुलना लोकांशी करत नाही.

आपण जे कोण आहोत, त्याचा स्वीकार करणं. ही न्यूनत्वावर मात करण्याची गुरुकिल्ली आहे. राजाची मुलं या नात्याने आपण मनापासून इतरांची सेवा करतो, कारण देवाने दिलेल्या या वंशपरंपरेवर आपला पूर्ण विश्वास असतो. ज्याला आपण आधीपासूनच राजा आहोत, हे समजत नसतं, तोच इसम श्रेष्ठत्वाचा टेंभा मिरवतो

आणि इतरांची सेवा करणं त्याला कठीण जातं. पण तुम्ही कोण आहात आणि तुम्ही 'कोणाचे' आहात, हे जेव्हा तुम्हाला कळतं, तेव्हा तुम्ही या ढोंगांपासून मुक्त होता आणि देवाच्या प्रेमाच्या छत्रछायेखाली येता.

तर वेळ आली आहे राजाची मानसिकता स्वीकारून आपल्या आयुष्यातील न्यूनगंडांना पराभूत म्हणून घोषित करण्याची. देवाने आपणा सर्वांना सामर्थ्य आणि क्षमता बहाल केली आहे. फक्त आपल्याला ती ओळखता आली पाहिजे. आपण देवासाठी खरोखर कोण आहोत, याची जाणीव ठेवून जगलं पाहिजे. त्यामुळे आपल्यातील अपुरेपणाच्या भावना नाहीशा होतील. आपल्या आत असलेली अद्वितीय ईश्वरी देणगी आपण पूर्णपणे विकसित करू शकू.

◆

१३

संदेह : प्रगतीतील अडथळा

देवाने आपल्यासाठी काय केलं आहे, याचं सदैव स्मरण ठेवावं; आपण देवासाठी काय केलं आहे याचं नव्हे. अशा स्मरणानेच आपला विश्वास वाढतो.

आपल्या आयुष्यातील प्रगतीला पूर्णपणे खीळ घालणारी नकारात्मक भावना जर कोणती असेल, तर ती आहे स्वत:बद्दलचा संदेह. स्वत:बद्दलच्या संदेहामुळे आपण आपल्या श्रद्धेवर ठाम राहत नाही आणि त्यामुळे उत्पादक व यशस्वी जीवन जगण्याच्या आपल्या क्षमतेवर घाला येतो. देवाच्या व्यवस्थेत सर्व गोष्टी श्रद्धेवर चालतात. पण जेव्हा आपल्या मनात आणि हृदयात संदेह शिरतो, तेव्हा देवाच्या 'शब्दा'वर विश्वास ठेवून त्याप्रमाणे आचरण करण्याची आपली क्षमता नष्ट होते.

मी स्वत:विषयी संदेह म्हणतो तेव्हा मला काय अभिप्रेत असतं? मी कोणाचं वर्णन करत असतो? साध्या शब्दात सांगायचं, तर मी ज्या व्यक्तीचं वर्णन करत आहे, तिला स्वत:विषयी, स्वत:च्या क्षमतांविषयी, ती येशूमध्ये कोण आहे याविषयी, तिच्या आयुष्याच्या उद्दिष्टांविषयी शंका असतात. ती व्यक्ती अख्खा दिवस स्वत:लाच प्रश्न विचारत असते. आत्मविश्वासाने वावरण्याऐवजी प्रश्न विचारण्यावर तिचा भर असतो.

अशा तऱ्हेने प्रश्न विचारणं हे देवाला शंका विचारण्यापेक्षा वेगळं आहे. उदाहरणार्थ, जेव्हा मेरीला देवदूताने सांगितलं की, पुरुषाशी संबंध आल्याशिवायच तिला गर्भधारणा होईल, तेव्हा तिने विचारलं, "हे कसं शक्य आहे?" मेरीचा प्रश्न योग्य होता, कारण तिला मिळालेला आदेश नैसर्गिक नियमांच्या विरुद्ध होता. निसर्गनियमांप्रमाणे लैंगिक संबंधाशिवाय किंवा शुक्रजंतूशिवाय मूल होणं, ही अशक्य गोष्ट आहे. देव ते कसं घडवून आणणार हे कळलं नसूनही मेरीने त्या देवदूताचं अक्षरन्‌अक्षर खरं मानलं आणि त्याने सांगितलेल्या गोष्टीवर विश्वास

ठेवला. तिच्या प्रश्नातून शंका किंवा अविश्वास दिसून येत नव्हता. उलट देवाने दिलेल्या उत्तरामुळे तिची श्रद्धा अजूनच बळकट झाली.

उलटपक्षी, हेरोड राजाने बाप्तिस्मा करणाऱ्या जॉनला तुरुंगात टाकलं, तेव्हा जॉनने देवावर विश्वास ठेवण्याऐवजी, त्याला प्रश्न विचारायला सुरुवात केली. लक्षात घ्या, जॉन हा येशूचा चुलतभाऊ होता. देवाने येशूला 'देवाचा पुत्र' म्हणून मोठ्या आवाजात घोषित केलं, तेही त्याने ऐकलं होतं. तरीही तुरुंगात असताना नकारात्मक भावनांनी जॉनवर वर्चस्व गाजवलं. देवाने सांगितलेली गोष्ट ध्यानात ठेवून तो तेच मनाशी धरून राहिला असता, तर मुक्तीचं दार त्याच्यासाठी उघडलं असतं. पण येशू त्याला कैदेतून सोडवायला आला नाही, म्हणून तो दुखावला गेला. परिणामी देवाने सांगितल्याप्रमाणे 'येशू खरंच देवाचा पुत्र आहे का', अशी शंका तो घेऊ लागला.

मॅथ्यू ११:२-३मध्ये म्हटलं आहे, "येशू ख्रिस्ताच्या कार्याचं वृत्त तुरुंगात असलेल्या जॉनच्या कानी आलं, तेव्हा त्याने आपले दोन शिष्य येशूकडे पाठवले आणि त्यांच्याकरवी त्याला विचारलं, "जो येणार आहे तो तूच आहेस की आम्ही दुसऱ्या कोणाची वाट पाहावी?" खरंतर जॉन विचारत होता, "तुला देवाचा पुत्र समजतात. मग तू मला मदत करायला का आला नाहीस?" प्रश्न विचारणं हा शंकेचा पुरावा आहे. एकदा का मनात शंका आली की, आपल्याला देवाची कृपा मिळण्याचं बंद होतं. "ठीक आहे! पण देव जर सर्वशक्तिमान आहे, तर असं का घडलं?" असं म्हणणाऱ्या लोकांच्या बाबतीत हेच होतं. ते असं विचारतात, तेव्हा त्यांना कारण जाणून घ्यायचं नसतं, तर हा दुःखद प्रसंग घडायलाच नको होता, असं त्यांना वाटत असतं. याचा परिणाम म्हणजे देवाचं प्रेम, शक्ती खरी आहे का, याविषयी त्यांना संशय येऊ लागतो.

तुमच्या मनात संदेह आहे का, हे तुम्हाला खात्रीपूर्वक कळत नसेल, तर तुमच्या मनात उद्‌भवणाऱ्या प्रश्नांची चिकित्सा करा. मग ते प्रश्न तुम्ही आता ज्या परिस्थितीतून जात आहात, त्याविषयी असतील किंवा तुमच्या आध्यात्मिक वळणाविषयी असतील. उदाहरणार्थ, तुम्ही प्रार्थना करत असताना वाटेल, 'आता बायबल वाचायला हवं होतं.' वाचताना तुम्ही स्वतःला विचाराल, 'मी आता प्रार्थना करायला हवी होती का?' तुम्ही झोपलात की तुम्हाला वाटेल, 'आपण जागं राहून दुसरं काहीतरी करत असायला हवं होतं.' किंवा तुमचं लग्न झालं असेल, तर तुम्हाला वाटू शकतं, 'अरेरे! उगीच लग्न केलं!' आणि अविवाहित असाल, तर 'लग्न करायला हवं होतं' असं वाटत राहील. स्वसंदेह म्हणजे तुम्ही काय करत आहात आणि आयुष्यात कोठे आहात याविषयी एकाचवेळी परस्परविरोधी भावना सतत असण्याची स्थिती.

जरी 'शब्द' काय सांगतो, हे आपल्याला ठाऊक असलं, तरी या स्वसंदेहामुळे आपल्या आयुष्याच्या काही क्षेत्रांत शंका आणि भीती उत्पन्न होते. त्यामुळे आपल्या मनात प्रश्न उद्भवतो की, खरोखरच 'शब्द' हा आपला अंतिम आधार आहे का? आणि आपल्या श्रद्धेलाच सुरुंग लागतो.

जेव्हा आपल्याला संदेह पडतो, तेव्हा आपली मन:स्थिती द्विधा होते. आपल्या भावना आणि बुद्धी विरुद्ध 'शब्दा'चं तत्त्वज्ञान, या दोन वेगवेगळ्या विचारधारांमध्ये आपण हेलकावे खात असतो. या दोलायमान मन:स्थितीमुळे आपली आयुष्यं अस्थिर होतात. जेम्स १:८मध्ये म्हटलं आहे की, द्विधा मन:स्थिती असणारा माणूस काही बाबतीतच अस्थिर असतो असं नाही, तर तो सर्वच बाबतीत अस्थिर असतो. आपल्या हृदयात आणि मनात शंकेने घर केलं की, देवाचं बोलणं ऐकण्यावर व देवाकडून घेण्यावर लक्ष केंद्रित करायच्या आपल्या क्षमतेला मर्यादा पडतात.

आपल्या विश्वासावर हल्ला

स्वसंदेह हा थेट आपल्या विश्वासावर झालेला हल्ला आहे. द्विधा मन:स्थितीचा परिणाम आपली श्रद्धा डळमळीत होण्यावर होतो आणि एकदा का आपली श्रद्धा डळमळीत झाली की, आपल्याला कोणताच आधार राहात नाही.

श्रद्धा म्हणजे आपल्या देवावरील व त्याच्या 'शब्दा'वरील आपल्या विश्वासाची अभिव्यक्ती. त्यामुळे शत्रू नेहमीच त्या विश्वासाला सुरुंग लावण्याचे मार्ग शोधत असतो. शंका ही तो वापरत असलेल्या प्राथमिक डावपेचांपैकी एक आहे. आपण 'शब्दा'त पाहत असलेल्या गोष्टी, देवाने सांगितलेल्या आणि आपल्याला दाखवलेल्या गोष्टी, आपल्या आयुष्याविषयीचा देवाचा आदेश, देवाकडून आल्या आहेत अशी खात्री असलेल्या सर्व गोष्टी यांविषयी आपल्या मनात प्रश्न, संशय उत्पन्न करणं हे सैतानाचं उद्दिष्ट आहे. देवाने सांगितलेलं खरोखरच सत्य आहे का, याविषयी शंका निर्माण करायला एखादी सूचना किंवा एखादा विचारही पुरेसा आहे. ही सूक्ष्म फसवणूकच आहे.

लक्षात घ्या, येशूने आपल्यासाठी जे काही केलं, त्यावर आपण विश्वास ठेवावा असं शत्रूला वाटत नाही. येशूच्या रक्तामुळे आपण सदाचरणी बनवले गेलो आहोत किंवा आपल्या पापांना क्षमा मिळण्याचा आपल्याला हक्क आहे, यावर आपण विश्वास ठेवावा, असं शत्रूला वाटत नाही. खास करून त्याला, देवाच्या आपल्यावरील प्रेमाबद्दल आपल्या मनात शंका उत्पन्न करायची आहे. त्यामुळे इच्छित गोष्ट मिळाली नाही, तर आपण देवा'कडे' धावत जाण्याऐवजी देवा'पासून' दूर जाऊ.

विश्वास एवढा महत्त्वाचा का आहे याविषयी हिब्रूज १०:३५मध्ये म्हटलं आहे, "म्हणून तुमचा विश्वास ढळू देऊ नका. कारण त्यात फळाची भरपाई असते." तुम्ही

तुमचा विश्वास ढळू दिला नाहीत, तर तुम्हाला खात्रीने त्याचं फळ मिळेल. त्याच्याशी मोबदला जोडलेलाच असतो. या दृष्टीने पाहिलं, तर आपल्या या विश्वासाच्या निर्णायक क्षेत्रावर घाला घालण्यासाठी शत्रू काहीही करू शकतो, या वाक्यात तथ्य आहे, असं वाटतं. आपल्या प्रार्थना, देवाचा 'शब्द', देव आपल्याविषयी जे बोलला आहे ते, यापैकी कशावरही आपण विश्वास ठेवू नये, असं त्याला वाटतं.

'दुसरा विचार घेणं' असं जे मी म्हणतो, त्यातूनच संदेह निर्माण होतो. जेव्हा देवाच्या 'शब्दा'ला विसंगत असलेल्या गोष्टीचा आपण स्वीकार करतो आणि देवाने सांगितलेल्या गोष्टीपेक्षा त्या विसंगत गोष्टीचं जास्त चिंतन करतो, तेव्हा संदेह निर्माण होतो. एकदा का त्या विचाराने आपल्या मनात घर केलं, की आपलं मन द्विधा होऊ शकतं.

संदेह आणि त्याचा परिणाम यांचं उत्कृष्ट उदाहरण म्हणजे पीटर पाण्यावरून चालला, त्याचा वृत्तान्त. येशूप्रमाणेच त्याने, श्रद्धा आणि विश्वासाच्या बळावर निसर्गनियमांवरही कसा विजय मिळवता येतो, त्याचं प्रात्यक्षिक दाखवलं. पण ज्या क्षणी त्याची श्रद्धा डगमगू लागली, त्याच्या मनात संदेह शिरला, त्याच क्षणी तो बुडायला लागला.

> ''पीटर येशूला म्हणाला, ''खरंच जर तुम्ही प्रभुजी आहात, तर मला पाण्यावरून चालत तुमच्याकडे येण्याची आज्ञा द्या.'' येशू म्हणाला, ''ये.'' तेव्हा पीटर पाण्यावरून चालत येशूकडे निघाला. पण सोसाट्याचा वारा बघून तो घाबरला आणि बुडू लागला तेव्हा तो ओरडला, ''प्रभुजी, मला वाचवा.'' त्या क्षणी येशूने आपले हात पुढे करून त्याला धरलं आणि म्हटलं, ''किती दुबळी तुझी श्रद्धा! तुझ्या मनात संदेह का निर्माण झाला?''
> मॅथ्यू (१४:२८-३१)

होडीतून उतरून येशूप्रमाणे पाण्यावर चालण्याइतकी त्याची देवावर श्रद्धा होती. पण आजूबाजूच्या परिस्थितीकडे त्याचं लक्ष गेलं. वारा आणि लाटा बघून तो भांबावला आणि त्याची श्रद्धा डळमळली. खवळलेला समुद्र आणि सोसाट्याचा वारा बघून, त्याच्या मनात कोणते विचार आले असतील, याची तुम्ही कल्पना करू शकता? 'बापरे! केवढ्या मोठ्या लाटा ह्या! मी कोणत्याही क्षणी बुडू शकेन.' या विचारांना खरं मानून त्याची नजर येशूवरून ढळली. त्याच्या मनात स्वत:विषयी आणि देवाविषयीही संदेह उत्पन्न झाला. त्याच्या विश्वासाला तडा गेला आणि तो बुडू लागला.

ॲडम आणि इव्हला देवाने जे सांगितलं होतं, त्यापेक्षा त्यांनी वेगळा विचार केला आणि ईडनच्या उद्यानात स्वत:ला धोक्यात घातलं. जेव्हा शत्रूने येऊन इव्हला सांगितलं की, देवाने मनाई केलेल्या झाडावरील फळ तिने खाल्लं तर तीही

देवासारखीच होईल, तेव्हा देवाच्या सांगण्याच्या विरोधात असणाऱ्या त्या सूचनेला ती बळी पडली. त्या बागेत स्वत:ला कसं ताब्यात ठेवावं याविषयीच्या सूचना देवाने तिला व ॲडमला आधीच दिल्या होत्या, तरी त्यांनी वेगळ्या विचारांना मनात प्रवेश करू दिला. परिणामी त्यांनी देवाची अवज्ञा केली आणि स्वत:ला देवाच्या वरदानापासून वंचित केलं. शत्रूने त्यांच्या मनात संदेहाची बीजं पेरून, देवाने जे सांगितलं होतं त्यावरील त्यांचा विश्वास घालवला.

आपल्या आयुष्यालाही हे लागू पडतं. आपण अगदी उत्साहाने आणि आत्मविश्वासाने एखादी गोष्ट करायला सुरुवात करतो. पण आजूबाजूला काय चाललं आहे, ते पाहिलं की, आपली शक्तीच जाते. असं कितीदातरी घडलं आहे ना? एखादी अशक्य वाटणारी गोष्ट करायचा आपण निर्धार केला किंवा खूप श्रद्धेची आवश्यकता असलेली गोष्ट करायचं ठरवलं; पण बाहेरील गोष्टींच्या प्रभावामुळे आपलं लक्ष उडालं.

जेव्हा देवाने मला 'वर्ल्ड चेंजर्स चर्च इंटरनॅशनल'ची स्थापना करायला सांगितलं; तसंच 'वर्ल्ड डोम'चं स्वप्न मला दाखवलं, तेव्हा काही क्षण मी साशंक होतो. हे सगळं कसं घडून येणार, याची कल्पना करणंसुद्धा माझ्यासाठी कठीण होतं. अशा तऱ्हेचं काम करण्याएवढी माझी लायकी नक्कीच नव्हती. एवढंच नव्हे, तर देवाने सांगितलेलं हे काम करायला सुरुवात कुठून करायची, हेही मला कळत नव्हतं. माझा संदेह डोकं वर काढत होता. पण मी देवावर विश्वास ठेवूनच प्रत्येक पाऊल टाकत होतो. आता जेव्हा माझ्या श्रद्धेचं फळ मी अनुभवत आहे, तेव्हा देवाने दाखवलेल्या स्वप्नाविषयी माझ्या मनात संदेह निर्माण करण्याचं कृत्य शत्रू का करत होता, ते मला कळत आहे. कधीकधी खूप कठीण गेलं तरी, देवाने सांगितलेल्या गोष्टींवर लक्ष केंद्रित करून मी काम करत राहिलो. मी प्रयत्नपूर्वक माझी मन:स्थिती द्विधा होऊ दिली नाही. जे काम करण्यासाठी देवाने मला जन्माला घातलं होतं, त्या कामाविषयी देवाने मला जे सांगितलं होतं, त्यावर मी विश्वास ठेवला.

सर्वांचाच जन्म चर्च सुरू करण्यासाठी झालेला नसतो. पण देव आपणा प्रत्येकालाच काही ना काहीतरी करायला सांगतो आणि त्यासाठी श्रद्धेची नितांत गरज असते. देवाने तुमच्यावर सोपवलेलं काम करताना, तुमच्या मनात संदेह उत्पन्न झाला आहे का? कशामुळे? आर्थिकदृष्ट्या तुम्ही आवश्यक तेवढे सक्षम नसल्यामुळे तुमच्या ध्येयापर्यंत तुम्ही पोहोचू शकणार नाही, असं तुम्हाला वाटत आहे का? की एखादा व्यवसाय वा जोखमीचं काम करण्यासाठी आवश्यक ती पात्रता, पार्श्वभूमी, शिक्षण, अनुभव आपल्यापाशी नाही असं तुम्हाला वाटतं? आपल्या श्रद्धेशी विसंगत असणाऱ्या नैसर्गिक परिस्थितीवर आपलं लक्ष केंद्रित होऊ लागलं, तर आपल्या मनाची चलबिचल होते. आणि आपली काहीही प्रगती न होता आपण असतो, तिथेच राहतो. संदेहाच्या मगरमिठीत अडकलो, की आपण दुर्बल

होतो. हे सगळं कधी होतं, ठाऊक आहे? त्या विसंगतीच्या संदर्भात देव काय म्हणतो, ते सोडून आपण त्या दुसऱ्या विचाराच्या अधीन होतो, तेव्हा हे घडतं.

आजूबाजूच्या सगळ्या गोष्टी ओरडून ओरडून आपल्याला अपयश आणि अशक्यतेची ग्वाही देत असताना आपण आपल्या विश्वासावर ठाम कसं राहावं? आजूबाजूची परिस्थिती, आपल्यातील उणिवा, नकारात्मक विचार वगैरे गोष्टी आपल्याला आपल्या ध्येयापासून, स्वप्नांपासून, उद्देशांपासून विचलित करत असताना आपल्याला आयुष्यात ज्या गोष्टी करायच्या आहेत त्यांच्यावर एकचित्त कसं राहावं? उत्तर सोपं आहे. यासाठी अंत:करणपूर्वक देवावर चित्त एकाग्र करावं आणि आपले विचार देवाच्या 'शब्दा'वर स्थिर करावेत. तोच आपल्याला विश्वास देतो.

देवाने आपल्यासाठी काय केलं आहे, याचं सदैव स्मरण ठेवावं; आपण देवासाठी काय केलं आहे, याचं नव्हे. अशा स्मरणानेच आपला विश्वास वाढतो. या कल्पनेचा विचार करत असताना मला शुभवर्तमानातील जुनं स्तवन आठवतं – 'काउंट युवर ब्लेसिंग्ज' (तुम्हाला देवाने किती चांगल्या गोष्टी दिल्या आहेत, त्याचा हिशेब करा). माझ्यामते, देवाने आपल्याला दिलेल्या चांगल्या गोष्टी आणि देवाने आपल्यासाठी केलेल्या चांगल्या गोष्टी मोजा. देवावरील निष्ठा वाढवण्याची ती पारखलेली आणि खरीखुरी गुरुकिल्ली आहे. थोडा वेळ थांबा आणि देवाने आतापर्यंत तुमच्यासाठी काय काय केलं आहे ते आठवा. अनेक संकटांतून त्याने तुम्हाला बाहेर काढलं आहे, त्याचं चिंतन करा. तुमची पात्रता नसूनही त्याने तुमच्यावर वेळोवेळी कृपा केली आहे, त्याचं मनन करा. त्याने कधीतरी तुम्हाला निराश केलं आहे का?

वापरून वापरून गुळगुळीत झालेलं वाक्य मी बोलत आहे, असं तुम्हाला वाटेल. पण खरोखरच, आपण ज्या गोष्टीचा सतत विचार करतो, ती गोष्ट आपल्या आयुष्याचा मार्ग ठरवते. शब्द हे आपले विचार निश्चित करतात आणि विचार आपल्या भावना निश्चित करतात. संदेह ही नकारात्मक भावना आहे. तिच्यावर विजय मिळवण्याकरिता आपण आपलं मन 'सदैव' चांगल्या गोष्टींवरच स्थिर ठेवलं पाहिजे. भावनांच्या लढाया मनातच लढल्या जातात. त्यात आपण कधी जिंकतो, तर कधी हरतो.

तुम्ही म्हणाल, "डॉलरभाऊ, मी तुमचं म्हणणं शांतपणे ऐकून घेतलं. पण कोणीच आपलं लक्ष सदैव देवावर केंद्रित करू शकणार नाही. म्हणजे मला असं म्हणायचं आहे की, कसला विचार करायचा यावर थोडंच नियंत्रण ठेवता येतं?" पण प्रत्यक्षात ही विचारधारा सत्याच्या आसपासही फिरकत नाही. तुम्ही तुमच्या विचारांवर ताबा ठेवू शकता. दैनंदिन, तासातासाला एवढंच नव्हे, तर क्षणाक्षणाला कसला विचार करायचा, याचीही तुम्ही निवड करू शकता.

संदेहाच्या संदर्भात पाहिलं तर, आयुष्यात सकारात्मकच विचार करणं ही मानसिक विजयाची गुरुकिल्ली आहे. सगळ्या गोष्टींची सुरुवात मानसिकतेतूनच

होते. त्यामुळे सर्वप्रथम आपण नकारात्मक विचारांना, नकारात्मक भावनांना आपल्या मनात शिरकाव करू द्यायचा नाही असा निर्धार केला पाहिजे आणि कधी अशा विचारांचा मनात शिरकाव झालाच, तर ते काढून फेकले पाहिजेत. ही शिस्त आपण स्वत:ला लावून घेतलीच पाहिजे.

असे विचार काढून टाकण्याचा सराव करण्यासाठी एक सोपी गोष्ट करा. मनातल्या मनात एक ते दहा आकडे म्हणायला लागा. असे मनातल्या मनात आकडे म्हणत असताना मध्येच कुठेतरी तुमचं नाव मोठ्याने उच्चारा. तुम्ही मनातल्या मनात, मूकपणे आकडे म्हणत होता, त्याचं काय झालं? तुम्ही बोललेल्या शब्दामुळे त्यात व्यत्यय आला. ती साखळी तुटली. नकारात्मक विचार मनात उद्भवला, तर तो फेकून द्यायचा हाच मार्ग आहे. 'मला नाही वाटत की मी हे करू शकेन,' असा विचार तुमच्या मनात आला तर तोंड उघडा आणि मोठ्याने म्हणा, "मी सर्व गोष्टी येशूद्वारा करू शकतो. येशूच मला शक्ती देतो." आपली मन:स्थिती जर कधी द्विधा झाली तर संदेहाने आपल्यावर हल्ला केला आहे, हे आपल्या लक्षात आलं पाहिजे. मग देव जे म्हणतो ते आपण बोललो की, लगेचच ते नकारात्मक विचार आपल्या मनातून दूर जातील आणि आपलं मन आपण देवावर केंद्रित करू शकू. विचारांवर विजय मिळवण्याचा जितका जास्त सराव आपण करू, तितकं जास्त लक्ष आपण देवाच्या 'शब्दा'वर केंद्रित करू शकू.

देव आपल्याला एक वचन देतो. त्याची सत्यता मला पटली आणि त्याची किंमतही कळली. ते वचन असं आहे : जेव्हा आपण आपलं मन अढळपणे देवावर ठेवतो, तेव्हा तो आपल्याला परिपूर्ण शांती देतो. नुसती शांती नाही, तर परिपूर्ण शांती. यासाठीच आपण संदेहाचे विचार झटकून टाकावेत असं त्याला वाटतं. नकारात्मक भावनांमुळे देवाची संगत सुटते. त्या आपल्याला भावनिक आखाड्यावर नेतात आणि आपली श्रद्धा कुचकामी ठरते. आपण एखादी गोष्ट करू शकत नाही किंवा देव आपल्यावर चिडला आहे, असं आपल्याला वाटलं तर या विचारधारेचा परिणाम आपल्या उत्पादकतेवर होतो. देव ज्याविषयी सांगत आहे, त्या 'परिपूर्ण' शांतीत आपल्या आयुष्याच्या प्रत्येक क्षेत्रातील सुस्थिती आणि सुरक्षितता अभिप्रेत आहे. या शांतीमुळे आपल्याला निवांतपणा मिळतो. परिस्थितीचा परिणाम न होणारा निवांतपणा.

जेव्हा आपला आत्मा पूर्णपणे देवाच्या व त्याच्या 'शब्दा'च्या अधीन नसतो, तेव्हाही आपली मन:स्थिती द्विधा होऊ शकते. पण निवड आपल्या हातात असते. आपल्या इच्छेनुसार आपण आपले विचार शांत, सौम्य आणि देवाच्या परिपूर्ण शांतीशी मिळतेजुळते ठेवू शकतो. आपण कोण आहोत व काय करू शकतो, याविषयी देवाने येशूद्वारा सांगितलेल्या चांगल्या गोष्टींवर आपण मन एकाग्र केलं तर संदेह आत शिरूच शकत नाही.

जेव्हा सैतानाने रानात येशूला मोहात पाडण्याचा यत्न केला, तेव्हा येशू हा देवाचा पुत्र आहे, याविषयी येशूच्या मनात साशंकता निर्माण करावी, हा सैतानाचा हेतू होता. तेव्हा काय घडलं आणि येशूने ती परिस्थिती कशी हाताळली, याचं मॅथ्यू ४:१-४मध्ये सुंदर वर्णन केलं आहे.

> "सैतानाने येशूला मोहात पाडून त्याची परीक्षा पाहावी, यासाठी पवित्र आत्मा येशूला रानात घेऊन गेला. तिथे चाळीस दिवस आणि चाळीस रात्री उपवास केल्यानंतर येशूला भूक लागली. येशूला मोहात पाडण्यासाठी आलेला सैतान त्याला म्हणाला, 'तू जर देवाचा पुत्र असशील, तर या दगडांना पाव व्हायची आज्ञा कर.' पण येशू सैतानाला म्हणाला, 'असं लिहिलेलं आहे की, माणसाला केवळ अन्नच जगवील असं नाही; तर देवाच्या मुखातून निघणारा प्रत्येक शब्द माणसाला जगवील."

सैतानाने येशूच्या मनावर व विश्वासावर हल्ला केला होता. येशूमध्ये संदेह रुजवावा असा सैतानाचा उद्देश होता. आपण पृथ्वीवर कशासाठी आलो आहोत, हे येशूला ठाऊक होतं. त्याचं ध्येय आणि स्वप्न त्याला माहीत होतं आणि त्याचं सारं लक्ष ते साकार करण्यावर केंद्रित झालं होतं. येशूला यावर वेगळा विचार करायला लावावा असा सैतानाचा डाव होता. पण स्वत:चे विचार योग्य मार्गावर ठेवणारे शब्द बोलून येशूने सैतानावरच त्याची बाजू उलटवली. देवाच्या 'शब्दा'त सैतानाला उत्तर देऊन येशूने नकारात्मक सूचनेला मज्जाव केला आणि आपली शांतता कायम राखली. 'शब्दा'वर चित्त एकाग्र ठेवून येशूने सैतानाचा आवाज कानाआड केला.

शंकांना उपाशी मारा

तुम्ही जर शंकांशी संघर्ष केलात, तर त्यांना कायमचं दूर पळवू शकाल. पुढील रूपरेषेप्रमाणे आचरण केलंत, तर विजयपथावर तुमची दौड सुरू होईल.

देवाच्या तुमच्यावरील प्रेमावर विश्वास ठेवा

जेव्हा आपण देवाच्या प्रेमावर विश्वास ठेवतो, तेव्हा सर्व गोष्टी आपल्या भल्यासाठी होतील, याची आपल्याला खात्री वाटते. देवाचं आपल्यावर प्रेम आहे हे आपल्याला कळलं की, सर्व गोष्टींचा परिणाम चांगलाच होणार, याविषयी आपण नि:शंक होतो. देवाच्या प्रेमावरील श्रद्धेमुळे आपला विश्वास बळकट होतो. देवाच्या दृष्टीने आपण किती मौल्यवान आहोत, याची कधीकधी स्वत:लाच आठवण करून द्यावी लागते. आपल्याला देवाने निर्माण केलं आहे. त्याने अतिशय विलक्षणरीत्या स्वत:ची प्रतिकृती म्हणून आपल्याला घडवलं आहे. आपल्या डोक्यावर किती केस आहेत, ते त्याला अचूक माहीत आहे. आपण त्याच्या गळ्यातील ताईत आहोत.

देवाच्या आपल्यावरील प्रेमाची जेव्हा आपल्याला खात्री असते, तेव्हा तो नेहमीच आपल्या सर्व गरजा पुरवील, हे आपल्याला ठाऊक असतं. जेव्हा आपल्याला वेदना होत असतात, तेव्हा त्याने आपल्याला बरं केलं आहे, हे आपल्याला ठाऊक असतं. आपण जेव्हा संकटात असतो, तेव्हा आपल्याला खात्रीने विजय मिळणार, याची आपल्याला जाणीव असते. या विश्वासाच्या बळावर आपण जग जिंकू शकतो.

तर्कवितर्क न करता देवाचं ऐका

पीटर मचव्याबाहेर पाऊल टाकून पाण्यावर चालण्याच्या बेतात होता, तेव्हा तो येशूला म्हणाला, "खरंच जर तुम्ही प्रभुजी आहात, तर मला तुमच्याकडे येण्याची आज्ञा करा." येशूने "ये" म्हटलं. पीटरला तेवढंच ऐकायचं होतं. फक्त येशूनं आमंत्रण ऐकूनच पीटरला कळलं की, तो रक्षणकर्त्या येशू ख्रिस्ताशीच बोलत आहे आणि त्याने येशूवर पूर्ण विश्वास ठेवला. बोटीतून बाहेर पडून पाण्यावर चालण्यात यशस्वी होण्यासाठी आवश्यक ती श्रद्धा आणि विश्वास सुरुवातीला त्याच्यापाशी होता.

देवाने तुम्हाला एखादा 'शब्द' सांगितला तर त्याने सांगितलेली गोष्ट पूर्ण करायला लागणाऱ्या गोष्टींची तरतूद तो करत असतो. हे सगळं कसं होणार असा प्रश्न किंवा शंका मनात आणू नका. त्याविषयी तर्कवितर्क करत बसू नका. फक्त देवावर भरवसा ठेवा. तो सांगतो त्या गोष्टीच्या परिपूर्णतेवर, अचूकपणावर विश्वास ठेवा.

स्वतःला दोष देणं थांबवा

आपण पाहिलं की, मागाहून पुन्हा विचार केला की संदेह निर्माण होतो. त्यामुळे पुनर्विचारांना नीट हाताळलं पाहिजे. देवाच्या 'शब्दा'नुसार वागायचा निश्चय करून नंतर त्याविषयी वेगळा विचार ऐकला तर काय होतं, याचा अनुभव अनेकांनी घेतला आहे. मोहाला बळी पडल्याने श्रद्धेची प्रक्रिया ठप्प होते. आपण जेव्हा या विरोधी गोष्टींकडे लक्ष देतो, तेव्हा आपण देवालाच प्रश्न विचारायला लागतो.

"तुम्ही जे काही केलं, त्यामुळे देव तुमच्यावर चिडला आहे," असं तुम्ही ऐकलं असेल किंवा आपण दोषी आहोत ही भावना तुम्हाला सतत पोखरत असेल, तर तुम्हाला ऐकू येणारे विचार देवाच्या पवित्र आत्म्याकडून येत नसतात, हे उघड आहे. देव तुमच्याविषयी जे बोलला आहे, ते उच्चारून मनात आलेल्या नकारात्मक विचारांना हुसकून लावा. 'शब्दा'शी मिळत्याजुळत्या नसणाऱ्या कोणत्याही विचाराला दारातूनच पिटाळून लावा.

तुमच्या मनात नवचैतन्य भरा

संदेह, साशंकता ही मानसिकता बनू शकते. ती तुमच्या विचारांच्या एवढी

हाडामांसी खिळते की, आयुष्यातील तुमच्या प्रगतीची विल्हेवाट लागते. आपल्या मर्यादित विचारांच्या पलीकडे आपल्याला जायचं असेल, तर विजयी होण्याच्या उद्देशाने आपल्याला आपल्या मनात नवचैतन्य आणावं लागेल. माझ्या अनुभवावरून मी सांगू शकतो की, आपलं मन निरोगी करण्यासाठी आणि नंतर ते निकोप राखण्यासाठी देवाने सांगितलेल्या गोष्टीचं सतत मनन करणं आवश्यक आहे.

आयुष्याच्या ज्या ज्या क्षेत्रात मला संदेह पडत होता, त्या त्या क्षेत्राचं मी नीट परीक्षण केलं. धर्मोपदेशन आणि नाती या दोन्ही गोष्टींचा विचार करत असताना देव माझ्याशी बोलला, ''त्या उत्तराचं तुला मनन केलं पाहिजे. त्यामुळे ते नकारात्मक विचार पुन्हा तुझ्या मनात उद्भवले तरी त्यांचा तुझ्या मनावर काहीही परिणाम होणार नाही.''

स्वत:विषयी वेगळ्या पद्धतीने विचार करायला तुम्ही स्वत:ला शिकवलं पाहिजे. आणि हे एकदा करून भागणार नाही. आयुष्यभर हे करायची तुमची तयारी असली पाहिजे. मी स्वत:ला सांगितलं, 'प्रवचनाला कमी लोक आले तरी चालतील. माझ्या मनाची त्यासाठी तयारी आहे. जे करण्यासाठी देवाने मला बोलावलं आहे, ते करण्यासाठी माझ्याकडे आत्मविश्वास आहे. चर्चमध्ये किती लोक आले आहेत, याच्यावर माझा आत्मविश्वास अवलंबून नाही. अगदी एकही माणूस आला नाही तरी मी प्रवचन देणार म्हणजे देणारच. माझ्या स्वत:च्या नाही, तर देवाच्या क्षमतेवर माझा विश्वास आहे.'

आपल्या शंकांविषयीच शंका घ्यायची आणि आपल्या श्रद्धेला खतपाणी घालायची वेळ आली आहे. समजा, सैतान आपल्याला जे सांगतो त्याविषयीच आपण शंका घेतली तर तो काय करील? खरंतर मला वाटतं, पुढच्या वेळी तुमच्या मनात संदेह निर्माण झाला, तर तुम्ही उलट शत्रूलाच सांगा, ''नाही सैताना, तू सांगतोस तसं घडेल की नाही, मला शंकाच आहे. तू मला खोटंनाटं सांगतो आहेस, असा मला संशय आहे. माझा देवावर ठाम विश्वास आहे.'' त्याची शस्त्रं त्याच्यावरच उलटवा आणि पहा काय होतं ते.

नकारात्मक विचार आणि भावनांवर, विजय मिळवण्यासाठी आवश्यक ती साधनं फक्त देवाचा 'शब्द'च आपल्याला पुरवतो. तोच आपल्या यशाचा पाया आहे, आणि यशाची सुरुवात आपण कशाप्रकारे विचार करतो, त्यापासून होते. आपलं मन नवचैतन्याने भरण्यासाठी त्या 'शब्दा'सोबत आपल्याला बराच काळ व्यतीत करावा लागेल. त्याचं चिंतन, रोजच्या जीवनात त्याचं आचरण याबरोबरच आपले विचारही 'शब्दा'ला समांतर करावे लागतील. आपल्या मनाचं जेवढं जास्त नूतनीकरण होईल, तेवढ्या जास्त प्रमाणात; देवाच्या दृष्टीला आपण जसे दिसतो, तसे स्वत:ला पाहू शकू आणि तेवढाच देवावरील आपला विश्वासही उंचावेल. आपले संभ्रम, द्विधा मन:स्थिती नाहीशी होऊन आपण निर्धास्तपणे जगू.

श्रद्धेच्या आधारे, तुमची योग्यता, तुमची किंमत किती आहे, त्याचा साक्षात्कार तुम्हाला होऊ दे. जेव्हा तुमचा देवावर विश्वास असतो, तेव्हा देव तुम्हाला आणि तुमच्याविषयी जे सांगतो, त्यावर तुम्ही विसंबून राहू शकता. ज्याप्रमाणे पीटर पाण्यावर चालला, त्याप्रमाणे तुम्हीही तुमच्या आजूबाजूच्या परिस्थितीवर विजय मिळवून आयुष्यात वरच्या स्तरावर जाऊ शकता. संदेह आणि पुनर्विचाराचा त्याग करा आणि तुमच्या श्रद्धेतील चिकाटीमुळे तुमची सर्व कामं व्यवस्थित पूर्ण होतील, याविषयी ठाम विश्वास ठेवा.

◆

१४

निर्भर्त्सनेतून मुक्तता

पाप आणि मृत्यूच्या नियमापासून मुक्त राहण्यासाठी देवाच्या प्रेमाच्या छत्रछायेत चालत रहा.

तुम्ही कधी असं कृत्य केलं आहे का, की त्यानंतर आपण भयंकर आहोत आणि देव आपल्यावर चिडला आहे, असं तुम्हाला वाटत राहिलं? आपण नालायक आहोत, चांगल्या गोष्टी मिळायला अपात्र आहोत, असं तुम्हाला सतत वाटत असतं का? या भावनांचा जन्म निर्भर्त्सनेतून होते. निर्भर्त्सना (Condemnation) ही नकारात्मक भावना आपल्याला देवाच्या प्रेमापासून वंचित ठेवते. ती आपल्यापुढे निराशेचा अंध:कार पसरवते, आपली दूरदृष्टी हिरावून घेते. त्यामुळे देवाने आपल्या भविष्याची किती विलक्षण चित्रं रेखाटली आहेत, ते बघायला किंवा त्याची कल्पना करायला आपण असमर्थ ठरतो.

देवाने दंड देणं वगैरे कल्पना आणि देवाच्या प्रेमाची भयंकर शक्ती यांविषयी मी विचार करू लागलो. अनेक लोकांना वाटतं की, देव त्यांचा तिरस्कार करतो. काही जणांना वाटतं की, आपण एवढी पापं केली आहेत, की आपला परतीचा मार्ग बंद झाला आहे; देवाची दया, प्रेम, क्षमा यांसाठी आपण अपात्र आहोत. आपण केलेल्या पापाच्या जाणिवेने आणि देवाच्या सात्त्विकतेविषयी गैरसमज करून घेतल्यामुळे ते लोक स्वत:ला एवढं दोषी समजतात की, ते देवाच्या चांगुलपणापासून दूर पळतात आणि शेवटी त्यांची आयुष्यं उद्ध्वस्त होतात.

Condemn या शब्दाचा अर्थ आहे, वापराला अयोग्य असा निवाडा देणं, निरुपयोगी ठरवणं. या कल्पनेचं चांगलं उदाहरण म्हणजे केलेली इमारत किंवा राहण्यासाठी अयोग्य असं घोषित केलेली इमारत. म्हणजे निखळलेल्या खिडक्या, अस्ताव्यस्त वाढलेली झुडपं, कोसळलेलं छप्पर असलेलं घर. अशा इमारतीच्या

भाळी एकच भविष्य लिहिलेलं असतं – विनाश. Condemn – निर्भर्त्सनेमुळे आपल्याही आयुष्याची परिणती यातच व्हावी अशी शत्रूची इच्छा असते.

निर्भर्त्सनेसाठी दुसरा शब्द आहे dammed. जेव्हा एखादी गोष्ट dammed केली जाते; म्हणजे त्यात अडथळा निर्माण केला जातो आणि प्रवाह थोपवला जातो. इतर पर्यायी शब्द आहेत doom आणि sentenced. दोन्हींचा अर्थ आहे – शिक्षा फर्मावली. हे म्हणजे खटला चालवण्यापूर्वीच एखाद्या व्यक्तीला दोषी ठरवल्यासारखं वाटतं.

निर्भर्त्सनेमुळे तयार होणारा मनाचा कल जणू म्हणत असतो, "मी देवाच्या उपयोगी पडायच्या लायकीचा नाही. माझ्या आयुष्याच्या विचका झाला आहे. काय उपयोग आता प्रार्थना करूनही? देव थोडाच बसलाय मला उत्तर द्यायला." या निर्भर्त्सनेपायी किती लोकांनी चर्चला यायचंच सोडलं आणि किती लोक चर्चला यायची टाळाटाळ करतात, हे पाहिलं की आश्चर्यच वाटतं. त्यांच्याकडून घडलेल्या चुकांमुळे देवासमोरही जायची आपली लायकी नाही, असा समज त्यांनी करून घेतलेला असतो.

निर्भर्त्सना माणसाला नाउमेद करते. कारण ती आपला असा समज करून देते, की आपल्या कमतरतांमधून, दोषांमधून, चुकांमधून आपण कधीच डोकं वर काढू शकणार नाही. आपण असे नाउमेद झालो की, अचानक मध्ये अडथळे उभे राहतात. आपली श्रद्धा भंगल्यामुळे देवाच्या कृपेचा प्रवाह खंडित होतो. आपण निंद्य आहोत या समजामुळे देव आपल्यावर कृपा करील, यावर विश्वास ठेवण्याएवढी श्रद्धा आपल्यात उरलेली नसते. श्रद्धेचा अभाव आपला विश्वास खच्ची करतो, धैर्य व निर्भयपणावर घाला घालतो. आपण चांगले नाही, या समजामुळे आपल्या हातून पुरेशी कृती घडत नाही आणि त्यामुळे आपण जसं व्हावं अशी देवाची इच्छा असते तसे आपण होऊ शकत नाही.

माझ्या असं लक्षात आलं आहे की, बऱ्याच धार्मिक लोकांची मानसिकता इतरांचा निवाडा आणि निंदा करण्याची असते. त्याला घाबरूनच बरेच लोक सश्रद्ध लोकांच्या आसपास फिरकत नाहीत. मी बऱ्याच लोकांशी बोललो आहे. त्यांनी माझ्याकडे आपलं मन मोकळं केलं आहे. त्यांच्या आयुष्यातील एखाद्या क्षेत्रात त्यांनी घोटाळा केला, तेव्हा लोकांनी त्यांच्याकडे प्रेमाने बघायचं सोडून त्यांच्याकडे निवाडा, निंदा करण्याच्या दृष्टीने बघायला सुरुवात केली. म्हणून त्यांनी चर्चला जाणं सोडून दिलं. योग्य मार्गापासून दूर जाणाऱ्याला लोकांनी शिक्षा द्यावी असं देवाला वाटत नसतं किंवा त्याने त्या अपराधाचं ओझं आयुष्यभर वाहावं, अशीही देवाची अपेक्षा नसते. कित्येक वेळा चर्चचा असा सदस्य मला आणि टॅफीला चर्चबाहेर भेटल्यावर म्हणाला आहे, "मी बरेच दिवसात चर्चला गेलो नाही. एकदा मी जरा सुधारलो की, मी चर्चला यायला सुरुवात करीन." आपण स्वत:हून कधीच सुधारू शकत नाही. आपण जेव्हा अतिशय दुर्बल झालेले असतो, तेव्हा देवाची शक्ती

परिपूर्ण असते. आपल्या दुर्बलतेच्या क्षणीच तर आपल्याला देवाची सर्वांत जास्त गरज असते. तरीही आपल्यापैकी अनेक जण स्वत:चं पतन झाल्यावर देवा'कडे' धावत जायचं सोडून, देवा'पासून' दूर पळत असतात.

निंदा, भीती, अपराध

आपल्या आयुष्याचा पाया ही सर्वांत महत्त्वाची गोष्ट आहे. कारण त्या तत्त्वांवरच आपल्या यशाची वाढ होते. साम ११:३मध्ये म्हटलं आहे की, जर पायाच मोडून पडला, तर आपलं अतोनात नुकसान होतं. जर निंदा आणि अपराधी भावना यांच्या आधारे आपण निर्णय घेत असू, तर त्याचा पायाच मुळी डळमळीत असतो. निंदेपासून, निर्भर्त्सनेपासून कायमचं मुक्त कसं व्हावं हे आपण शिकून घेतलं पाहिजे. आपण योग्य मार्गापासून दूर जातो, तेव्हा ताबडतोब त्या पापाचं क्षालन केलं पाहिजे. उगीचच दिवसेंदिवस, आठवड्यामागून आठवडे, महिनोन्महिने निंदेचं ओझं डोक्यावर घेऊन वावरण्याची आवश्यकता नाही.

इतर कोणत्याही नकारात्मक भावनांप्रमाणे निंदा, निर्भर्त्सनाही भीतीवर आधारित असतात. त्यांना एकमेकींशिवाय अस्तित्व नाही. निंदेची सुरुवात होते ती एखाद्या चुकीच्या निर्णयामुळे किंवा अपराधामुळे. आपण पथभ्रष्ट होतो किंवा आपल्या हातून पाप घडतं. त्यामुळे आपल्या मनात नकारात्मक भावना उत्पन्न होतात. आपल्याला वाईट वाटतं आणि आपल्या मनात तेच तेच विचार येत राहतात. आपलं मन सतत त्याच विचारांचा पाठपुरावा करत राहिल्यामुळे, आपल्या मनात अपराधी भावनेचा शिरकाव होतो. मग अचानक भीतीही उपटते आणि आपल्याला देवाची, देवाच्या जवळच्या माणसांचीही भीती वाटू लागते. आपण खूप एकाकी आहोत असं वाटू लागतं. हे सगळं आपल्या हातून घडण्यापूर्वी, देवाचं आपल्यावर जेवढं प्रेम होतं, तेवढं आता राहिलेलं नाही, असंही वाटतं. यावर वेळीच नियंत्रण आणलं नाही तर हे विचार, भावना आपल्या आयुष्याविषयी असलेल्या देवाच्या इच्छेपासून आपल्याला दूर नेतील. कारण एव्हाना आपण अपराधी भावना, निंदा यांच्या आधारेच निर्णय घेऊ लागलेले असतो.

अशाच अपराधी भावनेच्या आधारे घेतलेल्या एका निर्णयामुळे मी मरणाच्या दारापर्यंत पोहोचलो होतो. माझा एक जवळचा मित्र आहे. त्याच्या चर्चमध्ये मी प्रवचन करावं, असं त्याला मनापासून वाटत होतं. मला खात्री होती की, मी तिथे जावं अशी देवाची इच्छा नव्हती. त्या वेळी मी प्रवचन द्यावं अशी देवाची इच्छा नव्हती; हे मला माहीत होतं. पण जवळच्या मित्राचं आमंत्रण नाकारण्याच्या विचारानेही मला अपराधी वाटत होतं. शेवटी मैत्रीवरील निष्ठेचा विजय झाला. मी तिकडे गेलो आणि प्रवचन दिलं. पण तिकडून परत येताना माझ्या कारला अपघात झाला. तो अपघात एवढा भयंकर होता की, मी मरणाच्या दारात पोहोचलो होतो.

देवाची वाणी ऐकण्याऐवजी मी अपराधी भावनेने तो निर्णय घेतला होता. त्याचे भयंकर गंभीर परिणाम मला भोगावे लागले.

आपण आपल्या आयुष्याचं निरीक्षण करून स्वत:लाच विचारलं पाहिजे, 'मी घेतलेल्या या निर्णयाला कोण जबाबदार आहे? मी कसल्यातरी भीतीने हा निर्णय घेतला होता का? तेव्हा मला अपराधी किंवा निंद्य वाटत होतं का?' जेव्हा भीती, अपराधी भावना, निंदा या भावना आपल्याला निर्णय घ्यायला प्रवृत्त करतात, तेव्हा देवाचा 'शब्द' ही आपल्या आयुष्यातील परम सत्ता राहिलेली नसते.

स्वत:ला दोष देणं कसं थांबवावं?

निंदेच्या सापळ्यात अडकणं टाळण्यासाठी, आपल्या हातून पाप घडल्यावर करायची योग्य कृती कोणती ते कळणं आणि देवाची सात्त्विकता समजून घेणं या दोन अतिशय महत्त्वाच्या गोष्टी आहेत. देवाचं आपल्यावर किती प्रेम आहे, हे लोकांना ठाऊक नसतं आणि येशूच्या रक्ताने, त्यांच्यावतीने काय साध्य केलं आहे याचीही त्यांना कल्पना नसते. त्यामुळेच ते स्वत:ला निंदेच्या कचाट्यात सापडू देतात, अशी मला खात्री आहे. येशूच्या रक्तामुळेच आपण गतकाळातील पापांमधून बाहेर पडून शांती आणि विश्वासाच्या जगात राहू शकत आहोत. निंदेवर विजय मिळवून आपल्या भावना पवित्र आत्म्याच्या अधीन करण्याचा आपल्याला अधिकार आहे.

तर मग निंदेच्या या चक्रव्यूहातून बाहेर कसं पडायचं?

देव कधीही तुमची निंदानालस्ती करत नाही, हे जाणा

हा माझ्यासाठी भयंकर साक्षात्कार होता. देव कधीही माझी निंदा करत नसला, तरी त्याने ती करावी; अशी कधीकधी माझी अपेक्षा असते, असं मला जाणवलं. धर्माच्या पारंपरिक कल्पनांनी आपल्या विचारशक्तीवर एवढा परिणाम केला आहे, की देव आपल्यावर 'दोषी' म्हणून शिक्का मारणार, असं आपण गृहीत धरून चालतो. पण खरी गोष्ट अशी आहे की, देव म्हणजे प्रेम आहे. तो फक्त प्रेमाने भरलेला आहे असं नाही, तर तो स्वत:च प्रेम आहे. देवाची करुणा आणि प्रेम यांचं आकलन करून घेणं कधीकधी आपल्याला शक्य होत नाही. विशेषत: देवाच्या 'शब्दा'च्या विरोधात जाईल, असं वर्तन आपल्या हातून घडलं असेल, तेव्हा तर ते फारच अवघड जातं.

जॉन ३:१७मध्ये म्हटलं आहे की, देवाने येशूला या जगात पाठवलं ते आपल्याला दोषी ठरवावं म्हणून नव्हे. आपण कुचकामी, नालायक आहोत असं सांगणाऱ्यातील तो नाही. येशूला मिळालेल्या ईश्वरी देणगीचा त्याने कधीही दुरुपयोग केला नाही. "काल रात्री तुम्ही काय केलं, ते मला ठाऊक आहे. लाज वाटली पाहिजे तुम्हाला स्वत:ची!" असं तो लोकांना कधीही म्हणाला नाही. तो त्याच्या

जीवनाचा उद्देश नव्हताच मुळी. दोषी जगाला येशूद्वारे या सर्वांतून बाहेर पडायचा मार्ग मिळावा, म्हणून देवाने येशूला या जगात पाठवलं होतं. जेव्हा जेव्हा अपराधी भावना, निंदा, भीती या भावना मनाचा ताबा घेतील, तेव्हा येशूवर विसंबून आपण म्हणू शकू, "येशूच्याद्वारे मी यातून बाहेर पडेन. मी जिथे आहे तिथेच अडकून पडणार नाही." याचसाठी येशू आला.

तुमचा गर्भपात झाला. ठीक आहे. आता तुम्ही तिथेच अडकून राहू नका. तुम्ही कदाचित घटस्फोट घेतला असेल. पण तुम्हाला माहीत आहे का? तुमची निंदा होऊ नये म्हणून येशूने सगळी निंदानालस्ती स्वत:वर घेतली.

"धर्मशास्त्री आणि फॅरिसी पंथीय लोकांनी एका व्यभिचारी स्त्रीला येशूकडे आणले. धर्मशास्त्रांनी लगेचच तिचा निवाडा केला असला, तरी येशूने तिला शिक्षा फर्मावली नाही. उलट त्याने त्या फिर्यादींवरच बाजू उलटवली. तो म्हणाला, 'तुमच्यापैकी ज्याने कधीही पाप केलं नाही, त्याने पहिला दगड मारावा.' नंतर त्याने त्या बाईला सांगितलं, 'मी तुला शिक्षेला पात्र ठरवत नाही. आता तू जा. पुन्हा पाप करू नकोस.'" (जॉन ८:७-११). येशूने ही परिस्थिती ज्या प्रकारे हाताळली त्यावरून त्याचा आपल्यावर किती जीव होता ते दिसून येतं. जेव्हा लोक चुकतात, पथभ्रष्ट होतात, तेव्हा तो त्यांच्यावर शिक्षेचे दगड मारत नाही. उलट तो आपल्याला त्याच्याजवळ बोलावतो आणि आपल्यावर उपचार करतो, आपल्याला क्षमा करतो आणि आपण गमावलेलं सारं आपल्याला परत मिळवून देतो.

तुम्ही अपराध केला असेल, तर कबुली द्या

आता कोणीतरी विचारेल, "मी काय पाप केलं, ते देवाला आधीच ठाऊक आहे ना? मग मी पापाची कबुली का द्यायची?" तुम्ही जेव्हा पापाची, दोषाची, अपराधाची कबुली देता, तेव्हा ती गोष्ट देवासाठी नवी नसते. हे त्याच्या फायद्याकरिता नसतं, आपल्या फायद्याकरिता असतं. कबुलीजबाब दिल्याने आपण त्यातून मुक्त होतो. आपली आपल्यालाच स्वत:ची चूक कळावी आणि आपण ती देवासमोर कबूल करावी, यासाठी हे असतं. जेव्हा आपण तसं करतो, तेव्हा आपण आपल्या शब्दातून ते पाप देवावर सोपवतो. तो पाप स्वीकारतो व त्याच्या बदल्यात क्षमा देतो (१ जॉन १:९). आपलं पापप्रक्षालन होतं आणि भीती, अपराध, न्यूनत्व या भावना टाकून आपण पुढे जायला सिद्ध होतो.

स्वत:चा निवाडा करण्याची क्षमता विकसित करणे, हा कबुलीजबाबामागचा मुख्य उद्देश आहे. देवाला न आवडणारं कृत्य आपण केलं तर नम्रपणे देवाकडे जाऊन प्रामाणिकपणे त्याविषयी देवाला सांगावं आणि आपल्या मनावरील ओझं देवावर सोपवावं, अशी देवाची अपेक्षा असते. आपल्या आयुष्यात काय चुकीचं आहे त्याचा

निवाडा आपण करतो, तेव्हा आपण देवाबरोबर योग्य त्या दर्जाला येऊ शकतो. कबुलीजबाबामुळे शत्रूच्या दोषारोप करणाऱ्या कुजबुजीपासून आपलं रक्षण होतं.

देवाच्या नित्यनूतन करुणेचा स्वीकार करा

देवाच्या दयेचा स्वीकार करावा लागतो. तो आपल्यावर दया लादत नाही. लॅमेंटेशन्स ३:२२मध्ये म्हटलं आहे, "देवाची दया, प्रेम, कृपा आहे म्हणूनच केवळ आपण संपून, क्षीण होऊन जात नाही. कारण त्याची (हळुवार) अनुकंपा कधीच अपयशी होत नाही." (ॲम्प्लि). देवाच्या करुणेचा स्वीकार करणं, हे अनेक लोकांना आव्हानात्मक वाटतं. देव आपल्यावर प्रेम करतो, हे सत्य स्वीकारायला कठीण जातं. प्रेमापेक्षा दोषारोप आपण सहजपणे स्वीकारतो.

तुम्हाला ठाऊक आहे? मी देवाच्या करुणेचा स्वीकार करतो. भीती, अपराध, दोषारोप या गोष्टी मी नाकारतो. हा माझा निर्णय आहे. देवाच्या अनुकंपेने जे नष्ट होऊ शकत नाही असं कोणतंही पाप आपण केलं नाही, करू शकणार नाही. आपण हरू कदाचित; पण देवाची करुणा कधीच हरत नाही.

देव अजूनही आपल्यावर काम करत आहे, हे लक्षात घ्या

देव अजूनही क्रेफ्लो डॉलरवर काम करत आहे, याचा मला चांगलाच अनुभव आला आहे. त्यामुळे माझ्या हातून काही घोटाळा झाला तरी स्वत:ला दोष देत बसण्यापासून माझी सुटका होते. हे कळण्यासाठी तुम्ही स्वत: त्याचा अनुभव घेऊन पहा. फिलिपिअन्स १:६मध्ये म्हटलं आहे, "या गोष्टीवर माझा विश्वास आहे की, ज्याने तुमच्यातील चांगल्या कामाला सुरुवात केली आहे, तो येशू ख्रिस्ताच्या दिवसापर्यंत ते करत राहणार." आपल्याबरोबर देव संपत नाही. आपण एक गोष्ट मनात घट्ट धरून ठेवली पाहिजे – देवाने आपल्यातील एखाद्या गोष्टीला सुरुवात केली असेल, तर ती संपवायची जबाबदारीही त्याचीच असते.

आपणापैकी अनेकांनी मागे घडून गेलेल्या गोष्टी पुन्हा पाहणं आवश्यक आहे असं मला खात्रीपूर्वक वाटतं. देवाने आपल्यासाठी किती चांगल्या गोष्टी केल्या होत्या त्या सगळ्या पुन्हा पाहणं गरजेचं आहे. भयंकर परिस्थितीतून त्याने आपल्याला बाहेर काढलं, आपलं आयुष्य बदलून टाकलं, आपल्या जुन्या जीवनशैलीतून आपल्याला मुक्त केलं. जेव्हा जेव्हा तुम्ही आर्थिक संकटात सापडलात, तेव्हा तेव्हा तो क्षणार्धात धावून आला. ते आठवा. त्याने तुमच्या शरीरावर उपचार करून तुम्हाला रोगमुक्त केलं ते आठवा. देव खूप चांगला आहे. तो आपल्यावर निरपेक्ष प्रेम करतो.

चूक केल्यावर देवाकडे येणं, ही गोष्ट धार्मिकदृष्ट्या चुकीची असली तरी बायबलच्या दृष्टीने बरोबर आहे. देवाची दया, अनुकंपा या सगळ्याशी ते जुळणारं आहे. तो प्रेमळ पिता आहे. संकटाच्या वेळी माघार घेऊन निंदानालस्तीला सामोरं

जाण्यापेक्षा आपण देवाकडे धाव घ्यावी, असं देवाला वाटत असतं.

येशूमधील आपली ओळख आपल्याला मुक्त करते

देवावरील तुमचा विश्वास कोणी ओरबाडून घेतला, तर शत्रूच्या हल्ल्यापुढे तुम्ही टिकाव धरू शकणार नाही. विश्वासावर घाला घालणाऱ्यातील एक आहे निंदा. आयुष्याला चांगलं वळण लागण्याची संधी असते, त्याच वेळी ही टपकते. एखाद्या गोष्टीचं, कामाचं फळ मिळणार, नेमका त्याच वेळी हिचा हल्ला होतो. ख्रिस्तामध्ये आपलं काय स्थान आहे हे आपल्याला ठाऊक नसेल किंवा देवाच्या बाबतीत आपला विश्वास थिटा पडला तर हे निंदा, दोषारोप आपल्यावर स्वार होतात.

रोमन्स ८:१-२मध्ये पापाचं ओझं डोक्यावर असतानाही आपण कोणत्या आधारावर उभं राहू शकतो, त्याविषयी लिहिलेलं आढळतं, "जे येशू ख्रिस्तामध्ये असतात, जे शरीराच्या मागे नाही, तर आत्म्याच्या मागे जातात, त्यांची निर्भर्त्सना होऊ शकत नाही. येशू ख्रिस्तातील जीवनाच्या पवित्र आत्म्याच्या नियमामुळे मी पाप आणि मृत्यू यांच्या नियमांपासून मुक्त झालो आहे."

तर अशा प्रकारे शिक्षेला कोण पात्र नसतो? ज्यांनी आपलं आयुष्य येशू ख्रिस्ताच्या स्वाधीन केलं आहे, जे येशूतच आहेत, त्यांच्यावर दोषारोप होऊ शकत नाही. जेव्हा आपण आपल्या शरीराच्या हुकमतीनुसार किंवा आपल्या जुन्या विचारपद्धतीनुसार जगत नसतो, तेव्हा आपण 'येशू'त आहोत हे आपल्याला जाणवतं. देवाच्या 'शब्दा'नुसार विचार करणाऱ्या व्यक्तीच्या आयुष्यात निंदेला स्थान नसतं. शेवटी सर्व गोष्टींची सुरुवात आपण कसा विचार करतो, तिथूनच होते. आपण चुका, पाप करतो कधी; आणि देवाला आपल्यावर वज्राघात करायची संधी मिळते कधी, याची देव वाटच बघत असतो, या धार्मिक शिकवणीचा आपण स्वीकार केलेला असेल, तर आपली विचारधारा 'शब्दा'शी जुळणारी नाही. त्यामुळे आपण स्वत:ला दोषारोपांसाठी प्रवृत्त करतो. प्रेम, आनंद, शांती, क्षमा, करुणा या गोष्टी देवाच्या प्राथमिकतेच्या यादीत वरच्या स्थानांवर आहेत. क्रोध, शिक्षा, नाश या नाहीत.

रोमन्स ८:२ यापुढील ज्ञान देतं. पृथ्वीवर आध्यात्मिक नियम अस्तित्वात आहेत. त्यातील दोन महत्त्वाचे नियम आहेत 'येशू ख्रिस्तातील आयुष्याच्या पवित्र आत्म्याचा नियम' आणि 'पाप आणि मृत्यूचा नियम'. निंदा, भय, अपराधीपणा हे पाप आणि मृत्यूच्या नियमाचे भाग आहेत. येशूविषयी कळण्यापूर्वी आपण त्याच व्यवस्थेचा भाग होतो. पण येशू ख्रिस्तातील आयुष्याच्या पवित्र आत्म्याचा नियम हा पाप-मृत्यूच्या नियमापेक्षा उच्च आहे. या नियमाचं मूळ आहे प्रेम. उच्च दर्जाचा नियम लागू करताना, साहजिकच त्यापेक्षा कमी दर्जाचे नियम रद्दबातल केले जातात. त्यामुळे तुम्ही जर येशूच्या पक्षाचे असाल तर निंदानालस्तीचा अंमल तुमच्यावर चालू शकणार नाही.

तुम्हाला काय वाटतं ते मला माहीत नाही. पण माझ्यासाठी ती अतिशय आनंदाची बातमी ठरते. मी येशूमध्ये कोण आहे, हे मला माहीत आहे. माझ्या आयुष्यावर त्याच्या नियमाचा अंमल चालतो. त्यामुळे कधीही आणि कशाहीविषयी मला निंद्य वाटून घेण्याची गरज नाही. पाप-मृत्यूच्या नियमापासून मुक्त राहण्यासाठी मी देवाच्या प्रेमाच्या छत्रछायेत चाललो आहे ना, याची मला खात्री करून घेतली पाहिजे.

धर्मप्रचारक पॉल यांच्या जीवनाकडे जेव्हा मी बघतो, तेव्हा स्वत:च्या ख्रिस्ताशी असलेल्या एकरूपतेविषयी त्याला किती आत्मविश्वास होता, ते मला जाणवतं. म्हणून तो जाहीर करू शकला, "आम्ही कोणाही माणसाचं वाईट केलं नाही" (२कॉरिंथिअन्स ७:२). येशू ख्रिस्ताशी भेट होण्यापूर्वी या माणसाने ख्रिश्चनांना छळलं होतं. त्यांच्यावर मारेकरी घालून त्यांना ठार केलं होतं. जेव्हा त्याने येशूच्या शिकवणुकीविषयी प्रवचनं द्यायला सुरुवात केली, तेव्हा दुश्मनाने त्याच्यावर किती आणि कसा हल्ला केला असेल त्याची कल्पनाही करवत नाही.

भूतकाळ असा असूनही, देवाच्या प्रेमामुळे पापाच्या शिक्षेतून मुक्त होणं म्हणजे काय; ते पॉलला बरोबर कळलं. तो एवढ्या ताकदीने वावरला आणि त्याच्या आयुष्यात, प्रवचनात ते प्रकट होताना दिसलं, यात काहीच आश्चर्य नाही. देव त्याच्याविषयी जे म्हणतो, तेच फक्त महत्त्वाचं आहे; याची त्याला पूर्ण खात्री होती. त्याच्यावर शंकेची सावलीही पडली नव्हती. खरं पाहायला गेलं, तर आपली ही खात्री फक्त बोलण्यापुरतीच असू नये. आपला देवावरचा विश्वास, देवाचं आपल्यावरील प्रेम हे आपल्या कृतीतून, बोलण्यातून, अख्ख्या जीवनातून व्यक्त झालं पाहिजे.

ऐका, तुमच्याकडून चूक घडते आणि सैतान येऊन तुम्हाला सांगतो, "काल रात्री तू जे केलंस, त्यामुळे देव तुझी प्रार्थना ऐकून घेणार नाही." तेव्हा त्या विचाराची तुम्ही खरडपट्टी काढली पाहिजे. कारण तो तुमच्या विश्वासावर झालेला हल्ला असतो. जेव्हा तुमच्या हातून पाप घडतं आणि येशूला स्मरून तुम्ही देवाची क्षमा मागता, तेव्हा तो तुमचं ऐकतो. तुम्हाला स्वत:ला काय वाटतं, यापेक्षा देव काय म्हणाला यावर तुम्ही जास्त विश्वास ठेवला पाहिजे.

आपल्याला दोषी ठरवणं आणि आपल्याविषयी आपल्याला वाईट वाटायला लावणं हे देव करत नाही, हे आपल्याला ठाऊक आहे. (रोमन्स ८:३४). आपल्या पापांचा आपल्याला पश्चात्ताप झाला नाही, तर आपलं स्वत:चंच अंत:करण आपल्याला दोष देतं आणि मग सैतान आगीत तेल ओततो. तो आपल्यावर आरोप करत असल्यामुळे त्याला शक्य झाल्यास त्या निर्भर्त्सनेच्या तुरुंगात आपल्याला डांबून ठेवण्याचे प्रयत्न तो सदैव करत राहणारच. पण आपण पाप केलं आणि देवाची क्षमा मागितली, तर तो विश्वासू आणि न्यायी देव आपल्याला क्षमा करणारच. (१ जॉन १:९).

देवाच्या हृदयाजवळची व्यक्ती व्हा

आपण जेव्हा डेव्हिडचं चरित्र बघतो, तेव्हा आपल्याला दिसून येतं की, गेल्या आठवड्यात आपण काय केलं, असल्या गोष्टींपेक्षा जास्त भर देव आपल्या हृदयाकडे बघण्यावर देतो. जी जी पापं माणसाच्या हातून घडू शकतात, त्या सगळ्या पापांचं प्रक्षालन येशूच्या रक्ताने आधीच केलं आहे. आपलं सदाचरण हे आपल्या बऱ्यावाईट कृतींवरून ठरवलं जात नसून, आपल्यासाठी येशूने काय केलं, यावरून ते ठरवलं जातं.

डेव्हिडचं वर्णन 'देवाच्या हृदयाजवळचा माणूस' असं केलं जातं (ॲक्टस १३:२२), हे कळल्यावर पहिल्यांदा मला आश्चर्य वाटलं. कारण तो माणूस खुनी होता, व्यभिचारी होता. असं असूनही देव त्याच्याविषयी आदराने बोलला. कारण सत्यपरिस्थिती अशी आहे की, डेव्हिडने खूप पापं केली. तो मूर्खपणाने, स्वार्थीपणाने वागला; पण त्याचं देवावर खूप प्रेम होतं आणि त्याला लगेच पश्चात्ताप होत असे. डेव्हिड देवाच्या हृदयाजवळ होता, ते त्यानं कोणतंही पाप केलं नव्हतं म्हणून नव्हे, तर त्याच्या आयुष्याविषयी देवाची जी इच्छा होती, ती पूर्ण करायचा त्याने निर्धार केला होता, म्हणून तो देवाचा लाडका होता.

देवाने योजलेलं काम जो करील, पृथ्वीवरील देवाच्या योजना जो साकार करील, अशा माणसाच्या शोधात देव होता. काय वाटेल ते झालं, तरी ते करण्यासाठी डेव्हिड कटिबद्ध होता. जे लोक जन्मभर देवाच्या इच्छा साकार करतात, त्यांची हृदयं देवाच्या हृदयासारखीच असतात. देव अशाच माणसांच्या शोधात असतो. जे काम करण्यासाठी त्यांना बोलावलं आहे, ते काम ते कोणत्याही परिस्थितीत पूर्ण करतात. मग त्यासाठी त्यांना नरकात जावं लागो किंवा खवळलेल्या समुद्रात. त्यासाठी खाली पडावं लागलं, पुन्हा वर उठावं लागलं तरी बेहत्तर. जोपर्यंत ते, ही प्रक्रिया सोडून जात नाहीत, तोपर्यंत ते देवाच्या हृदयाजवळ असतात.

अपराधी भावना आणि निंदानालस्तीमुळे अनेक लोक देवाला सोडून जातात. प्रार्थनेच्या वेळी चर्चमधील रिकाम्या जागा बघून मी विचारात पडत. आपला गतकाळ किंवा पाप याच्या पगड्याखाली जाऊन लोक, त्यांच्या आयुष्याकडून देवाला असलेल्या अपेक्षांपासून स्वतःला दूर करतात. देव, प्रार्थना, चर्च या साऱ्यापासून ते दूर जातात. या कारणामुळे किती जागा रिकाम्या असतील बरं, असं मला वाटत राहतं. देव नेहमी सैनिकांच्या शोधात असतो. असे सैनिक, जे आपलं कर्तव्य बजावत राहतील आणि तेही थोडाथोडका काळ नव्हे, तर त्यांच्या आयुष्यासाठी देवाने योजलेली पूर्ण योजना साकार होईपर्यंत. इथे तिथे लहानसहान विजय मिळवणं वेगळं. आपण जर शेवटपर्यंत टिकून राहिलो, तर देवाने आपल्या नशिबात जे

लिहून ठेवलं आहे, ते पूर्ण झालेलं पाहण्याची तुलना त्या छोट्या विजयांशी होऊच शकत नाही. तुम्ही जे भोगत आहात, ते साक्षीला आहे. तुम्ही आतापर्यंत अनुभवलेल्या सर्व भावना – क्लेश, वेदना, नुकसान, नकार – देव स्वत:कडे घेतो आणि ते सर्व आपल्या अधिकारानुसार वापरतो.

मी आतापर्यंत शेकडो वेळा हे सगळं सोडायचा विचार केला होता. कारण एकच. निंदा आणि इतर नकारात्मक भावना. माझ्या विधिलिखितापर्यंत पोहोचण्यापासून मला परावृत्त करण्यासाठी योजल्या गेलेल्या नकारात्मक भावना. आयुष्यात काही वेळा अशाही आल्या की, मी निंदेला माझ्या आतपर्यंत पोहोचू दिलं. याचं कारण माझ्या आयुष्यातील भरभराट. याच काळात कधीतरी मी स्वत:शी बोललो, "नाही देवा. केवळ काही लोक देवाने त्यांना कबूल केलेल्या दर्जापेक्षा कमी दर्जाचं जीवन जगू इच्छितात, याचा अर्थ मीही तसंच करावं, असा होत नाही. देवाने मला सांगितलं की, मला जमीन आणि घरं मिळतील. हे देवानेच सांगितलं होतं. त्यामुळे मला दोषी वाटायचा प्रश्नच येत नाही. देवाने मला आश्वासन दिलं होतं आणि मला ते मिळालं."

मी दोषारोप नाकारला. मी इतरांना सुखी करावं, म्हणून देवाने मला दिलेला तो कृपाप्रसाद आहे. म्हणून त्याला मान्यता दिली. मी समृद्ध आहे. कारण जे करण्यासाठी देवाने मला बोलावलं आहे, ते मी करावं, म्हणून देव मला भरपूर देत राहणार. त्यामुळे त्या निंदेला मी माझ्या विचारधारेपर्यंत पोहोचू देत नाही आणि त्याद्वारे देवाने माझ्यावर सोपवलेल्या कामात अडचणी येऊ देत नाही.

आणि हो. तुम्हीही देवाच्या शक्ती आणि तरतुदीच्या छत्रछायेखाली विश्वासाने चालू शकता. देवाने तुमच्यासाठी जे कार्य योजून तुम्हाला बोलावलं आहे, ते काम करण्यासाठी तुम्हीही सज्ज राहू शकता. तुम्ही तुमच्या आयुष्यात काय केलं, एवढंच नव्हे, तर काल रात्री तुम्ही काय केलं वगैरे गोष्टींनी काहीही फरक पडत नाही. लक्षात ठेवा. येशूच्या रक्ताने निर्भर्त्सनेला पराभूत केलं आहे. जर देवाचं तुमच्यावर प्रेम असेल, तर कोणीही तुम्हाला त्या प्रेमापासून अलग करू शकणार नाही, हे लक्षात घ्या. देवाच्या प्रेमावरील तुमचा विश्वास जाहीर करा. देव तुमच्यावर त्याच्या अख्ख्या अस्तित्वासकट प्रेम करतो. त्याचं येशूवर जेवढं प्रेम आहे, तेवढंच तुमच्यावरही आहे. या प्रेमामुळेच तुम्ही शिक्षेला पात्र ठरत नाहीत. उलट तुम्ही मुक्त होता. कोणत्याही प्रकारच्या भीती किंवा अपराधी भावनेशिवाय निर्णय घ्यायला तुम्ही मोकळे आहात. त्याच्या प्रेमावर विश्वास ठेवा आणि देवाच्या आनंद, शांती आणि विश्वासाच्या स्वातंत्र्याच्या सावलीत चाला. हा आनंद, शांती, विश्वास यांवर तुमचा हक्क आहे.

◆

१५

क्रोधाची हाताळणी

ज्या वेळी राग आपल्याला देवाच्या प्रेमापासून दूर करतो, तेव्हा तो अयोग्य असतो.

तुमचं हृदय मिनिटाला एक मैल या वेगाने धडधडत असल्यासारखं तुम्हाला वाटत आहे. तुमच्या नसांमधून ॲड्रेनलिन धावत आहे. छाती आवळल्यासारखी वाटते आहे. क्षणभर तुम्ही स्थळकाळाचं भान विसरता आणि तुमचं मन धावायला लागतं. तुमच्या आतून खोलवरून वाढत जाणारा दाब तुम्हाला आटोक्यात ठेवता येत नाही. तुमचं मन सुडाच्या आणि शत्रुत्वाच्या भावनांनी भरून जातं. क्षणभर तुम्ही करू नये, तो विचार करता. तुम्ही क्रोधाच्याही पलीकडे गेला आहात आणि वाढत्या वेगाने आणीबाणीच्या क्षणाकडे जात आहात. ओळखीचं वाटतं?

राग ही एक भावना आहे. वेळीच लगाम घालून त्यातील हवा काढून घेतली नाही, तर खूप मोठं नुकसान करण्याची सुप्त शक्ती रागात आहे. क्रोधाला वेळीच आवर न घातल्यामुळे आतापर्यंत किती गुन्हे झाले आहेत, याची कल्पना करणंही आवाक्याबाहेरचं आहे. या क्रोधाच्या जोडीला जर न्यूनत्व किंवा नाकारलेपण यासारख्या इतर नकारात्मक भावना आल्या, तर तो क्रोध कधी प्राणघातक होईल आणि ती व्यक्ती कधी धडकी भरवणारं कृत्य करील, ते सांगता येणार नाही.

क्रोध हा बहुधा विध्वंसक मानला जात असला, तरी त्याचा एक प्रकार, प्रामाणिक राग हा मात्र वेगळाच आहे. जग जेव्हा आपला देवाशी काहीच संबंध नसल्यासारखं वागत असतं, तेव्हा देवाच्या आणि देवाच्या गोष्टींच्या बाजूने उभं राहायला हाच प्रामाणिक संताप भाग पाडतो. आपल्या तेजाने मिट्ट अंधार उजळवायला, न्याय्य गोष्टींसाठी लढा घायला तोच आपल्याला प्रवृत्त करतो. आगीप्रमाणे क्रोधही चांगला किंवा वाईट नसतो. आपण तो कसा वापरतो, यावर सगळं अवलंबून

असतं. भावनिक क्रोध आणि न्याय्य क्रोध यातील फरक ओळखायला शिकणं ही परिणामकारक क्रोध व्यवस्थापनाची गुरुकिल्ली आहे.

राग म्हणजे काय? रागाची व्याख्या करायची झाली, तर राग म्हणजे खऱ्या किंवा काल्पनिक अपमान, निराशा किंवा अन्यायावर आपोआप होणारी प्रतिक्रिया. मी लहान असताना, कोणी अंगावर थुंकलं तर त्यावरील नैसर्गिक प्रतिक्रिया म्हणजे आपसूक हात उचलला जाऊन थुंकणाऱ्याच्या थोबाडीत बसणं. ती विचारपूर्वक केलेली कृती नसते, तर तत्काळ झालेली प्रतिक्रिया असते. त्याचप्रमाणे राग, संताप ही प्रतिक्रिया आहे. लोक जेव्हा खवळतात आणि त्या भावनेला विधायक पद्धतीने हाताळत नाहीत, तेव्हा त्याचा परिणाम म्हणजे ते स्वत:शी किंवा इतरांशी आक्रमक, बचावात्मक पद्धतीने वागतात. क्रोध या भावनेला नेहमीच अभिव्यक्तीची गरज असते.

रागाविषयी विचार करू लागलं, तर बहुतेकांच्या मनात त्वेष, चवताळणं, प्रकोप, कडवटपणा, निष्ठुरपणा, चीड, क्रोध असे शब्द येतात. राग या प्रकारे व्यक्त होत असला, तरी हे वर्णन सर्वसमावेशक नाही. राग ही एक भावना आहे आणि इतर भावनांप्रमाणेच ती आपल्याला एखाद्या दिशेने नेण्याचा प्रयत्न करते.

पुढील प्रश्नांवर विचार करून बघा. राग तुम्हाला कधी न्याय्य दिशेकडे घेऊन जातो का? तो नेहमी वाईटच असतो का? देवाचा रागाशी काही संबंध आहे का? तो कधी रागाला माफ करील का? हे माझ्या मनात खरेखुरे उद्भवलेले प्रश्न आहेत. कदाचित दहा वर्षांपूर्वी असे प्रश्न मला पडले नसते. राग व्यक्त करणं चुकीचं आहे, असा निष्कर्ष मी आपोआपच काढला असता.

बायबलमध्ये रागावर बरंच काही सांगितलं आहे. राग, आणि पापात रूपांतरित होऊ शकणारी त्यातील सुप्त शक्ती यावर 'शब्दा'त अनेक श्लोक आहेत. एफेसिअन्स ४:३१मध्ये म्हटलं आहे, "सगळा कडवटपणा, क्रोध, राग, आरडाओरड आणि दुष्ट बोलणं, द्वेषासकट सगळ्या गोष्टी तुमच्यापासून दूर ठेवा." ही उक्ती आपल्याला रागापासून मुक्त व्हायला सांगते हे स्पष्ट आहे. धर्मप्रचारक पॉलही रागाला भांडण, निंदानालस्ती, तापटपणा या सगळ्या विकारांच्या रांगेतच उभं करतात.

साम ३७:८सुद्धा सांगतं की, रागाला आवर घाला, संतापापासून दूर रहा. कारण त्यातून फक्त दुःख आणि नकारात्मक परिणामच निष्पन्न होतात. मॅथ्यू ५:२२मध्ये येशूने म्हटलं आहे की, आपण दुसऱ्यांवर रागावलेले असलो किंवा आपल्या मनात दुसऱ्याविषयी किल्मिष असेल, तर आपल्याला नरकातील अग्नीची शिक्षा मिळेल. यावरून असं वाटतं की, देव रागाविषयी खूप गंभीरपणे विचार करतो.

या उलट काही ठिकाणी असे संदर्भ आहेत ज्यात रागाकडे एवढ्या कठोरपणे पाहिलेलं नाही. उदाहरणार्थ, साम ४:४मध्ये म्हटलं आहे, "तुम्ही रागवा. पण त्या रागामुळे तुमच्या हातून पाप घडणार नाही, याची काळजी घ्या." एफेसिअन्स

४:२६मध्ये म्हटलं आहे, "दिवस मावळायच्या आत तुमचा क्रोध जाऊ दे." आपण जेवढे जास्त उतारे बघतो, तेवढा रागातून निर्माण झालेला संघर्ष कमी कमी होत संपुष्टात आलेला आढळतो. एक गोष्ट स्पष्ट आहे की, राग ही अशी भावना आहे, जिच्यावर आपण नियंत्रण ठेवू शकतो. इतर काही भावनांमध्ये होतं, त्याउलट रागातून नेहमी वाईटच निष्पन्न होतं असं नाही. तसं असतं, तर ही सामर्थ्यशाली भावना दक्षतेने हाताळा, अशी सूचना देवाने केलीच नसती.

तुम्ही एकटे नाही आहात

आयुष्यात कधी ना कधी माणसाला राग येतोच. पण आपण ज्या पद्धतीने तो हाताळतो, त्यामुळे आयुष्यात आपल्याला सामोरं जावं लागणाऱ्या परिस्थितीत फरक पडतो. जेव्हा आपण मोझिझ आणि येशू यांना आलेल्या क्रोधाचे वृत्तान्त वाचतो, तेव्हा आपल्या लक्षात येतं, की दोघांनीही ते वेगवेगळ्या पद्धतीने व्यक्त केले होते. त्यांच्या परिणामांतही जमीनअस्मानाचा फरक होता.

मोझिझच्या चरित्राचा अभ्यास करताना एक गोष्ट तेवढ्या प्रकर्षाने लक्षात घेतली जात नाही. ती म्हणजे तो अतिशट तापट होता. देवाच्या आधिपत्याखाली लाल समुद्र दुभंगवून, ज्यू लोकांना इजिप्तच्या लोकांच्या तावडीतून, केसालाही धक्का न लावता सोडवणारा इस्राईलचा निर्भय नेता हीच मोझिझची ओळख आपल्या मनात रुजली आहे. पण मोझिझच्या जीवनातही रागाचे अनेक क्षण आले होते आणि रागाच्या भरात त्याच्या हातून भयानक कृत्यं घडली होती.

एक्सोडस ३२:१९मध्ये मोझिझच्या क्रोधाच्या उद्रेकाचा वृत्तान्त आहे : "आणि ती कठीण परिस्थिती उद्‌भवली. तो जेव्हा मुक्कामाजवळ आला, त्याचक्षणी त्याने ते वासरू आणि तो नाच पाहिला. मोझिझला रागाचा झटका आला. त्याने टेबलं उचलली आणि डोंगरावरून खाली फेकून मोडून टाकली." मोझिझ थोडा वेळ देवाबरोबर राहून परत आला आणि त्याने इस्राइली लोकांना मूर्तिपूजा करताना आणि मेजवानी झोडताना पाहिलं, तेव्हा तो एवढा संतप्त झाला की, 'दहा ईश्वरी आज्ञा' (टेन कमांडमेंट्स) कोरलेल्या दगडी फळ्या त्याने डोंगरावरून खाली भिरकावून त्याच्या ठिकऱ्या ठिकऱ्या केल्या. त्याचा स्वत:वरचा ताबाच सुटला होता.

तापट स्वभावाच्या मोझिझचा रागाच्या भरात तोल जायचा, हा एकच प्रसंग नव्हता. इजिप्तचा एक माणूस त्याच्या इस्राइली सोबत्याला मारत असताना बघून मोझिझ एवढा चिडला की, त्या इजिप्तच्या माणसाचा त्याने खूनच केला. (एक्सोडस २:१२). देवाने मोझिझला काही प्रदेश देण्याचं कबूल केलं होतं. मोझिझ आपल्या लोकांना तिथे नेणार होता. पण मोझिझच्या रागीट प्रवृत्तीमुळे तो त्या भूमीला वंचित झाला.

"त्या जनसमुदायाला पाणी हवं होतं. तिथे अजिबात पाणी नव्हतं. सगळे मोझिझ आणि आरॉनभोवती जमा झाले. लोक मोझिझच्या नावाने आरडाओरडा करत होते... देवाने मोझिझला सांगितलं, 'हा दांडा घे. सगळ्या लोकांना गोळा कर आणि त्यांच्या नजरेसमोर खडकाशी बोल. खडक तुला पाणी देईल. तू लोकांच्या समोरच खडकातून पाणी काढून लोकांना देशील...' मोझिझ आणि आरॉनने लोकांना खडकासमोर गोळा केलं. मोझिझ त्यांना म्हणाला, 'ऐका, बंडखोर लोकांनो, या खडकातून तुमच्यासाठी पाणी काढू का?' मोझिझने हात वर उचलला आणि हातातील दांड्याने खडकावर दोनदा प्रहार केला आणि खडकातून भरपूर पाणी बाहेर आलं... देव मोझिझ आणि आरॉनला म्हणाला, 'इस्राईलच्या लेकरांसमोर मला मान्यता देण्यासाठी तुम्ही माझ्यावर विश्वास ठेवला नाहीत, म्हणून मी त्या जनसमुदायाला दिलेल्या भूमीवर तू त्यांना आणू नकोस.'" (नंबर्स २०:२-१२)

इस्राइली लोकांच्या तक्रारी आणि कटकटींपुढे मोझिझ खूप निराश झाला होता आणि खवळला होता. त्या संतापाच्या भरात त्याने देवाची अवज्ञा केली. देवाने त्याला खडकाशी बोलायला सांगितलं होतं. असं केल्याने त्यातून पाणी बाहेर आलं असतं. मोझिझने देवाची महती लोकांना जाणवून द्यावी, अशी देवाची इच्छा होती; पण मोझिझ चिडला. त्याचा स्वत:वरील ताबा सुटला. रागाच्या भरात त्याने खडकावर प्रहार केला. त्याच्या कृतीमुळे जनसमुदायाला पाणी मिळालं असलं, तरी त्याने आज्ञाभंग केला होता. क्रोध ही त्याची प्रेरणा व्हावी असं देवाला वाटत नव्हतं. संतापामुळे मोझिझचा संयम सुटला व त्याच्या नेतृत्वाची परिणती होण्याच्या बेतात असतानाच त्याला ते फळ मिळण्याच्या हक्काची किंमत मोजावी लागली.

बायबलमध्ये आढळणारा दुसऱ्या प्रकारचा राग म्हणजे न्याय्य राग. राग या अर्थाचा हिब्रू शब्द फक्त जुन्या करारातच जवळजवळ ४५५ वेळा आला आहे आणि त्या ४५५ संदर्भांपैकी ३७५, देवाच्या रागासंदर्भात येतात. देव न्यायी आहे याची आपल्याला खात्री आहे. त्यावरून न्याय्य, सात्त्विक संतापही अस्तित्वात आहे, असं म्हणता येईल.

संताप हा सात्त्विक कसा असू शकतो? अराजक आणि अन्याय माजलेला असताना आदर्श आणि ईश्वरनिष्ठेला उचलून धरण्यासाठी आपण प्रवृत्त होतो तेव्हा आपण सात्त्विक संतापाचं उदाहरण देत असतो. येशूचा रागही त्याच्या देवावरील प्रेमावर आणि देवाची इच्छा पृथ्वीवर साकार झालेली पाहण्याच्या त्याच्या इच्छेवर आधारित होता.

मार्क ३:१-५मध्ये येशूला आलेल्या दांभिक फॅरिसी पंथी लोकांवरील रागाचा

लेखी पुरावा सापडतो. ते फॅरिसी पंथीय लोक येशूवर खटला भरणार होते, म्हणून ते त्याला सापळ्यात पकडण्याचा प्रयत्न करत होते.

"येशू पुन्हा प्रार्थनागृहात गेला. तिथे एक हात वाळलेला माणूस आला होता. तो शब्बाथचा दिवस होता. (आठवड्यातील हा दिवस विश्रांतीचा व ईश्वरचिंतनाचा दिवस म्हणून पाळला जातो.) येशू त्याला त्या दिवशी बरा करतो का, ते पाहायला काही फॅरिसी पंथीय लेक तिथे आले होते. येशूने उपचार केले तर शब्बाथच्या दिवशी हे कृत्य केल्याचा दोषारोप त्यांना करता आला असता. येशू त्या, वाळलेला हात असलेल्या माणसाला म्हणाला, "सर्वांच्या पुढे उभा रहा." मग येशूने तिथे जमलेल्या लोकांना विचारलं, "शब्बाथच्या दिवशी सत्कृत्य करणं धर्मशास्त्राला धरून आहे की दुष्कृत्य करणं? जीवदान द्यायला धर्मशास्त्राची परवानगी आहे की जीव घ्यायला?" येशूच्या प्रश्नाला त्या लोकांनी काहीच उत्तर दिलं नाही. त्या लोकांच्या निर्दयपणामुळे येशूला दुःख झालं. सभोवताली उभ्या असलेल्या त्या लोकांकडे त्याने चिडून पाहिलं आणि त्या माणसाला म्हटलं, "तुझा वाळलेला हात पुढे कर."

ते फॅरिसी पंथीय लोक निर्दय होते, म्हणून येशूने त्यांच्याकडे रागाने आणि निराशेने पाहिलं. लोकांना मदत करण्यापेक्षा त्यांना त्यांच्या धर्मपरंपरांचीच जास्त काळजी होती. म्हणून येशू लोकांना मदत करण्यासाठी आला होता. त्याला संताप आला आणि त्यामुळेच त्यांना प्रश्न विचारून त्यांच्या ढोंगीपणावर प्रकाश टाकायला तो उद्युक्त झाला.

मार्क ११मध्ये येशूला राग आल्याचं दुसरं उदाहरण पाहायला मिळतं. हॉलिवुडने चित्रित केल्याप्रमाणे येशू हा कणा नसलेला दुर्बळ माणूस नव्हता. येशू हा देवाचा माणूस होता. ठाम मतं असलेला माणूस होता. जे बरोबर होतं त्याच्या बाजूने आणि जे चूक होतं त्याच्या विरोधात तो उभा राहिला.

मार्क ११:१५-१७मध्ये तो प्रार्थनागृहात शिरला आणि तिथे त्याने व्यापाऱ्यांना माल विकताना पाहिलं, तेव्हा काय घडलं त्याचं वर्णन आहे.

"मग ते जेरुसलेमला आले. येशू देवळात गेला. त्या देवळात काही लोकांनी बाजार भरवला होता. तिथे खरेदी-विक्री करणाऱ्यांना येशू देवळाच्या बाहेर हाकलून देऊ लागला. सावकारांची टेबलं त्याने फेकून दिली. कबुतरं विकणाऱ्यांची आसनं त्याने टाकून दिली. मंदिरातून भांड्यांची ने-आण करायला त्याने मज्जाव केला. तिथे जमलेल्या सर्वांना उद्देशून येशू म्हणाला, 'माझ्या घराला जगातील सर्व देशांचं प्रार्थनामंदिर म्हणतील असं धर्मशास्त्रात लिहून ठेवलं आहे ना? पण तुम्ही तर या

स्थानाला चोरांचा अड्डा बनवून टाकलं आहे.'''

येशूने त्यांच्यावरच बाजू उलटवली आणि प्रत्यक्षातही प्रार्थनागृहात जे चाललं होतं, त्याची मोडतोड करून टाकली. त्याने काही गोष्टी घडायला भाग पाडलं. या उताऱ्यातील आणखी एक गोष्ट लक्षात घ्या. देऊळ शुद्ध केल्यावर येशूने लोकांना समजावलं. त्याच्या संतापाने त्याला फक्त कृती करायलाच उद्युक्त केलं नाही तर चर्चचं चोरांच्या अड्ड्यात रूपांतर करणं कसं गैर आहे, हे लोकांना समजवायलाही भाग पाडलं. त्याने संतापाचा वापर लोकांना प्रेरणा देण्याची आणि त्यांचं अज्ञान दूर करण्याची संधी म्हणूनही केला.

बायबलमधील उताऱ्यांचा अभ्यास करताना क्रोधामुळे समस्या कशा उभ्या राहतात, ते आढळून येतं. मोझिझच्या बाबतीत तेच घडलं होतं. त्यानंतर आपण पाहिलं की, काही वेळा संताप हा समर्थनीय असतो. येशूने केलेल्या कृत्यातून हेच दिसून येतं. या दोघांची संगती कशी लावायची? एक असमर्थनीय, भावनेच्या आहारी गेल्याने येणारा संताप आणि दुसरा समर्थनीय, सात्त्विक संताप.

समर्थनीय संताप म्हणजे पूर्वग्रहदूषित नसलेला, अलिप्त, सात्त्विक राग. एखादी अन्याय्य गोष्ट पाहून आलेला क्रोध. येशू देवळात गेला तेव्हा त्याने अनुभवलेली भावना म्हणजे समर्थनीय संताप. याउलट असमर्थनीय संताप म्हणजे पाप आणि गुन्ह्यांकडे घेऊन जाणारा क्रोधाचा उद्रेक. उदाहरणार्थ, १ सॅम्युएल १९:१०मध्ये लिहिल्याप्रमाणे सॉलने डेव्हिडला ठार मारायचा प्रयत्न केला तेव्हा तो मत्सर, भीती, राग या भावनांच्या आहारी गेला होता. देवाला अन्याय्य गोष्टींचा राग येतो. त्यापेक्षा सॉलला आलेला राग वेगळा होता.

जुन्या करारात 'राग' म्हणून वारंवार आढळणाऱ्या शब्दाचा मूळ हिब्रू शब्द आहे 'अफ' (aph). नंबर्स ११:१मध्ये हा शब्द देवाच्या रागाचं वर्णन करताना वापरला आहे, "जेव्हा लोकांनी तक्रार केली तेव्हा देव नाखूश झाला. देवाने ती ऐकली आणि त्याचा राग उफाळून आला." लोकांची तक्रार केली. या कुरबुरी आणि तक्रारींच्या मागे पाप होतं. त्यामुळे त्यावरून देवाने चिडणं समर्थनीय होतं.

नव्या करारातील 'राग' या शब्दाचा मूळ ग्रीक शब्द 'ओर्गं' (orge) असा आहे. एफेसिअन्स ४:३१मधील संदर्भात असलेल्या रागाच्या प्रकारासाठी हा शब्द वापरला जातो. हाच ग्रीक शब्द कॉलॉसिअन्स ३:८मध्येही वापरला आहे. "तुम्हीही राग, संताप, द्वेष या गोष्टी दूर ठेवा." आणि जेम्स १:१९मध्येही आहे, "ज्या कारणास्तव माझ्या प्रिय बांधवांनो, जलद ऐका, सावकाश बोला, सावकाश विचारपूर्वक चिडा (ओर्गं)."

ग्रीक आणि हिब्रू या दोन्ही भाषातील 'रागा'ला समानार्थी असणारे शब्द उचित राग, अनुचित राग, त्याचप्रमाणे उचित की अनुचित हे नक्की ठरवता येणार नाही. असा राग

अशा सर्व प्रकारच्या रागाचं वर्णन करताना वापरण्यात येतात. ते शब्द आलटूनपालटून वापरता येतात. त्यामुळे तो शब्द कोणत्या संदर्भात वापरला आहे ते पाहावे लागते. त्यावरूनच तो राग समर्थनीय आहे की नाही, हे आपण ठरवू शकतो.

आतापर्यंत आपण पाहिलं आहे की, राग हा स्वत: चांगला किंवा वाईट नसतो, बरोबर किंवा चूक नसतो, पवित्र किंवा पापी नसतो. मी पुन्हा एकदा आगीचा दृष्टान्त देतो. आग स्वत: घातक किंवा सुरक्षित नसते. ती तटस्थ असते. तिचा उपयोग कसा केला जातो, त्यावरून ती चांगली की वाईट हे ठरतं. काही उद्देशाने आणि विशिष्ट मर्यादेत वापरली, तर आग ही हितकारक ठरते. ऊब, स्वयंपाक, रोजच्या जीवनाला लागणारी ऊर्जानिर्मिती याकरिता आगीचा उपयोग होतो.

पण तीच आग जर एखाद्या बेजबाबदार किंवा दुष्ट माणसाच्या हातात पडली, तर ती खूप मोठा विनाश घडवून आणू शकते. आगीला अनिर्बंध होऊ दिलं तर ती मार्गातील सगळ्यांचा नाश करते. आपण रागाकडेही याच दृष्टीने पाहू शकतो. तो अन्याय्य गोष्टींविरुद्ध सात्त्विक संताप असेल किंवा भावनिक पाप असेल; आपण तो कसं हाताळतो त्यावर सगळं अवलंबून आहे.

ज्या वेळी राग आपल्याला देवाच्या प्रेमापासून दूर करतो, तेव्हा तो अयोग्य असतो. स्वार्थीपणा, लबाडी, स्वत:चं हित जपणं या गोष्टी रागामुळे आपल्याकडून घडणार असतील, तर आपण लक्ष्मणरेषा ओलांडली आहे, असं समजून त्या पापाचा कबुलीजबाब द्यावा. जेम्स १:१९-२० माणसाचा कोप त्याला दुराचरणाकडे कसं नेतो, ते सांगतं. राग हा आपल्याला इतर माणसांना इजा करायला लावतो. राग लोकांचा खून करायला उद्युक्त करतो. आपल्याला इजा पोहोचवणाऱ्याचा, आपला अपमान करणाऱ्याचा सूड घ्यायला लावतो. जर आपला क्रोध आपल्याला देवाच्या 'शब्दा'नुसार कृती करू देत नसेल तर तो असमर्थनीयच असतो.

बायबलमधील रागाविषयीची चार तत्त्वं

राग या भावनेवर तुम्ही नियंत्रण ठेवू शकता. म्हणूनच त्याच्या अधीन होण्याची गरज नाही हे लक्षात घ्या. आपल्या मनात जरी विशिष्ट भावना आल्या, तरी आपण तसंच वागलं पाहिजे असं नाही. पुढे दिलेली तत्त्वं विचारात घ्या.

तुमच्या भावना ताब्यात ठेवा, भावनांच्या आहारी जाऊन कृती करू नका

त्याऐवजी देवाचा 'शब्द' अमलात आणा. 'शब्दा'शी मिळत्याजुळत्या असणाऱ्या भावनांच्या आधारे वागायला स्वत:ला भाग पाडा. तसं तर नकारात्मक भावनाही मनात येत राहणार. पण त्या भावनांच्या आहारी जायचं नाही, असं स्वत:ला बजावा. आपण जसा विचार करतो, तशाच भावना मनात उद्भवतात. म्हणून तुमचं मन योग्य विचारांनी भरा. कोणताही निर्णय भावनांच्या आहारी जाऊन घेऊ नका. एखादा

निर्णय घेताना आपल्या भावना काय सांगत आहेत, ते न ऐकता त्या परिस्थितीविषयी 'शब्द' काय म्हणतो ते विचारात घ्या. आपण संतापाच्या भरात एखादा निर्णय घेतला आणि तो निर्णय आपल्याला किंवा इतरांना हानिकारक असेल, तर ते हेच दर्शवतं की, आपण सतत चुकीच्या गोष्टीचाच विचार करत बसतो. यावरील उपाय म्हणजे देवाच्या 'शब्दा'वर लक्ष केंद्रित करून आपले विचार बदला. म्हणजे तुमची मानसिकता बदलेल आणि त्यानुरूप तुमच्या भावनाही बदलतील.

रागावर नियंत्रण ठेवणं, ही वाटतं तेवढी सोपी गोष्ट नाही. मी माझ्या अनुभवावरून सांगत आहे. मी वर्षानुवर्षं माझ्या तापट स्वभावाशी झगडत होतो. माझा राग कधीही उफाळून येत असे आणि अनेकदा तर मी माझ्या जवळच्या माणसांवरच राग काढत असे. मी संतापाच्या भरात लोकांशी अनुदार शब्दात बोलून त्यांना घायाळ करत असे. रागामुळे माझ्या शरीरावरही दुष्परिणाम होत असे. माझा रक्तदाब आभाळाला भिडत असे आणि ताणतणावाची पातळी दाखवणारी रेषा तर तक्त्याच्या बाहेर जात असे! मी जर वेळीच पावलं उचलली नाहीत, तर याचा परिणाम माझं आयुष्य धुळीला मिळण्यात होईल, हे मला जाणवलं.

मग मी मनापासून 'शब्दा'चं आणि देवाच्या प्रेमाचं चिंतन करायला सुरुवात केली. ते हळूहळू माझ्या अंतरंगात भिनू लागलं आणि माझ्यात बदल घडू लागला. इतर गोष्टींमुळे मला होणारा त्रास कमी कमी होऊ लागला. एखादी गोष्ट मनासारखी झाली नाही किंवा कोणी मला नको ते बोललं वा केलं, तर पूर्वी रागाने माझा तोल जात असे, तसं न होण्यापर्यंत माझी प्रगती झाली. रागाने माझा ताबा घेण्यापूर्वी मीच रागाचा ताबा घ्यायला सुरुवात केली.

रागाच्या बाबतीत उतावीळ होऊ नका

एक्लेसिएस्टस ७:९मध्ये म्हटलं आहे की, "चिडण्याची घाई करू नका. कारण मूर्खांच्या हृदयात रागाची वस्ती असते." किंवा दुसऱ्या शब्दात सांगायचं, तर पटकन रागावू नका. या उक्तीत, आपल्या ताब्यात नसलेल्या रागाविषयी लिहिलं आहे. चटकन चिडणारा माणूस पटकन कृतीही करतो. तो लगेच संतप्त होतो. हा राग वाढून त्यावर कृती करायलाही त्याला वेळ लागत नाही.

प्रॉव्हर्ब्स १५:१८मध्ये म्हटलं आहे, "तापट माणूस संघर्ष निर्माण करतो, तर चटकन न रागावणारा माणूस भांडण मिटवून शांतता प्रस्थापित करतो." (ॲम्प्लि). चिडून लगेचच संघर्षाला सुरुवात करू नका. चिडण्याचा वेग कमी करा. काही बोलायच्या किंवा करायच्या आधी क्षणभर थांबून डोकं शांत करा.

साम१०३:८ ही माझी आवडती उक्ती आहे : "देव दयाळू आणि कृपाळू आहे. त्याला चटकन राग येत नाही आणि तो करुणेचं आगर आहे." कल्पना करा.

देवाच्या लेकरांनी त्याची अवज्ञा केली, त्या प्रत्येक वेळी रागाच्या भरात देवाने कृती केली तर काय होईल? मला वाटतं, तसं झालं असतं, तर आपल्यापैकी कोणीच इथे नसतं. एवढ्या अवाढव्य जगाचा व्याप सांभाळत असूनही देव लगेचच रागाच्या आहारी जात नाही. तर आपण त्याच्या लेकरांनी, त्याच्यासारखंच बनायचा प्रयत्न करायला नको का?

चिडलेले असताना तुमच्या हातून पाप घडण्याची जास्त शक्यता असते

एफेसिअन्स ४:२६-२७मध्ये म्हटलं आहे, "रागाच्या भरात पाप करू नका. सूर्यास्ताच्या आत तुमचा राग शांत करा आणि सैतानाला पाय रोवायला जागा देऊ नका" (एनआयव्ही). मनात बाळगलेला, त्याचा पाठपुरावा करून त्याला पोसलेला राग म्हणजे आपण आपल्या आयुष्यात शत्रूला दिलेलं आमंत्रण. ती घटना पुन्हापुन्हा आठवत राहण्यापेक्षा ती सोडून द्यायला शिका. तुम्हाला शहाणपणाचा सल्ला देऊ शकेल अशा व्यक्तीला विश्वासात घेऊन तिच्याशी त्यासंबंधी बोला. त्या घटनेत गुंतलेल्या व्यक्तींना क्षमा करा. श्रद्धेच्या साहाय्याने रागाच्या मुळाला मुक्त करा. या सर्व प्रक्रियेत देव तुम्हाला नेहमीच मदत करील असा विश्वास बाळगा.

काही वेळा क्रोध न्याय्य असतो, क्रोध आला नाही तर देव नाराज होतो

कधीकधी एखादी व्यक्ती आत्मसंतुष्ट किंवा उदासीन असल्यामुळे चिडत नाही. तेव्हा देव अशा व्यक्तींवर नाखूश होतो. उदासीन लोक मधला रस्ता पकडतात. ना धड ते जगात ज्या प्रकारे गोष्टी घडतात, त्याच्याशी सहमत असतात, ना धड ते देवासाठी पेटलेले असतात. देवाला एखाद्या गोष्टीविषयी जेवढ्या उत्कटपणे वाटतं, तेवढ्या उत्कटपणे त्याविषयी, या मधला रस्ता पकडणाऱ्यांना वाटत नाही.

सश्रद्ध म्हणून आपली ठाम मतं, श्रद्धा असल्या पाहिजेत. पाप, सैतान, शाप आणि आपल्या आयुष्याचा नाश करण्यासाठी योजलेल्या सगळ्या गोष्टी पाहून आपलं पित्त खवळलं पाहिजे. दारिद्र्य, पाप, आजार वगैरे गोष्टी आपल्या कुटुंबावर हल्ला करतात, आपले जिवलग आजूबाजूच्या मोहमयी दुनियेचं अंधानुकरण करतात; अशा वेळी किंवा कृपाळू देव आणि येशू ख्रिस्ताविषयी अनभिज्ञ असणारे लोक आपण पाहतो, तेव्हा आपण संतप्त झालं पाहिजे. आपल्या राष्ट्राच्या नैतिक बांधणीची सालटी काढणारे अन्याय्य कायदे संमत झाल्याचे आपण ऐकतो, तेव्हा आपण अस्वस्थ झालं पाहिजे.

आपल्या श्रद्धा आणि देवाचा 'शब्द' यांना विरोध करणाऱ्या गोष्टींविषयी आपल्याला न्याय्य संताप आला पाहिजे आणि देवाचे प्रतिनिधी म्हणून मिळालेले अधिकार आणि शक्ती यांचा उपयोग करायला आपण प्रवृत्त झालं पाहिजे. आपल्याला

आळशी बनवणाऱ्या, आपल्या आयुष्यावर शत्रूचं वर्चस्व चालू देणाऱ्या, आपल्या जिवलगांच्या जीवनावर आक्रमण करणाऱ्या आत्मसंतुष्टता आणि फसवणूक यांना आपण थारा देता कामा नये. येशूमधील आपल्या स्थानाला आव्हान देणाऱ्या कोणत्याही गोष्टीवर, आपल्या अधिकाराचा वापर करण्यासाठी आपण सदैव तत्पर असलं पाहिजे. शत्रूच्या कारस्थानांना निशाणा केलेला सात्त्विक संताप, देवाच्या शक्तीचा वापर करून आपल्या आजूबाजूच्या जगात योग्य ते बदल घडवून आणायला आपल्याला उद्युक्त करतो.

क्वचित कधीतरी अन्याय्य रागाच्या प्रभावाखाली कृती करण्याचा मोह आपल्याला होतो, तेव्हा बाजू त्याच्यावरच उलटवायचा मार्ग शोधा. संतापाने तुम्हाला एखादं पापकृत्य करायला भाग पाडण्याअगोदर विरामाचे बटण दाबा आणि त्या रागाला, तुम्हाला न्याय्य कृतीकडे न्यायला भाग पाडा. जेव्हा लोक तुम्हाला दुखावण्यासारख्या गोष्टी करतात, तेव्हा त्यांना शिव्या देण्याऐवजी, त्यांना सुखी करा. त्यांच्यासाठी प्रार्थना करा. त्यांना दुखावण्यासारखं काही करण्यापेक्षा त्यांच्यासाठी काहीतरी चांगलं करा. वाईटावर चांगल्याने मात करून शत्रूच्या योजना फिसकटू द्या.

प्रेमाने चालण्याचा निर्णय घ्या. मग दुसरं कोणीही सोबत नसलं तरी चालेल. चुका करू नका. ज्यांच्यावर प्रेम करणं कठीण आहे, अशी माणसंही तुम्हाला भेटतील. पण श्रद्धेने त्यांच्यावर प्रेम करणं, तुमच्या हातात आहे. प्रेमातील सत्य बोलायला प्रवृत्त करण्यासाठी रागाचा उपयोग करा. देव नेहमीच तुमच्या पाठीशी असेल.

◆

१६

नकारापासून सुटका

नाकारलेपणा ही नकारात्मक भावना आहे. तिचं उगमस्थान आहे आत्मा.

एवढे लोक मानसिक अस्वास्थ्याला सामोरे जात असतात, त्याचं एक कारण म्हणजे स्वीकाराचा अभाव. स्वीकार ही माणसाची मूलभूत गरज आहे. इतरांनी आपल्याला स्वीकारावं, आपल्याला महत्त्व द्यावं, असं प्रत्येकालाच वाटत असतं. पौगंडावस्थेतील तीन मुलींचा बाप म्हणून, मी या गोष्टीकडे वेगळ्या दृष्टीने बघतो. मुलं जशी आहेत, तसा त्यांचा बिनशर्त स्वीकार आपण करावा; ही मुलांची गरज असते. तसं तर लहान मुलं, पौगंडावस्थेतील मुलं किंवा प्रौढ, सर्वांनाच इतरांनी आपल्याला स्वीकारावं ही आस असते. आपण जे आहोत, ती आपली योग्यता इतरांनी ओळखावी, आपली प्रशंसा करावी, अशी सर्वांचीच इच्छा असते. एखाद्या पातळीवर आपण नाकारले गेल्याच्या जाणिवेमुळे आपल्यात न्यूनत्व, चीड, साशंकता निर्माण होऊ शकते.

इतरांना दुखावणाऱ्या, नाकारल्या गेलेल्या लोकांनी जग भरलेलं आहे. आपल्यावर कोणीतरी बिनशर्त प्रेम करावं असं त्यांना खरोखरच वाटत असतं. या नकाराची मुळं खोलवर जातात. त्यामुळे निर्माण होणारी भावनिक आव्हानं, वर्तणुकीच्या समस्या कधीकधी नंतरच्या आयुष्यात डोकं वर काढतात. बरीच प्रौढ माणसं अंतर्यामी 'नाकारलेली मुलं' असलेली आढळतात. देवाव्यतिरिक्त कोणाकडूनही आणि कशाही मार्फत मान्यता मिळवण्यासाठी ती काहीही करत असतात. हे लोक नातेसंबंध, नोकऱ्या, भौतिक गोष्टी यांच्या आधारे अंतर्यामीची ही कमतरता भरून काढायचा प्रयत्न करतात. ही नकारात्मक भावना त्यांच्या असुरक्षिततेच्या आणि स्वत:विषयीच्या अनादराच्या आगीत तेल ओतते.

नाकारलेपणा कसा हाताळावा, हे पाहण्यासाठी प्रथम त्याचं मूळ कुठे आहे, आपल्या आयुष्यात त्याचा शिरकाव कसा झाला, ते समजून घेतलं पाहिजे. नाकारलेपणा ही नकारात्मक भावना आहे. तिचं उगमस्थान आहे आत्मा – मन, इच्छाशक्ती आणि भावना यांचा प्रांत. एखाद्या व्यक्तीला कोणी गप्प बसवलं, दडपून टाकलं किंवा कोणीतरी तिला टाळत राहिलं आणि त्यामुळे निर्माण झालेल्या भावना त्या व्यक्तीने आतल्या आत दाबून टाकल्या तर याची सुरुवात होते. जर आत्माच निरोगी नसेल, तर त्या व्यक्तीचं उरलेलं आयुष्यही बिघडणारच. आपण पाहिलंच आहे की, ३ जॉन २मध्ये म्हटलं आहे की, आपल्या आत्म्याने समृद्ध व्हावं, अशी देवाची इच्छा असते. यात अखंड आणि संपूर्ण अशा मन व भावनांचा समावेश होतो. आपण भावनांची समग्रता अनुभवावी, असा देवाचा उद्देश असतो. नाकारलेपणा म्हणजे त्या समग्रतेचा भंग होय. त्यात आपलं आयुष्य उद्ध्वस्त करण्याची सुप्त शक्ती असते.

आपल्याला ठाऊक आहे की, भावना म्हणजे आपल्या अंतरात निर्माण होणाऱ्या जाणिवा. आपल्या आयुष्याविषयी असणाऱ्या देवाच्या इच्छेपासून त्या आपल्याला दूर नेऊ शकतात. नकारात्मक भावना वासनेच्या सदरात मोडतात. वासना हा शब्द फक्त शरीराशी संबंधित नाही. वासना ही विचारांची पद्धत आहे आणि ती देवाच्या शब्दाच्या विरोधात असते. वासनेच्या तालावर नाचणं, म्हणजे 'शब्दा'च्या विरुद्ध असलेल्या विचारशैलीनुसार विचार करणं, कृती करणं आणि आपलं जीवन जगणं.

नाकारलेपणाच्या जाणिवेला मी 'वासनामयी' म्हणतो, कारण देव आपल्याविषयी काय म्हणतो किंवा देव आपल्याकडे कोणत्या दृष्टीने बघतो, याच्याशी ती सुसंगत नसते. देव आपल्याला कधीच नाकारत नाही. तो नेहमीच आपला स्वीकार करतो. नाकारलेपणा अनुभवणं आणि आतल्या आत दडपणं, हे देवाशी एकवाक्यता नसलेली मानसिकता दर्शवतं.

प्रवेशद्वारच बंद करा

शत्रू आपल्या आयुष्यात शिरकाव कसा करतो, याचा तुम्ही कधी विचार केला आहे का? तो आपल्या भावनांच्या प्रवेशमार्गावरून आता येतो. आपण नकारात्मक भावनांना बळकटी आणत असतो, पोसत असतो. ज्यांचे व्रण अजूनही शिल्लक आहेत, असे आपल्या बालपणातील अनुभव किंवा ज्यांनी आपल्यावर घाव घातले अशा आपल्या आयुष्यातील घटना आपण पुन्हापुन्हा उगाळत बसतो. जेव्हा आपण वासनांनी बरबटलेले असतो, तेव्हा आपल्या आत्म्याच्या प्रवेशद्वारातून कोणत्याही वेळी आपल्या शरीरात शिरण्याची संधी सैतानाला मिळते.

नाकारलेपणा हा व्यक्तीच्या गाभ्यावरच आघात करतो. गाभा म्हणजे मूल्यांची

जाणीव असलेला भाग. त्यामुळेच ती भावना आपल्याला एवढ्या वेदना देते. देव आपल्याविषयी काय म्हणतो, काय विचार करतो, ते जर आपल्याला ठाऊक नसेल तर आपण स्वत:च तिच्यासाठी दार उघडतो.

जॉन ६:३७मध्ये म्हटलं आहे, ''परमेश्वरपिता जे काही मला देईल, ते सर्व माझ्याकडे येईल आणि जे माझ्याकडे येईल ते मी कधीही दूर लोटणार नाही.'' ॲम्प्लिफाइड बायबलमध्ये म्हटलं आहे, ''परमेश्वरपिता ज्यांना माझ्याकडे पाठवील (सोपवेल) ते माझ्याकडे येतील आणि जो माझ्याकडे येईल त्याला मी कधीही दूर लोटणार नाही. (माझ्याकडे जे येतील त्यांच्यापैकी एकालाही मी नाकारणार नाही. कधीच नाही. कधीही नाही.)'' वा! देवाने वचन दिलं आहे की, त्याच्याकडे जी व्यक्ती येईल तिला तो कधीही नाकारणार नाही.

बायबलमधील या उताऱ्याने मी सुरुवात करतो, कारण मला तुम्हाला हेच दाखवून द्यायचं आहे की, तुम्हाला आयुष्यात इतर सर्वांनी नाकारलं, तरी तुम्ही एकावर नेहमीच अवलंबून राहू शकता; आणि तो आहे देव. तुम्ही नेहमीच त्याच्या गळ्यातले ताईत असाल.

आता आपण नाकारलेपणाची व्याख्या पाहू या. आपल्यावर कोणी प्रेम करत नाही किंवा कोणी आपला स्वीकार करत नाही ही भावना म्हणजे नाकारलेपणा. आपण नाकारले गेलो आहोत, असं समजणारी व्यक्ती स्वत:ला निरुपयोगी समजते. तिच्या मनात स्वत:विषयी आदर नसतो. मी काय सांगत आहे, ते नीट ऐका. नाकारलेपणा ही फक्त एक भावना आहे. तिला आपल्या आयुष्याचा ताबा घेऊ देऊ नका.

आपल्या लक्षात येवो न येवो, कोणीतरी आपल्याला नाकारण्याची शक्यता नेहमीच असते. बरेचदा काही काही निर्णय घेण्यामागे ही नाकारलं जाण्याची भीतीच असते. उदाहरणार्थ, मित्रांनो, तुम्हाला हाय स्कूलमधली ती मुलगी आठवते? तुम्हाला तिच्याबरोबर फिरायला जायचं होतं. म्हणून तिला विचारायला म्हणून तुम्ही फोन उचललात, नाहीतर शाळेत तिला भेटून, त्याविषयी विचारायचं असं तुम्ही ठरवलंत. पण फोनवर तिचा नंबर फिरवण्याअगोदरच किंवा शाळेत तिच्याशी बोलायला सुरुवात करण्यापूर्वीच तुमच्या पोटात गोळा आला. तुम्ही तिला फोन केलात, शाळेत तिच्याशी बोललात की, 'नाही' या शब्दाला घाबरून तुम्ही प्रयत्नच सोडून दिलात?

मला आठवतं आहे, त्या वेळी मी माझ्या बहिणींची मदत मागितली. मी त्यांना त्या मुलीचं माझ्याविषयीचं मत विचारायला सांगितलं. त्यामुळे तिने मला नकार देण्याची शक्यता कमी झाली असती आणि मी थोड्या जास्त आत्मविश्वासाने तिला विचारू शकलो असतो. म्हणजे जर मला तशी खात्री वाटली असती, तर मी थेट तिच्याकडे जाऊन तिचा फोन नंबर मागितला असता. खरंतर, माझ्या ओळखीच्या सगळ्याच मुलांच्या मनात त्या निर्णायक क्षणी नकाराचं भय असायचं. मन:पटलावर

वेगवेगळी दृश्यं साकारत असायची. मन दौडत सुटलेलं असायचं. तिचा होकार मिळणार की नकार, या प्रतीक्षेत असताना मनात नकाराच्या भीतीविरुद्ध घणाघाती युद्ध चाललेलं असायचं.

दुसरं म्हणजे त्या वेळी शाळेत मुलांचा एक गट होता. अख्ख्या शाळेत लोकप्रिय होता तो. काहीही करून त्यांनी तुम्हाला आपल्यात घ्यावं असं तुम्हाला वाटत असे. त्यासाठी तुम्ही तुमची केशरचना बदललीत, वेशभूषा बदललीत. आणि एकदाचं त्यांनी तुम्हाला स्वीकारलं. आणि एकदा एक पार्टी होती. आठवतं? तीऽ पार्टी! अचानक एक बेकायदेशीर पदार्थ अवतरला. दोस्तांच्या नजरेतून तुम्हाला खाली उतरायचं नव्हतं. तुम्हीही 'कूल' आहात, हे त्यांना दाखवणं आवश्यक होतं. तो निर्णायक क्षण आला. निर्णय घेणं खरोखरच कठीण होतं. त्यांच्यात राहण्यासाठी तुम्ही सोईस्करपणे तुमच्या मूल्यांशी तडजोड केलीत की, त्यांनी तुम्हाला नाकारायची शक्यता असूनही तुम्ही तुमच्या नैतिक दृष्टिकोनावर कायम राहिलात? आपल्यापैकी बरेच जण नाकारलेपणाला घाबरून, केवळ त्या मित्रांनी आपल्याला स्वीकारावं म्हणून प्रवाहाबरोबर वाहवत गेले.

नकाराचे मुद्दे इतर क्षेत्रातही येऊ शकतात. नोकरीसाठीच्या मुलाखतीचं उदाहरण घ्या. मुलाखत घेणाऱ्यांवर प्रभाव पाडण्यासाठी काही लोक स्वत:ची माहिती फुगवून चढवून लिहितील. प्रत्यक्ष मुलाखतीच्या वेळीही एक-दोन गुणांकरिता मुलाखत घेणाऱ्यांच्या 'हो'ला 'हो' करतील. आपल्याला नकार मिळण्याची शक्यता कमी व्हावी, म्हणून ते काहीही करायला तयार होतील. नंतर त्यांच्या लक्षात येईल की, ज्या अटी प्रत्यक्षात अमलात आणायची त्यांची तयारी नव्हती, त्यांनाही ते होकार देऊन बसले आहेत.

आयुष्यात नकार मिळण्याची शक्यता अपरिहार्य आहे. त्यामुळे नकाराच्या भीतिखाली आपण आपलं आयुष्य व्यतीत करू शकत नाही. तुम्ही विक्रेते असाल, तर कोणीतरी तुमचा माल नाकारायची शक्यता नेहमीच असते. क्रीडा किंवा मनोरंजन क्षेत्राच्या आखाड्यात तुम्ही कधीही संघातून वगळले जाऊ शकता किंवा एखाद्या वेळी तुम्हाला कंत्राट न मिळण्याचीही शक्यता असते. तुम्ही कार्यालयात सादरीकरण करत असाल, तर तुमचे वरिष्ठ तुमच्या सूचना, तुमची मेहनत नाकारू शकतील. नातेसंबंधातही नाकारलं जायची भीती असतेच. याचाच अर्थ नकाराचा संभव कायमच असतो. म्हणूनच नकार कसा हाताळावा ते शिकलं की, त्यावर आपल्याला कायमचाच विजय मिळू शकेल.

नकाराला शरण जायचे तीन सापळे

दुखावलेपणाप्रमाणेच नाकारलेपणही भीतीवर आधारित आहे. नाकारलं जाण्याच्या भीतीमुळेच, एखाद्या क्षेत्रात यशस्वी होण्यासाठी पुढाकार घेऊन कराव्या लागणाऱ्या गोष्टी करायचं आपण टाळतो. भीतीमुळे नेहमीच आपण घडू नये असं वाटणाऱ्या

गोष्टींचा विचार करतो. आपले सर्वांत प्रबळ विचार जर भीतीवर आधारित असतील, तर आपण ज्यांना घाबरतो, त्याच गोष्टींचा आपल्याला अनुभव येतो. अगदी नाकारलेपणाचाही.

आपल्या आयुष्यातून आपण नकाराचं, नाकारलेपणाचं भय काढून टाकलंच पाहिजे. याची तीन कारणं सांगता येतील. पहिलं म्हणजे, जेव्हा तुम्ही नकाराला भिता, तेव्हा दुसऱ्याची मंजुरी मिळवण्यासाठी तुम्ही कोणतीही तडजोड करायला तयार होता. ही गोष्ट मी वेगळ्या प्रकारे सांगतो. तडजोड म्हणजे उत्तर जुळावं म्हणून प्रश्नच बदलणं. आणि जरी तुम्ही उत्तराशी जुळणारा प्रश्न तयार केलात, तरी त्याचा अर्थ तुम्हाला योग्य उत्तर मिळालं, असा होत नाही. नकाराच्या भीतीचा सामना करताना तडजोड ही अचानक एक पर्याय म्हणून स्वीकारली जाते.

ही तडजोड केव्हा होते? इतरांनी आपल्याला स्वीकारावं म्हणून, केवळ नाकारलं जाण्याच्या भीतीने आपण आपली मूल्यं व आदर्श यांच्याकडे दुर्लक्ष करतो, तेव्हा तडजोड होते. नकाराला जेव्हा तुम्ही जास्त महत्त्व देता, तेव्हा नेहमीच तुमच्यावर कसलीतरी तडजोड करायची पाळी येते. एखादी गोष्ट राखण्याकरिता तुम्ही कितीही तडजोड केलीत तरी शेवटी तुम्ही हरताच.

नकाराच्या भीतीमुळे तुम्ही शोषणाला बळी पडू शकता. दुसऱ्या शब्दात सांगायचं तर तुमचा स्वीकार होण्यासाठी जे करणं आवश्यक आहे, ते तुम्ही आनंदाने करता. त्यासाठी तुमच्या आयुष्याचं नियंत्रण दुसऱ्याच्या हाती सोपवावं लागलं तरी तुमची हरकत नसते. जेव्हा नकाराची भीती तुमचा ताबा घेते, तेव्हा तुमच्या जीवनाचा ताबा तुमच्या हातात राहत नाही. इतरांकडून मान्यता मिळावी, स्वीकार व्हावा, हेच जर तुमच्या आयुष्याचं मुख्य उद्दिष्ट असेल, तर तुम्ही दुसऱ्यांकडून वापरले जाणार, हे निश्चित.

बऱ्याच स्त्रियांच्या बाबतीत शोषणाच्या सापळ्यात अडकण्यामागचं कारण नाकारलं जाण्याची भीती हेच असतं. आधीच्या संबंधात त्या खूप दुखावल्या गेलेल्या असतात. त्या जखमा अजूनही भरलेल्या नसतात. कोणीतरी आपल्याला स्वीकारावं म्हणून त्या तडफडत असतात. जणू त्या आपल्यातील ऊर्जा प्रक्षेपित करून पुरुषाला आकर्षित करत असतात. ते पुरुष, साहजिकच, त्या स्त्रियांच्या या दुर्बलतेचा फायदा उठवतात. आपण नाकारल्या गेल्या आहोत, या भावनेने त्या स्त्रियांचं मन व्यापून टाकलेलं असतं. नव्या नात्यात मान्यता, स्वीकार मिळवण्याची एवढी प्रचंड गरज त्यांना वाटत असते की, त्यामुळे त्यांचा सर्वनाशही होऊ शकतो. त्या माणसाने सोडून जाऊ नये, म्हणून काहीही करण्याची त्यांची तयारी असते. त्यामुळेच मनात काळंबेरं असणाऱ्या त्या माणसाला आपल्या शरीरासारख्या पवित्र गोष्टीचंही दान करायला त्या स्त्रिया – यात तरुण मुलीही असतात – मागेपुढे पाहात नाहीत. घायाळ आणि नाकारलं गेलेल्या या स्त्रिया स्वीकार आणि प्रेमासाठी एवढ्या कासावीस झालेल्या असतात की, ते मिळवण्याचा

हाच मार्ग आहे, असं त्यांना वाटतं.

पालकांच्या मनात जर नकाराची भीती असेल, तर मुलांचं पालनपोषण करतानाही त्यांच्या मनातील ही भीती डोकं वर काढत असते. काही पालकांना मुलांकडून शाब्दिक, भावनिक नकाराची एवढी भीती वाटत असते की, त्यांना धड शिस्त लावण्याच्याही फंदात ते पडत नाहीत. त्यांची मुलं त्यांना, ''मला तुम्ही अजिबात आवडत नाहीत'' म्हणतील किंवा त्यांच्यावर रागावतील, अशी त्यांना भीती वाटते म्हणून मुलांनी गैरवर्तन केलं तरी ते त्यांना चापटी मारत नाहीत की ओरडत नाहीत. मुलांचा जिवलग मित्रमैत्रीण होणं हे पालकांचं उद्दिष्ट असता कामा नये. पण नाकारलं जाण्याच्या भीतीमुळेच ते पालक म्हणून करावयाच्या कर्तव्यांत कसूर करतात.

तुमचा स्वीकार करावा म्हणून तुम्ही काकुळतीला येऊन एखाद्याकडे याचना केलीत तर तो कोणी का असेना; शेवटी तुमचा गैरफायदा घेणारच. कारण तुम्हीच त्या व्यक्तीच्या हातात तो अधिकार दिलेला असतो ना! काहीही करून कोणीतरी आपला स्वीकार करावा, अशी इच्छा कधीही बाळगू नका. आपण या नकाराच्या भीतीमध्ये एवढं गर्क असावं की, उपचारांसाठी देवाकडे धाव घेण्याचा विचारही आपल्या मनात येणार नाही आणि आपण त्या नकारात्मक भावनांमध्येच गुरफटून राहू, अशी शत्रूची इच्छा असते.

तिसरं कारण म्हणजे नकाराच्या भीतीमुळे आपण कोण आहोत, ते आपल्याला दिसेनासं होतं, आपली स्वत्वाची जाणीव आपल्याला सोडून जाते. नकाराला घाबरणारी माणसं सरड्यासारखी बनतात. ज्या परिस्थितीत ती असतात, त्या परिस्थितीशी जुळवून घेण्यासाठी स्वत:तच बदल करतात.

माझ्या सहवासात आलेले असे बरेचसे सरडे म्हणजे माझ्या बरोबरचे धर्मोपदेशक. बरेच धर्मोपदेशक स्वत:च, नाकारलं जाण्याच्या भावनेशी झगडत असतात. त्यामुळे बरोबरच्या सोबत्यांशी जुळवून घेण्यासाठी ते स्वत्व सोडून इतरांसारखं होण्याचा प्रयत्न करतात. इतर धर्मोपदेशकांबरोबर असताना ते जरा अतिच 'आध्यात्मिक' होतात.

मला एक प्रसंग आठवतो आहे. एका सार्वजनिक ठिकाणी एक माणूस माझ्याकडे आला. मी कोण आहे याची त्याला कल्पना नव्हती. तिथे काहीतरी चाललं होतं. त्यामुळे तो खूप वैतागला होता आणि तोंडाला येतील त्या शिव्या घालत होता. ती बडबड संपल्यावर त्याने मला स्वत:ची ओळख करून दिली आणि माझं नाव, मी काय करतो वगैरे विचारलं. मी जेव्हा त्याला मी कोण आहे, काय करतो ते सांगितलं, तेव्हा क्षणाचीही उसंत न घेता तो म्हणाला, ''बंधो, देवाचा विजय असो!''

सुटलो एकदाचा

पहिली गुरुकिल्ली : स्वामी आणि रक्षणकर्ता म्हणून येशूला स्वीकारा

नकाराचा सामना करणारी व्यक्ती कोण आहे, त्या असण्याच्या भावनिक अधिष्ठानावरच नकार घाव घालतो. याचा बराचसा संबंध त्या व्यक्तीच्या स्वमूल्याशी आहे. म्हणून नकारापासून मुक्त होण्याची पहिली गुरुकिल्ली आहे – येशूला स्वामी व रक्षणकर्ता म्हणून स्वीकारणं. जेव्हा आपला पुनर्जन्म होतो, तेव्हा आपण ख्रिस्तामधील नवीन जीव होतो. पाप आणि आध्यात्मिक मृत्यूशी संबंध येण्याऐवजी आपण देवाच्या स्वभावाशी पुन्हा जोडले जातो. तो जे आहे त्या सर्वांचेच आपण वाहक होतो.

पुनर्निर्मित चैतन्य असलेली व्यक्ती म्हणून भावनेच्या अधीन होण्याचा शाप आता तुम्हाला बाधत नाही. याचा अर्थ तुम्ही नकाराला तशी संधी दिली नाहीत, तर नकार तुमचं आयुष्य उद्ध्वस्त करू शकत नाही. आपण जेव्हा येशूला रक्षणकर्ता मानतो तेव्हा आपण सर्वांत उच्च असणाऱ्या त्या देवाची लेकरं होतो, येशूच्या बरोबरीने देवाचे वारसदार होतो. येशू जर आपल्या बाजूने असेल, तर कोणीतरी आपल्याला स्वीकारावं म्हणून आपल्या आदर्शांच्या बाबतीत तडजोड करायची गरजच काय? देव आपल्याला बिनशर्त स्वीकारतो. एवढंच नव्हे, तर ज्यांच्याबरोबर जगताना आपल्याला स्वतःच्या बाबतीत किंवा आपल्या श्रद्धांच्या बाबतीत तडजोड करावी लागणार नाही, अशी माणसंही देव आपल्या आयुष्यात नक्की आणतो.

दुसरी गुरुकिल्ली : येशूमार्फत तुमच्या सदाचरणाचं आकलन करा

नकारापासून मुक्ती मिळवण्याची दुसरी गुरुकिल्ली आहे, देवाच्या दृष्टीने सदाचरण, सात्त्विकता म्हणजे काय ते जाणून घेण्याची आपली इच्छा. जेव्हा ॲडम आणि इव्हने ईडनच्या उद्यानात देवाची अवज्ञा केली, तेव्हापासून अख्ख्या मानवजातीला शाप मिळाला. देवाची सोबत, सख्य याऐवजी त्यांनी पाप, रोग, दारिद्र्य, शारीरिक आणि आध्यात्मिक मृत्यू – आणि अंतिमतः देवाचा वियोग यांसारख्या शापांना पृथ्वीवर आमंत्रण दिलं. सर्व नकारात्मक भावना त्यांच्या जाणिवेचा भाग झाल्या. त्यांनी पाप केल्यावर लगेचच त्यांच्या लक्षात आलं की, ते नग्न आहेत. ईश्वरपित्याने आपल्याला स्वीकारण्याऐवजी नाकारलंय असं त्यांना वाटू लागलं. आपण देवासमोर जाण्याच्या लायकीचे राहिलेलो नाही असं वाटल्यामुळे ती दोघं उद्यानामध्ये लपून राहिली. त्यानंतर जन्माला येणारा प्रत्येक मानव पापात जन्मणार होता. त्याच्यापुढे दुसरा पर्यायच नव्हता.

पापाच्या शापातून मानवजातीला मुक्त करण्यासाठी देवाने येशूला पृथ्वीवर पाठवलं. येशूमुळेच पुन्हा एकदा आपण देवाशी संबंध जोडू शकलो आणि नेहमीकरता

त्याची सोबत आपल्याला मिळू शकली. जेव्हा येशूने क्रूसावर स्वत:चा त्याग केला, तेव्हा त्याने आपलं पाप फक्त घेतलंच नाही, तर तो स्वत:च पाप झाला. त्यामुळेच ती पवित्र अदलाबदल होऊ शकली – आपल्या पापाच्या बदल्यात त्याची सात्त्विकता. येशूचा मृत्यू फक्त शारीरिकच नव्हता, तर तो आध्यात्मिकदृष्ट्याही मरण पावला आणि त्याला देवाचा वियोग घडला. त्याने नरकात जाऊन शत्रूचा पराभव केला आणि तो पुन्हा जिवंत झाला. त्याचं कार्य पूर्ण झालं आणि आपल्याला 'देवाची लेकरं' म्हणवून घेण्याचा हक्क मिळाला.

सात्त्विकता ही गोष्ट आपण कमावू शकत नाही. जसं आपण जन्माला आलो की, आपोआपच 'पापी' ठरतो, त्यासाठी आपल्याला जन्मण्याव्यतिरिक्त इतर काहीही करावं लागत नाही, त्याचप्रमाणे आपण कितीही सत्कृत्यं केली असती, तरी देवाच्या दृष्टीने सात्त्विक होण्यासाठी आपण लायक ठरू शकलो नसतो. सात्त्विकता ही आपल्याला येशूमार्फत फुकटात मिळालेली देणगी आहे.

सात्त्विकतेची जाणीव विकसित केल्यामुळे आपल्याला नकारापासून मुक्त व्हायला मदत होते. तुम्हाला सात्त्विक केल्याचं तुमच्या लक्षात येतं, तेव्हा देवाने तुमचा स्वीकार केला आहे, असा विश्वास तुमच्यात निर्माण होतो. मग अपराध, दोषारोप, नाकारलं जाणं अशा कोणत्याही जाणिवा उरत नाहीत. देवाच्या अंत:करणात तुमचं खास स्थान आहे, हे कळल्यामुळे तुम्हाला प्रेम, शांती, आनंद मिळतो. देवाने तुमच्याकडे पाठ फिरवावी, असं काही तुम्ही करूच शकत नाही.

कोणतीही टीकाटिप्पणी किंवा न्यायनिवाडा न करता तुम्ही जसे आहात, तसा तुमचा स्वीकार केला जाणं ही किती आनंदाची गोष्ट आहे! देव आपल्याकडे तसंच पाहतो. येशू ख्रिस्तात आपलं काय स्थान आहे, हे एकदा कळलं, की त्या भाविकाच्या मनात नकाराला जागाच राहात नाही.

तिसरी गुरुकिल्ली : क्षमा करा

आपल्या आयुष्यातून नकाराला बाहेर काढण्यात क्षमेचा अतिशय महत्त्वाचा वाटा आहे. जेव्हा कोणीतरी आपल्याला नाकारतं, तेव्हा त्या नकारातून राग, संताप, कडवटपणा, संघर्ष उद्‌भवतात. आणि ज्यांनी आपल्याला नाकारलं, त्यांना क्षमा करायची सोडून आपण या नकारात्मक भावना कवटाळून बसलो, तर आपण आपल्या आयुष्याचे अधिकार त्या व्यक्तींना दिल्यासारखं होतं.

तुम्ही त्यांना क्षमा केली नाहीत, तर शेवटी त्याचा दुष्परिणाम तुमच्यावरच होतो. दुसऱ्यांनी तुम्हाला कसा त्रास दिला त्याचाच विचार करण्यात शक्ती खर्च करण्यापेक्षा त्यांना क्षमा करून टाका आणि स्वत:लाच आठवण करून द्या. 'बाबा रे! त्यांनी काय गमावलं आहे, ते त्यांना ठाऊक नाही.'

कधीकधी तर फक्त आपले गुण आठवले तरी आपला दृष्टिकोन बदलून जातो. एखाद्या प्रसंगाकडे आपण जसं पाहतो, त्यात थोडा जरी बदल केला, तरी आपण भावनिकदृष्ट्या योग्य मार्गावर येतो. कधीकधी आपण उगीचच अतिशयोक्ती करत असतो. येशूद्वारे प्रगतिशील जेता व्हायचं सोडून आपण स्वेच्छेने त्या वादग्रस्त मुद्द्यांचे बळी बनतो. लोक तुमच्याविषयी काय विचार करतात, काय बोलतात यावर तुमचं नियंत्रण नसतं. त्यामुळे त्याची काळजी करणं सोडून द्या. ते तुमच्याशी जसं वागले, त्याबद्दल त्यांना क्षमा करा आणि पुढे जा.

चौथी गुरुकिल्ली : इतरांच्या वेदनांची जाणीव ठेवा

तुमच्या स्वतःच्या वेदनांचा विचार सोडून, जेव्हा तुम्ही इतरांच्या वेदनांचा विचार करायला लागता तेव्हा आश्चर्य घडतं. म्हणूनच तुमच्या आयुष्यातून नकाराची हकालपट्टी करण्यासाठी ही चौथी गुरुकिल्ली अतिशय महत्त्वाची आहे. दुसरी व्यक्ती ही तुमच्यापेक्षाही जास्त दुखावली आहे, हे लक्षात घ्या. तुमच्यापेक्षाही जास्त कठीण प्रसंगांना ज्यांना तोंड द्यावं लागतं अशांना तुम्ही मदत केलीत तर तुमच्या आयुष्यात खास काहीतरी घडेल. त्यांच्या कहाण्या ऐकून त्यांना मदत करण्याची संधी तुम्हाला मिळू शकेल. आणि या प्रक्रियेत तुम्ही स्वतःही बरे व्हाल. भावनिकदृष्ट्या अस्वस्थ असलेल्या व्यक्तींना तुम्ही प्रेमाने आपलंसं करण्यात गर्क झालात की, तुमचं स्वतःवरील लक्ष ढळतं. हेच तर आहे देवाचं प्रेम!

पाचवी गुरुकिल्ली : दुसऱ्यावर अवलंबून राहू नका

शेवटची गोष्ट म्हणजे, लोकांवर अवलंबून राहायची सवय मोडून काढा. तुम्ही लोकांवर प्रेम करू शकता, त्यांची प्रशंसा करू शकता. पण तुम्हाला कसं वाटावं, तुम्ही कसं वावरावं हे ठरवण्याचे अधिकार लोकांना देऊ नका. तुमच्या मनात स्वतःविषयी चांगल्या भावना, आत्मविश्वास जागा होण्यासाठी सगळ्यात चांगला मार्ग म्हणजे थोडा वेळ काढा आणि कोणाच्याही मदतीशिवाय एकट्यानेच काहीतरी करा किंवा कुठेतरी जा. एकट्यानेच जेवायला जाणं, सिनेमा बघणं यात काहीही गैर नाही. खरंतर यामुळे तुम्ही सुख, मान्यता वगैरे गोष्टींसाठी इतरांवर अवलंबून राहायचं सोडून द्यायला शिकता. तुम्हाला एकट्यालाच जिथे वेळ घालवायला आवडेल अशा ठिकाणी तुम्ही जायला लागलात, तर तुमचा स्वतःविषयीचा आदर वाढेल आणि नाकारलेपणाची शृंखला गळून पडेल.

झालं गेलं गंगेला मिळालं

गतकाळातील नाकारलं जाण्याच्या जखमा आणि वेदना कुरवाळत बसलेली माणसं मी पाहिली आहेत. त्यांचं समुपदेशनही केलं आहे. ज्यांच्या आईवडिलांपैकी

कोणी एकाने किंवा दोघांनीही त्यांना सोडलं आहे, अशांच्या बाबतीत जास्त करून ही वर्तणूकसमस्या आढळते. एका किंवा दोन्ही पालकांकडून नाकारलं गेल्याचं दुःख बाळगत मोठं होणं खूप कठीण असतं. त्यांच्याशी ओळख होण्याचीही संधी मिळाली नसेल, तर हे अधिकच कठीण जातं. उत्तरं नसणाऱ्या प्रश्नांचं ओझं घेऊनच ह्या व्यक्ती मोठ्या झालेल्या असतात. नाकारलं गेल्याच्या भावनेची पाळंमुळं त्यांच्या अंतर्यामी खोलवर गेलेली असतात.

पण जरी तुमचा एक पालक तुम्हाला सोडून गेला, आपली पालकत्वाची जबाबदारी पेलण्यात कमी ठरला, तरी त्याच्यापेक्षा जास्त मोठा कोणीतरी तुमच्याजवळ आहे. देव! देव तुमच्या मनातील पोकळी भरून काढू शकतो आणि तो ती भरणारच. म्हणून तर भूतकाळातील नकार आणि त्याच्या घावांमध्ये रुतून राहायचं आपण नाकारलं पाहिजे आणि मागच्या गोष्टी सोडून दिल्या पाहिजेत. तरच आपण पुढे जाऊ शकू.

असं सोडून देणं सोपं नसतं आणि ते सोडून कसं द्यायचं, हेही कदाचित तुम्हाला ठाऊक नसेल. पण हरकत नाही. मी सांगतो तुम्हाला याची सुरुवात तुम्ही बोलता त्या शब्दांपासून करा. भावनिकदृष्ट्या तुम्हाला कुठे जायचं आहे, त्याविषयी रोज प्रतिज्ञा करा. तुम्हाला नकाराच्या समस्येतून बाहेर पडायचं असेल, तर 'देवाने मला नाकारलेलं नाही. उलट त्याने मला स्वीकारलं आहे. मी देवाचा लाडका आहे. मला देवाच्या प्रेमापासून कोणीही दूर करू शकणार नाही,' ही वाक्यं रोज स्पष्ट म्हणा. तुमच्या समस्या उगाळत बसण्यापेक्षा तुमच्या ध्येयाविषयी बोला. जसजसे तुमचे शब्द बदलू लागतात, तसतसे तुमचे विचार, भावना बदलू लागतात असं तुमच्या लक्षात येईल. नकाराची भावना मनातून नाहीशी होईल आणि दिवसेंदिवस तुमच्याभोवतीचं देवाचं प्रेम वाढत असल्याचं तुम्हाला जाणवेल.

तुम्ही बोलता आणि तुमच्या आतपर्यंत पोहोचतात ते शब्द, तुमचं वैचारिक जीवन आणि अंतिमतः तुमच्या भावना निश्चित करतात. त्यामुळे देवाच्या 'शब्दा'चं रोज मनन चिंतन करणं, ही नकारावर मात करण्याची महत्त्वाची गुरुकिल्ली आहे. देवाचं तुमच्यावरील प्रेम, विश्वास यांविषयीच्या देवाच्या वचनाचं मनन करा, म्हणजे या क्षेत्रात तुमच्या मनाला नवचैतन्य लाभेल. देवाच्या मनातील तुमच्या प्रतिमेला तुमच्या आत्म्यावर बिंबवा.

खरं पाहायला गेलं, तर इतरांनी आपल्याला स्वीकारणं, हे कितीही सुखद असलं तरी ते आयुष्यभराचं उद्दिष्ट असता कामा नये. देवाने तुमच्या जाणिवांसाठी मापदंड दिला आहे – देवाचा 'शब्द'. तुमच्या जाणिवा त्या मापदंडानुसार जुळवून घ्या. तुमच्या भावनांमध्ये नक्कीच फरक पडलेला तुम्हाला आढळेल.

आपण सर्वांनीच आपल्या आयुष्यात कधी ना कधी नकाराचा अनुभव घेतलेला

असतो. पण त्यावर मात करणाऱ्याच्या भूमिकेमधून, आपण आता उठून नकाराशी लढा द्यायला हवा. त्यासाठी आपण कोण आहोत, याची स्वत:ला आठवण देत राहिलं पाहिजे. आपल्या प्रत्येक भावनिक लढाईत आपण विजयी होतो ते येशूमुळेच. आपण सश्रद्ध असण्याचा मोठा फायदा म्हणजे आपल्याबरोबर देव असतो. देवाने आपला स्वीकार केला आहे आणि तो कधीही आपल्याला दूर लोटणार नाही, असं त्याने आपल्याला वचन दिलं आहे. हे नातंच आपल्याला नाकारलेपणमुक्त जीवन जगायचं सामर्थ्य देतं.

◆

१७

तणावमुक्त व्हा

आपल्याला तणावग्रस्त परिस्थितीचा त्रास होणार नाही – कारण आपली देवावर श्रद्धा आणि विश्वास आहे.

तुम्हाला ठाऊक आहे का, की ताणतणावामुळे संसार धुळीला मिळतो, आरोग्याचा धज्जा उडतो, आयुष्य बरबाद होतं? ताणतणाव माणसाला हळूहळू मृत्यूकडे नेतो. फक्त अमेरिकेतच बघायला गेलं, तर जवळ जवळ १९ दशलक्ष लोकांवर ताण आणि चिंतेचा दुष्परिणाम झाला आहे आणि दिवसेंदिवस हा आकडा वाढतोच आहे. अतिरक्तदाब, अर्धांगवायूचे झटके, हृदयविकाराचे झटके यांसारखे ताणतणावाचे बरेच दुष्परिणाम दिसून येतात. लोकांना, त्यांच्या कामाच्या ठिकाणी असणारा दबाव, भविष्याबाबतच्या चिंता यांना एवढ्या प्रमाणात सामोरं जावं लागतं की, ताणतणावाचं प्रमाण पूर्वी कधी नव्हतं एवढं वाढलं आहे. संकटाचा सामना कसा करावा, हे अनेक लोकांना माहीत नसतं. त्यामुळे त्यांना त्यातून मार्ग काढता येत नाही. त्यांच्यावर खूप ताण येतो. ते त्यात पोळून निघतात.

एखादी इमारत जशी बांधतात, त्या दृष्टीने आपण ताणाकडे बघू या. इमारत बांधत असताना काही भागांवर, त्यांच्या टेकू देण्याच्या क्षमतेनुसार दाब दिला जातो. त्या दाबाला आपण 'ताण'म्हणू शकतो. याचा अर्थ ताण हा विधायक कार्य करतो; पण दुर्दैवाने, आजकाल ताणामुळे एवढी आयुष्यं बरबाद होत आहेत की, ताण ही संज्ञा विधायक न राहता विघातक झाली आहे.

खरंतर ताणाचा सामना करण्याची क्षमता सर्वांमध्ये असते. पण तो नक्की कसा करावा, हे सर्वांना ठाऊक नसतं. आपल्या शांततेचा अंत करण्याची आणि आपल्याला भावनेच्या आहारी जायला लावण्याची शक्यता असणारे प्रसंग आयुष्यात

कधी ना कधी उद्भवणार हे नक्की. अशा संभाव्य तणावजनक प्रसंगांचा सामना कसा करावा ते आपण शिकलं पाहिजे.

तणाव आणि तो हाताळायची क्षमता यांच्यातील संबंध पाहण्याकरिता आपण पुन्हा एकदा बांधकामाचं उदाहरण बघू या. इमारत बांधताना ती ठरावीक वजन पेलू शकेल, या दृष्टीने तिची रचना केलेली असते. हा हेतू साध्य करण्यासाठी तपशीलवार आखणी करून ती इमारत बांधलेली असते. पण जेव्हा गृहीत धरल्यापेक्षा जास्त दाब तिच्यावर पडतो, तेव्हा समस्या निर्माण होतात.

त्याचप्रमाणे, जो ताण सहन करण्याची क्षमता आपल्यात नाही तो ताण आपण घेऊ लागलो, तर देवाच्या योजनेपेक्षा कितीतरी अधिक भार आपल्यावर पडतो. शेवटी परिस्थितीच्या रगाड्याखाली आपण चिरडले जातो. म्हणून बायबलमध्ये म्हटल्याप्रमाणे आपण जाणतं झालं पाहिजे. अशा जाणत्या, शहाण्या माणसाला आपल्या आयुष्यात सदैव समतोल कसा राखावा हे व्यवस्थित ठाऊक असतं.

समस्या काय आहे, ते ओळखा

प्रॉव्हर्ब्स १:१७मध्ये म्हटलं आहे, "पक्ष्याच्या समोरच त्याच्यासाठी जाळं पसरलेलं असतं. पण व्यर्थ –" तुम्हाला वाटेल, की या अवतरणाचा आणि ताणाचा संबंध काय? नीट विचार करा. जर पक्ष्याच्या पुढ्यातच ते जाळं पसरलं असेल तर त्याने जाळ्याच्या बाजूने, त्याच्यावरून किंवा लांबून उडायला हवं. जाळं हे त्याच्या मुक्तपणे उडण्याच्या क्षमतेत असलेला अडथळा आहे, हे तो जाणतो. जाळं हा त्याचा शत्रू असतो.

त्याचप्रमाणे आपल्या सुखाचा, आरोग्याचा शत्रू म्हणून आपण तणावाकडे पाहिलं पाहिजे. तरच तणाव उत्पन्न करू शकणाऱ्या गोष्टी आपण टाळू शकू. तणाव ही सहजपणे स्वीकारण्याची गोष्ट नाही. आपल्या आनंदावर घाला घालणं हाच तणावाचा उद्देश आहे, ही गोष्ट लक्षात घ्या. सहजप्रवृत्ती असणाऱ्या पक्ष्याप्रमाणेच शहाणा माणूसही समोर पसरलेला सापळा टाळतो.

आपण तणावग्रस्त आहोत, हे कसं ओळखावं? बरेचदा खाली दिलेल्या लक्षणांवरून आपण हे ओळखू शकतो.

* विसरभोळेपणा
* तापटपणा
* दीर्घकाळापासून जाणवणारा थकवा
* उपहासवृत्ती
* अगतिकता
* आपण केलेली एखादी गोष्ट व्यवस्थित पूर्ण झाली, असं कधीच न वाटणं

* स्वत:ला अपयशी समजणं
* सततचा आजार
* डोकेदुखी, ताण, उच्च रक्तदाब, हृदयविकार

अर्थात याव्यतिरिक्त इतरही लक्षणं असू शकतात. ही यादी वाचून आपल्या लक्षात येतं की, ताणतणाव सहन करणं हे आपल्या आरोग्यासाठी आणि एकंदर आयुष्यासाठीही धोकादायक आणि महागात पडणारं आहे. संशोधना-अंती निष्पन्न झालं आहे की, कॅन्सरसारख्या जीवघेण्या आजारांचा तणावाशी संबंध आहे. यापैकी कोणतंही धोक्याचं लक्षण तुम्हाला जाणवत असेल, तर माझी खात्री आहे की, तुम्हाला शारीरिक, भावनिक, मानसिकदृष्ट्या जसं वाटत आहे, त्याचा तुमच्या तणावाच्या पातळीशी संबंध आहे.

एखाद्या समस्येच्या मुळाशी जाऊन विचार केला नाही, तर त्याची फळं वाढतच जाणार. तणावाचंही तसंच आहे. अनेकदा शारीरिक आजार झालेली माणसं, तो आजार कशामुळे झाला आहे, ते कारण दूर करण्याऐवजी फक्त लक्षणांवरच उपचार करत बसतात. वर दिलेल्या लक्षणांची तुलना झाडाच्या फळांशी करता येईल. तणावाचं मूळ असलेल्या झाडाची ही फळं त्या व्यक्तीच्या आयुष्यात प्रकट होत असतात. म्हणून तुमच्या शरीरात काय चाललं आहे त्याबरोबरच तुमच्या मनात काय चाललं आहे, त्याकडेही लक्ष द्या. कारण या शारीरिक दुखण्याचे संकेत आणि लक्षणं ही अनियंत्रित तणावाची सूचक असू शकतात.

हाताळणी कशी करावी?

आयुष्यातील तणाव ओळखणं, ही पहिली पायरी झाली. आता प्रश्न येतो, तो योग्य प्रकारे कसा हाताळावा? आयुष्यातील कठीणातील कठीण प्रश्नांची उत्तरंही आपल्याला देवाच्या 'शब्दा'त सापडतात. दुसऱ्या कॉरिंथिअन्स ४:८मध्ये आपल्या आयुष्यात येणाऱ्या अडचणींचं वर्णन केलं आहे, "आपण सर्व बाजूंनी घेरले गेलो आहोत. (आपण दबून गेलो आहोत. सर्वप्रकारे आपल्याला त्रास दिला जात आहे, आपल्यावर दडपण आणलं जात आहे.) पण आपल्या हालचालींवर निर्बंध आलेले नाहीत किंवा आपण जमीनदोस्त झालेलो नाही. आपण पेचात पडलो आहोत, गोंधळलेले आहोत. यातून बाहेर कसं पडावं ते आपल्याला कळत नाही. पण आपल्याला नैराश्य आलेलं नाही." (ॲम्प्लि).

वास्तविक आपल्या सर्वांच्याच आयुष्यात अडचणी, संकटं येतात. पण संकट आलं, याचा अर्थ आपण तणावग्रस्त झालं पाहिजे, असा होत नाही. आपण हे प्रसंग कशा प्रकारे हाताळतो, त्यानेच खरा फरक पडतो.

काही वर्षांपूर्वी मी 'तुमच्या संकटांना संकटात कसं आणाल?' ('हाऊ टू ट्रबल

युवर ट्रबल?') हे पुस्तक लिहिलं. आव्हानांना सामोरं जाताना योग्य पवित्रा घेणं किती महत्त्वाचं आहे ते मी त्यात लिहिलं होतं. तणाव हा बाहेरून आत येतो. आपल्यावर येणारा दबाव व इतर परिस्थिती – यावर आपलं नियंत्रण असेल वा नसेलही – यामुळे तणाव येतो. ज्या ज्या वेळी जे जे येईल, त्याला तोंड द्यायला सज्ज राहणं हाच यावरील उपाय आहे, देवाच्या 'शब्दा'च्या आधारे स्वत:ला विकसित करून आणि देव काय सांगतो ते सदैव मनाच्या अग्रभागी ठेवून आपण स्वत:ला तयार ठेवू शकतो. अडचणीचा सामना कसा करावा ते अडचण येण्यापूर्वीच समजून घ्या.

जॉन १४:१ आपल्याला तणाव हाताळायचं सूत्र सांगतं. ते आपल्या बचावाचं पहिलं वाक्य आहे : "तुमची मनं अशांत (दु:खी, व्याकूळ) होऊ देऊ नका. देवावर श्रद्धा, निष्ठा, विश्वास, भरवसा ठेवा आणि माझ्यावरही (येशूवरही) श्रद्धा, निष्ठा, विश्वास, भरवसा असू द्या." (ॲम्प्लि). येशू म्हणाला, "दबाव हाताळायचा सर्वांत उत्तम मार्ग म्हणजे, त्याचा परिणाम स्वत:वर होऊ द्यायचा नाही असा निर्धार करणं." युद्धावर जाताना आपला दृष्टिकोन कसा आहे, यावरच आपण जिंकणार की हरणार ते ठरतं. "तुम्हाला माहीत आहे? मी कशामुळेही माझ्या शांती आणि आनंदाला धक्का पोहोचू देणार नाही" अशी मानसिकता आपण नेहमीच ठेवली, तर आपल्याभोवती एक मानसिक भिंत उभी राहते. त्यामुळे तणावाचे दुष्परिणाम आपल्या आयुष्यात शिरकाव करू शकत नाहीत.

आपल्याला तणावग्रस्त परिस्थितीचा त्रास का होणार नाही, हे या अवतरणाच्या दुसऱ्या भागात सांगितलं आहे – कारण आपली देवावर श्रद्धा आणि विश्वास आहे. आपल्या आयुष्यातील ओझी वाहण्यासाठी आणि परिस्थितीची योग्य ती संरचना करण्यासाठी देव आहे हे कळलं की, आपले सगळे ताणतणाव निघून जातात.

आपले ताण काढून टाकण्यासाठी आपण देवावर विश्वास ठेवला पाहिजे. यात आपणही आपली भूमिका निभावणं अपेक्षित आहे. देवाच्या 'शब्दा'चं पठण, प्रार्थना आणि देवाचं बोलणं कसं ऐकावं ते शिकणं, या सर्व गोष्टींद्वारा देवाच्या सहवासात वेळ घालवला पाहिजे. देवाच्या वचनांचं चिंतन करण्यात, ते तुमच्या हृदयापर्यंत पोहोचण्यात आणि त्यांचा तुमच्या विचारांवर परिणाम होऊ देण्यात तुम्ही जेवढा जास्त वेळ घालवाल, तेवढं जास्त तुम्ही देवाला तुमच्याशी उत्तेजनपर बोलताना ऐकाल – देवाचे ते शब्द तुमच्या प्रसंगाशी अनुरूप असतील. जसजसा आपण लेखी 'शब्दा'चा अभ्यास, चिंतन करत जातो, तसतसं आपल्याला आतून, बोललेले शब्द ऐकू येऊ लागतात. त्यामुळे आपली लढाई लढण्याच्या देवाच्या क्षमतेवरील आपली श्रद्धा बळकट होते. आपला विश्वास अधिकच मजबूत होतो.

येशूने मॅथ्यू २४:६मध्ये विशद केलं आहे की, आपल्याला ताणाखाली

राहायची गरज नाही. "लढायांच्या बातम्या आणि लढायांच्या अफवा तुमच्या कानी येतील. (तो पुढे काय म्हणतो त्याकडे नीट लक्ष द्या.) पण त्यामुळे तुम्ही अस्वस्थ होऊ नका." संकटकाळात आपल्याला देवाची मदत उपलब्ध असते आणि तोच आपल्याला सर्व संकटांतून मुक्त करतो. (साम ३४:१९).

देव नेहमीच आपल्याला संकटातून बाहेर काढेल, या सत्याचं आपण मनन करत राहिलो तर आपल्या ताणतणावाच्या पातळीवर त्याचा काय परिणाम होईल? "देव मला यातून बाहेर काढणार?" हा प्रश्न जर लगेचच आपल्या तोंडून निघणार असेल, तर आपल्याला वेगळंच काहीतरी वाटेल. जेव्हा आपण समस्येचंच चिंतन करत राहतो, तेव्हा आपण ताणाला आपल्या आयुष्याचा ताबा घेऊ देतो. त्याऐवजी आपण देवाच्या 'शब्दा'ने आपली विचारधारा भरून टाकली पाहिजे. आपण म्हणायला सुरुवात केली पाहिजे, "मला माहीत आहे, संकट माझ्यापर्यंत येऊन पोहोचलं आहे. पण सर्व गोष्टी मला अनुकूल अशाच घडणार आहेत. नेहमी माझाच विजय होतो. कारण देव माझ्या पाठीशी असतो. देव मला कशाप्रकारे मदत करणार हे मला ठाऊक नाही. पण माझा देवावर विश्वास आहे." (साम ५४:४). अशा तऱ्हेचे कबुलीजबाब दिल्याने आयुष्य तणावमुक्त होतं.

त्याचं कारण काय?

आपल्याला कशामुळे ताण येतो हे शोधून काढणं, ही तणावमुक्तीची महत्त्वाची पायरी आहे. आपल्याला जे वाटत आहे, ते तसं का वाटत आहे, याचं कारण शोधून काढलं की, त्या बाबतीतील देवाचा 'शब्द' निवडून आपण त्या बाबीचं निराकरण करू शकतो. आपल्याला तणावग्रस्त करणारी काही कारणं आपण पाहू या.

अनिश्चितता

गोष्टी कशा घडणार याची आपल्याला खात्री नसली की, आपल्याला खूप ताण येऊ शकतो. पण आपल्याला मिळालेल्या सुगीचं नियंत्रण आपल्या हातात असतं. आपलं भविष्य अनिश्चित असण्याची गरज नाही. पेरणी-कापणीच्या नियमानुसार आपण जे पेरतो ते उगवतं. म्हणून आपलं भविष्य आपल्या बीजात आहे. उदाहरणार्थ, आपल्याला देवाचा आशीर्वाद मिळेल की नाही, याची काळजी करायचं कारण नाही. आपण दुसऱ्याचं भलं केलं की, आपलंही भलं होतं. त्याचप्रमाणे आपण इतरांना क्षमा केली की, आपल्यालाही क्षमा केली जाते. हे सत्य आहे यावर तुम्ही भरवसा ठेवू शकता. आपण जे काही पेरतो, ते उगवतं.

पेरणीचा हा नियम अनिश्चिततेच्या मुद्द्याचं निराकरण करतो. ज्याप्रमाणे शेतकरी जमिनीत बियाणं पेरून, त्या बियाण्यापासून पिकाची अपेक्षा करतो त्याचप्रमाणे आपण

जे दुसऱ्याला देतो, ते आपल्याला मिळण्याची अपेक्षा करू शकतो. आपल्या आयुष्यात गोष्टी कशा घडणार आहेत, त्याची पूर्ण खात्री 'शब्द' आपल्याला देतो.

तुमच्यावरील ताणाच्या कारणांपैकी एक कारण अनिश्चितता असेल, तर ती अनिश्चितता दूर करण्यासाठी येशूने जॉन १४:१मध्ये सांगितलेलं वाक्य स्वत:शीच आठवा : ''परमेश्वरावर श्रद्धा ठेवा. तशीच माझ्यावरही ठेवा.'' देवाच्या 'शब्दा'वर श्रद्धा ठेवा, कारण त्यात बिनशर्त निश्चितता आहे. तुम्हाला जर तशी खात्री वाटत नसेल, तर त्याचं मनन करा. एवढं मनन करा की, ते तुम्हाला खरं वाटू लागेल. अगदी तुमच्यात ताण निर्माण करणाऱ्या प्रसंगांपेक्षा, परिस्थितीपेक्षाही जास्त खरं.

खात्री असेल तर आपण तणावमुक्त होतो. आपल्याला माहीत आहे हे माहीत असल्याची जाणीव म्हणजे खात्री. माझ्या बाबतीत सांगायचं झालं, तर माझा वेळ आणि माझी शक्ती मी ताणतणावात फुकट घालवणार नाही, असा मी निर्धार केला आहे. 'वर्ल्ड डोम' बांधून झालं तेव्हा मी म्हटलं, ''देवाची कृपा! हे काम झालं.'' आता आम्ही त्याहूनही मोठे प्रकल्प हाती घेतले आहेत. पैशाची आणि इतर साधनसामग्रीची काळजी करून ताण घ्यायचा नाही, हे मी निश्चित ठरवलं आहे. माझा देवावर १०० टक्के विश्वास आहे.

न मिटलेलं भांडण

न मिटलेल्या भांडणामुळेही तणाव येऊ शकतो. 'शब्द' आपल्याला सांगतो की, सर्व माणसांशी शांततेने वागा (रोमन्स १२:१८). कटुता, क्षमा न करणं, आत्मकेंद्री राग यांसारख्या इतरांविषयीच्या नकारात्मक भावना आपल्या आत्म्याला कलुषित करतात आणि देवाशी असलेलं आपलं नातं तोडतात. या भावनांमुळे फक्त एकच व्यक्ती दुखावली जाते. ती म्हणजे आपण स्वत:.

लोकांना क्षमा करणं याचा अर्थ ते आपल्याशी जसं वागले ते ठीकच होतं, असं आपण म्हणत आहोत, असं नाही. ते चुकीचं वागले, हे आपण कबूल करतो. पण देवाची आज्ञा पाळण्यासाठी आपण ते सोडून देतो. क्षमा करणं हा पर्याय नाही. ती देवाची गरज आहे. जेव्हा इतरांविषयीची कटुता, इजा, न मिटलेले वाद अशा गोष्टी आपल्या अंत:करणात हळूहळू वाढत जातात, तेव्हा त्याचा आपल्यावर आध्यात्मिक, भावनिक आणि शारीरिकदृष्ट्याही दुष्परिणाम होतो.

हातून अपराध घडल्यामुळे बरेच लोक धर्मोपदेशनाचं काम सोडून गेले आहेत. अनकेदा चुकीच्या हेतूने, क्षुल्लक कारणाकरिता आपण एखादी गोष्ट करून जातो. इतरांविषयीच्या नकारात्मक भावनांमुळे आपल्यावरील ताण वाढून आपली आयुष्यं अशान्त होतात. त्यामुळे आपण स्वत:ला विकसित केलं पाहिजे. इतरांविषयीची कटुता मनातून काढून टाकली पाहिजे. आपल्या मनातील संघर्षांपासून पळून

जाण्यापेक्षा आपण त्यांचं अस्तित्व मान्य करून त्यांना सामोरं गेलं पाहिजे, त्यांच्याशी टक्कर दिली पाहिजे. कोणाविषयी तुमच्या मनात कटुता असेल, तर ती सोडून द्या. त्यांना क्षमा करून टाका.

अवास्तव तुलना

इतरांशी आपली तुलना करण्यानेही खूप ताण येऊ शकतो. आपल्याला मिळालेल्या दैवी देणग्या आणि क्षमतांची आपण इतरांशी तुलना करून लागलो तर काय होऊ शकतं, याचं उत्तम उदाहरण म्हणजे सॉल राजा. लढाईत त्याने मिळवलेल्या विजयाच्या जल्लोषात बायका गात होत्या. "सॉलने वध केला हजारांचा, डेव्हिडने दहा हजारांचा." झालं. त्याच्या पराक्रमाने त्याने मिळवलेल्या विजयावरून त्याचं मन उडालं तो स्वतःची डेव्हिडशी तुलना करू लागला. (१ सॅम्युएल १८:७-११). आणि तिथेच त्याच्या ताणाला सुरुवात झाली. डेव्हिडशी स्वतःशी तुलना केल्यामुळे सॉल मत्सरी आणि रागीट झाला. त्याच्या नकारात्मक भावना एवढ्या थराला गेल्या की, त्याने डेव्हिडला ठार मारायचा प्रयत्न केला.

धर्मोपदेशनाच्या क्षेत्रातही हे अनेकदा घडतं. एक धर्मोपदेशक आपल्या चर्चची तुलना दुसऱ्या धर्मोपदेशकाच्या चर्चशी करतो. हे योग्य नाही. कारण देवाने वेगवेगळ्या लोकांना वेगवेगळ्या प्रकारे काम करण्यासाठी बोलावलं आहे. आपलं चर्च पाचशे माणसांचं असेल, तर दहा हजार माणसांच्या चर्चच्या धर्मोपदेशकाशी आपण आपली तुलना करता कामा नये. असं केल्याने पाचशे माणसांचं चर्च आपल्याला मिळवून देताना देवाने जो चमत्कार केला आहे, त्याला आपण कमी लेखत असतो.

दुसरा कॉरिन्थिअन्स १०:१२मध्ये म्हटलं आहे, "एखादी गोष्ट सगळे करतात म्हणून आपण करता कामा नये. जी माणसं स्वतःचीच स्तुती करतात, त्यांच्याशी आपण आपली तुलना करता कामा नये. जे स्वतःचं स्वतःबरोबरच मोजमाप करतात, स्वतःची स्वतःशीच तुलना करतात, ते शहाणे नसतात." जेव्हा तुम्ही तुलना करता, तेव्हा तुम्ही कमी लेखता. कशाला कमी लेखता? देवाने तुमच्यासाठी जे केलं आहे आणि तुमच्या आत जे केलं आहे, त्याला तुम्ही कमी लेखता. तुम्ही स्वतःच्या कारची तुलना दुसऱ्या कोणाच्यातरी नवीन कारशी करता. तुमचे कपडे, तुमचं दिसणं याची दुसऱ्या कोणाचेतरी कपडे, दिसणं याच्याशी तुलना करता. तुलनेतून स्पर्धात्मक मत्सर, कृतघ्नता निपजते. इतरांशी बरोबरी करण्यासाठी आपण अनावश्यक वस्तू जमवत, संभाळत राहतो. त्याचे वेगवेगळे मार्ग शोधण्यासाठी धडपड करतो. त्यामुळे आपल्या तणावाची पातळी जास्तच राहते. या गोष्टीएवढी किंमत मोजण्याएवढ्या महत्त्वाच्या नक्कीच नाहीत.

कबुलीजबाब न दिलेल्या पापांमुळेही ताण येतो

मी नेहमी सांगत असतो की, जेव्हा आपण आपल्या पापांचा कबुलीजबाब देतो तेव्हा ते देवाला पहिल्यांदाच कळत नसतं. देवाला आपलं अंत:करण, आपण करत असलेली प्रत्येक गोष्ट ठाऊक असते. येशूच्या रक्तामार्फत देवाने आपल्याला पापविमोचनाची संधी उपलब्ध करून दिली आहे. त्या संधीचा फायदा न घेता आपण उगीचच पापाचं ओझं डोक्यावर बाळगत असतो आणि ताणाला आमंत्रण देत असतो.

१ जॉन १:९मध्ये म्हटलं आहे, "जर आपण आपल्या पापांची कबुली दिली तर तो विश्वासू, न्यायी देव आपल्या पापांना क्षमा करतो, आपल्या सर्व दुराचरणांपासून आपल्याला मुक्त व शुद्ध करतो." खरंच. किती चांगली गोष्ट आहे ही! जर आपण आपले अपराध देवाजवळ कबूल केले, तर तो आपल्याला बिनशर्त माफ करतो.

आपण पापं केली आहेत, हे ठाऊक असणं आणि तरीही त्यांची कबुली न देणं हे आपल्यासाठी अपायकारक, एवढंच नव्हे तर धोकादायक आहे. आपण आपल्या पापांची कबुली द्यायला नकार देतो, तेव्हा आपण स्वत:च स्वत:ला फसवत असतो आणि मग पाप करण्यात काहीच गैर नाही, असं हळूहळू आपल्याला वाटू लागतं.

आपल्या आयुष्यातून पापाची हकालपट्टी करण्याचा सर्वांत चांगला मार्ग म्हणजे रोजच्या रोज आत्मपरीक्षण करणं. रोज रात्री झोपण्यापूर्वी मी थोडा वेळ काढून देवाशी बोलत असताना दिवसभरात मी काय केलं, काय बोललो ते तपासतो. 'शब्द' म्हणतो, "जर आपण आपला निवाडा केला, तर आपला निवाडा केला जाणार नाही." (मॅथ्यू ७:१). पण जर आपण स्वत:लाच फसवत राहिलो आणि देवापुढे पापांचा कबुलीजबाब द्यायचं नाकारलं, तर आपला निवाडा आपल्या दाराशीच उभा असतो. रोज थोडा वेळ काढून आपल्या आयुष्याचं निरीक्षण करावं आणि म्हणावं, "खरंतर अमुक गोष्ट चूक होती. मी तसं बोलायला नको होतं. देवा, मला क्षमा कर." आपल्या आयुष्यातील पापं व्यवस्थित हाताळावीत, म्हणजे तणावाच्या रूपाने ती डोकं वर काढणार नाहीत.

आर्थिक ताणतणाव

आर्थिक दबाव हे ताणतणावाचं सार्वत्रिक कारण आहे. कोणत्याही क्षेत्रात काम करणाऱ्या माणसांच्या बाबतीत हे लागू पडतं. अनेकदा खर्च करताना शिस्त पाळली न गेल्यामुळे असा दबाव येतो. पैशाच्या व्यवस्थापनात साध्या साध्या तडजोडी केल्या तरी बरेचसे आर्थिक तणाव नाहीसे होऊ शकतात. सोप्या शब्दात सांगायचं तर अंथरूण पाहून पाय पसरावेत. आपण कमावतो, त्यापेक्षा जास्त खर्च करणं थांबवलं पाहिजे.

बरेच लोक ज्या आर्थिक दुरावस्थेच्या सापळ्यात अडकलेले असतात, तो त्यांनी स्वत:च तयार केलेला असतो. या प्रश्नांची उत्तरं द्या. तुम्ही अतोनात खर्च करता का? तुमचा खर्च तुमच्या मिळकतीपेक्षा जास्त आहे का? तुम्हाला न परवडणाऱ्या वस्तू तुम्ही विकत घेता का? उदाहरणार्थ, तुमचं वार्षिक उत्पन्न २५,००० डॉलर्स असेल तर तुम्ही २,००,००० डॉलर्सचं घर खरेदी करण्याचा विचार करता कामा नये. अशा प्रकारचे खर्च करणारी माणसं मला ठाऊक आहेत. त्यांची जीवनशैली त्यांना परवडण्यासारखी नव्हती. ती संभाळताना त्यांना एवढा ताण आला की, त्यांची आयुष्यं उद्ध्वस्त झाली.

अनावश्यक आर्थिक दबाव काढून टाकले, तर खरोखरच ताण नाहीसा होतो. क्षणभर थांबा आणि आपण नक्की कुठे आहोत, त्याचा विचार करा. आपल्याला न परवडणारं सुंदर घर, कार वगैरे गोष्टींनी आपल्यावर ताणतणाव येतात. खऱ्या समृद्धीमध्ये असे ताण अभिप्रेत नसतात. जेव्हा आपल्यावर देवाचा वरदहस्त असतो, तेव्हा त्याला कोणतंही दु:ख चिकटलेलं नसतं. भौतिक गोष्टी मिळवण्याचं तुम्ही जेवढं चिंतन करता, त्यापेक्षा जास्त चिंतन देवाच्या 'शब्दा'चं करा. गरजवंतांचा आधार, दाता बना. आपण जेव्हा अशा प्रकारचं बीज पेरतो, तेव्हा आपण जे देतो, ते कितीतरी मोठ्या प्रमाणात आपल्याला परत मिळतं, याची खात्री बाळगा.

आर्थिक परिस्थितीच्या रेट्यामुळे तणाव येण्याचं आणखी एक कारण म्हणजे आपल्या आयुष्यातील सुव्यवस्थेचा अभाव अव्यवस्थितपणा आणि निष्काळजीपणा आपल्या अंगात भिनला असेल, तर समृद्धीची सबब न सांगता त्यावर उपाय शोधायला हवा. आपलं आयुष्य, संसार, घरदार किंवा अर्थव्यवस्था जर व्यवस्थित नसतील, तर ताण येणारच. म्हणून आपल्या आयुष्याचं आणि अर्थव्यवस्थेचं नियोजन करून ते अमलात आणावं.

तणावमुक्तीच्या पाच व्यावहारिक गुरुकिल्ल्या

व्यवहार्यतेच्या मूल्यावर माझा ठाम विश्वास आहे, म्हणूनच तणावमुक्तीच्या या पाच गुरुकिल्ल्या एवढ्या महत्त्वाच्या आहेत. तुमच्या आयुष्यातून ताणाची कायमची हकालपट्टी करण्यासाठी त्या अमलात आणा.

पहिली गुरुकिल्ली : यादी करा

मला पूर्वी वाटायचं की, यादीबिदी न करता सगळ्या गोष्टी लक्षात ठेवणं आवश्यक, महत्त्वाचं आहे. करायची कामं, फोन करायचे आहेत त्यांची नावं आणि फोन नंबर, नियोजित भेटीच्या तारखा आणि इतर माहिती वगैरे गोष्टी मी लक्षात ठेवायला बघायचो. दिवसेंदिवस ते तापदायक होत चाललं. यामुळे माझ्यावर

अनावश्यक ताण येत होता, हे माझ्या लक्षात आलं. तुमचं आयुष्य अशाप्रकारे चालवू नका. सरळ सगळ्या गोष्टी लिहून काढा.

दुसरी गुरुकिल्ली : सर्वांना संतुष्ट करायचा प्रयत्न करू नका

तुम्ही सर्वांनाच खूश करू शकत नाही. एकेकाळी मी सर्वांना संतुष्ट करणारा, मुख्य धर्मोपदेशक व्हायचं स्वप्न बघत होतो. पण लवकरच माझ्या लक्षात आलं की, सर्वांनाच संतुष्ट करणं अशक्य आहे. सर्व लोकांना खूश करणं तर सोडाच, पण काही जणांशी भांडावंसं वाटण्यात याचा शेवट झाला. सर्वांसाठी सर्व काही बनण्याच्या प्रयत्नात स्वत:वरचा ताण वाढवून घेणं थांबवा. त्याऐवजी देवाच्या 'शब्दा'ची आज्ञा पाळून आणि शक्य तेवढी उत्कृष्ट व्यक्ती बनून देवाला संतुष्ट करण्यावर आपलं लक्ष केंद्रित करा.

तिसरी गुरुकिल्ली : आपल्या शरीराची काळजी घ्या

नियमित व्यायाम, पोषक आहार आणि योग्य विश्रांती या साध्या गोष्टींनीही तुम्हाला किती छान वाटायला लागतं आणि ताणतणाव कसे नाहीसे होतात हे कळल्यावर तुम्ही थक्क व्हाल. या तीन गोष्टींमुळे दिवसभरात उद्‌भवणाऱ्या तणावजनक प्रसंगांमुळेही तुमच्यावर ताण येणार नाही. शिवाय तुमच्या शरीराची तणावाशी मुकाबला करण्याची ताकदही वाढेल.

आपला जन्म कार्यरत राहण्यासाठी झाला आहे. म्हणून व्यायाम हा आपल्या दिनक्रमाचाच एक भाग असला पाहिजे. तणावमुक्तीत त्याचा मोठा हात आहेच. शिवाय उच्चरक्तदाब, स्नायूंची दुखणी आणि लठ्ठपणापासून तो आपला बचाव करतो. कार्यक्षम हृदय आणि निरोगी शरीराच्या साथीने रोजच्या जीवनातील आव्हानांचा सामना करायला तुम्ही नक्कीच सज्ज असाल.

चौथी गुरुकिल्ली : उसन्या ऊर्जेने शरीराला उसळी मारायला लावू नका

जास्त प्रमाणात कॅफीन किंवा साखर पोटात गेली, तर अचानक शरीरात ऊर्जा तयार होते. त्यामुळे तुमच्या खऱ्या क्षमतेपेक्षा जास्त काम तुम्ही करू शकाल असं तुम्हाला वाटू लागतं. त्यानुसार तुम्ही जास्तच काम अंगावर ओढवून घेता. त्यामुळे आणि शरीरावर होणाऱ्या कॅफीन वा साखरेच्या परिणामामुळे दिवसाच्या शेवटी तुम्ही मोडून पडता.

पाचवी गुरुकिल्ली : तुमच्या समस्यांविषयी बोलू नका, तुमच्या समस्यांशीच बोला

आपण कोणत्या गोष्टींकडे लक्ष द्यायचं याचा निर्णय घेऊन आपण ताणतणावाच्या

पातळीवर नियंत्रण मिळवू शकतो. बरेचदा आपण आपल्या समस्येविषयी स्वत:शीच किंवा इतरांकडे पुन्हापुन्हा तक्रार करत असतो, तिची उजळणी करत असतो. त्यामुळे ती समस्या उगीचच मोठी वाटू लागते.

तणावावरील देवाचा तोडगा अगदी स्पष्ट आहे. फिलिपिअन्स ४:८ आपल्याला, आपलं मन फक्त सकारात्मक गोष्टींवर केंद्रित करायला सांगतं. आपल्या शारीरिक आरोग्याएवढंच आपलं मानसिक आरोग्यही महत्त्वाचं आहे. आपण सदासर्वदा जे विचार करतो, जे बोलतो त्यामुळे मानसिक आरोग्यावर परिणाम होतो. आपले शब्द आपल्या विचारप्रवाहाला दिशा देत असतात. म्हणून जो परिणाम आपल्याला अपेक्षित असेल तेच बोलावं. आपले फक्त विचारच नकारात्मक असले, तरी त्या नकारात्मक घटना प्रत्यक्षात घडल्याप्रमाणे आपलं शरीर त्याला प्रतिसाद देतं. म्हणून नकारात्मक विचार मनातून काढून टाका, देवाच्या 'शब्दा'चं पठण करा आणि या अनाहूत ताणतणावांपासून स्वत:चं संरक्षण करा.

आजच, देवाकडून शांती मिळवण्याचा निर्धार करा. तुमच्या समस्या मनात घोळवत बसण्याऐवजी देवाने जे म्हटलं आहे, त्याचा पुनरुच्चार करून, आपल्या आयुष्यातील सर्व काळज्या देवावर सोपवा. तुमच्या भावनिक व शारीरिक आरोग्याची जबाबदारी तुम्हीच घ्या. यासाठी प्रत्येक क्षेत्रात ताण कमी करणारी आणि जोम वाढवणारी जीवनशैली स्वीकारा. उगीचच तणावाखाली राहू नका आणि सर्वांत महत्त्वाचं म्हणजे – देवावर पूर्ण विश्वास ठेवा!

◆

१८

भीती : सर्वांचा शत्रू नंबर वन!

भीती ही धोकादायक असते. आपण ज्या गोष्टींना घाबरतो, भीती आपल्याला त्यांच्याशीच जोडते.

थोडीफार भीती वाटणं हे स्वाभाविक आहे किंवा भीती तुम्हाला तुमची उद्दिष्टं साध्य करायला मदत करते वगैरे वाक्यं तुम्ही कोणाच्यातरी तोंडून ऐकली असतील. मला स्पष्टपणे सांगायचं आहे की, भीती ही स्वाभाविक नाही आणि त्यातून काहीही सकारात्मक निष्पन्न होत नाही. खरंतर भीतीला तुमच्या मनात आणि अंत:करणात वास करू देणं, हे वाटतं त्यापेक्षा जास्त धोकादायक आहे. जगातील सर्व संकटं, काळज्या यांचं मूळ भीतीत आहे. माध्यमांद्वारा ओतल्या जाणाऱ्या भीतीने इतक्या संख्येने लोकांना ग्रासलं आहे की, आपल्या सभोवताली नकारात्मक गोष्टींचा भडका उडालेला दिसतो, यात काडीचंही नवल नाही. कधीकधी भीतीच्या आहारी जाण्याच्या वेळा येतातही; पण आपण आपल्या मनावर ताबा ठेवला पाहिजे. भीती हा सर्वांचाच शत्रू नंबर १ आहे. ज्या गोष्टी घडू नयेत, असं आपल्याला वाटत असतं त्यांच्याशी जोडलं जावं, म्हणून बनवलेली ती आध्यात्मिक शक्ती आहे. म्हणूनच भीतीला आपल्या आयुष्यात स्थान न देणं हे अतिशय महत्त्वाचं आहे.

मला आठवतं आहे, मध्यंतरी जेव्हा एच१एन१ या विषाणूमुळे अचानक स्वाइन फ्लू फैलावला, तेव्हा प्रसिद्धिमाध्यमांनी त्याचा असा काही प्रचार केला, की जागतिक पातळीवर घबराट पसरली. या विषाणूचा फैलाव जगभर होणार, असं लोकांना वाटू लागलं आणि तसं झालंही. स्वाइन फ्लू फैलावला आणि त्याने अनेक लोकांचे बळी घेतले. जिथे जावं तिथे लोक स्वाइन फ्लूविषयीच बोलताना दिसायचे. खरं पाहिलं तर, काहीही घडण्या अगोदरपासूनच या बातम्यांमुळे लोकांच्या मनातील भीती वाढत गेली. लवकरच सर्जिकल मास्क लावलेल्या लोकांची छायाचित्रं दिसू

लागली. लोक विमानात बसायला घाबरू लागले. गर्दीच्या ठिकाणी जायचे बंद झाले. प्रसारमाध्यमं त्याविषयी जेवढं जास्त सांगत होती, तेवढी लोकांची भीती अजून वाढत होती. थोड्याच दिवसांत त्या आजाराने लहानथोरांचा बळी घेतल्याच्या बातम्या येऊ लागल्या.

मी जेव्हा या स्वाइन फ्लू प्रकरणाविषयी विचार करू लागलो, तेव्हा माझ्या लक्षात आलं, की भीती ही सांसर्गिक आहे. शब्दांमध्ये प्राणघातक कॅन्सरसारखं पसरायची सुप्त शक्ती आहे. त्यामुळे अगणित लोकांच्या विचारशक्तीवर परिणाम होतो. एकदा का आपण भीतीचा स्वीकार केला आणि ती आपल्या अंतर्यामी पोहोचली की, आपण ज्या गोष्टींना घाबरतो, त्या घडवून आणण्याची शक्ती तिच्यात जागृत होते. या आध्यात्मिक नियमाचं स्वाइन फ्लू हे एक उदाहरण आहे.

शत्रूने आपल्याला दिलेल्या विविध सूचनांच्या विरोधात जाऊन निर्भय आयुष्य जगणं सुसाध्य आहे. जेव्हा आपण येशूमार्फत देवाशी जोडलेले असतो, तेव्हा कोणत्याही प्रसंगावर विजय मिळवण्यासाठी लागणारं सामर्थ्य आपल्याला उपलब्ध असतं. विजयी होणं म्हणजे नेहमीच प्रत्येक लढाई जिंकणं. ही व्यक्ती मधूनमधून जिंकते असं नाही, तर ती जीवनाच्या प्रत्येक क्षेत्रात सातत्याने विजयी होते, अगदी भीतीवरही ती विजय मिळवते.

भीती म्हणजे काय?

भीती ही आध्यात्मिक शक्ती आहे. मी अनेकदा तिचं वर्णन श्रद्धेचा व्युत्क्रम किंवा श्रद्धेच्या उलट असं करतो. श्रद्धा आणि भीती या एकमेकींच्या अगदी विरुद्ध असलेल्या भावना आहेत. श्रद्धा आपल्याला देवाच्या वचनांशी जोडते तर भीती नकारात्मक परिणामांशी जोडते. भीती म्हणजे नकारात्मक श्रद्धा.

ईडनच्या उद्यानातील पापाद्वारे भीतीचं पिशाच पृथ्वीवर अवतरलं. पतन होण्यापूर्वीच्या ॲडम आणि इव्हच्या आयुष्याची तुलना सॉकेटमध्ये लावलेल्या विजेच्या तारेशी करता येईल. त्यांचे आत्मे देवाशी जोडलेले होते. त्यांचं जीवन, प्रेम, शक्ती यांचं उगमस्थान देव हेच होतं. ती दोघं देवाशी जोडलेली असल्यामुळे देवाच्या सर्व गोष्टींकडे जाण्याची त्यांना मोकळीक होती. देवाची शक्ती त्यांच्यातून वाहत होती. देवाशी जोडलेले असण्याचे फक्त फायदेच त्यांना माहीत होते, एवढंच नव्हे, तर ती दोघं ते अनुभवतही होती.

तथापि, सुष्ट आणि दुष्ट यांच्या ज्ञानाच्या वृक्षाचं फळ त्यांनी खाल्लं, तेव्हा विध्वंस झाला. अचानक ती दोघं प्रेमाचा आत्मा असलेल्या त्या देवापासून तुटून भीतीच्या पिशाचाशी म्हणजे सैतानाशी जोडली गेली. याचा परिणाम असा झाला की, तत्काळ ती दोघं स्वसंरक्षणाच्या आयुष्यात ढकलली गेली. जे लोक देवाला

जाणत नाहीत, त्याचप्रमाणे जे लोक देवाला जाणतात, तरीही भीतिदायक विचारांना मनात झिरपू देतात अशा लोकांच्या आयुष्यावर ताबा ठेवणारे भीतीचे पिशाच ते हेच. एकदा का आपण त्या भीतीचा स्वीकार केला की, ती हळूहळू आपल्या आत्म्याला पोखरत जाते आणि त्याचा परिणाम आपल्या शब्दांवर व कृतीवर होतो.

काही लोक असा विचार करतात की, भीती हा आयुष्याचा स्वाभाविक भाग आहे आणि आपण त्याविषयी काहीही करू शकत नाही. पण नैसर्गिक गोष्टी देवाकडून येतात आणि 'शब्द' आपल्याला सांगतो, की देव आपल्याला भीतीचं पिशाच देत नाही. भीतीचं पिशाच तर सैतानच आहे. कारण तो छळवादी आहे.

पहिल्या जॉन ४:१८मध्ये म्हटलं आहे, "प्रेम असेल तिथे भय नसतं. उलट परिपूर्ण प्रेम भीतीचा त्याग करतं. कारण भीतीत यातना असतात. जो घाबरतो तो प्रेमात परिपूर्ण बनू शकत नाही." भय आणि छळ या भावना एकमेकींशी जोडलेल्या असतात. म्हणून तर तुम्ही भीतीच्या सावटात असता, तेव्हा त्यासंबंधीचे सलत राहणारे विचार, पॅरॅनॉइआ (या मनोविकारात, रुग्णाला आपला अतोनात छळ होत आहे, असं वाटत असतं.) आणि अशांती सतत तुम्हाला कुरतडत असतात.

देव कधीही छळवादी, भीतिदायक विचारांशी जोडलेला नसतो. देव आपल्याला देतो; प्रेम, शक्ती, शिस्त आणि निरोगी मन. (२ टिमथी १:७). देव हा प्रेम आहे. प्रेम ही देवाच्या राज्याला इंधन पुरवणारी शक्ती आहे. भाविकांच्या हृदयात प्रेम, आनंद, शांती, सहनशीलता, सौम्यपणा वगैरे आध्यात्मिक शक्ती सदैव कार्यरत असतात. आपला जीव सतत याच गोष्टी निर्माण करत असतो. तो भीती उत्पन्न करत नाही. भीतीने आपल्या आयुष्यात पाय रोवला असेल, तर आपण तिला बाहेरून आत येऊ दिलं हेच त्याचं कारण आहे.

जशी देवाच्या 'शब्दा'शिवाय श्रद्धा असूच शकत नाही, त्याचप्रमाणे सैतानाच्या शब्दाशिवाय भीती असू शकत नाही. आणि ते शब्द आपल्याभोवती सतत भिरभिरत असतात. प्रथम आपल्या मनाशी शब्दात बोलल्यावाचून शत्रू काहीच करू शकत नाही आणि तो जे काही बोलतो ते भीतीने भारलेलं असतं.

तुम्ही जेव्हा भीतीने ग्रासलेले होतात तो काळ आठवून बघा. तुमची विचारशक्ती धड काम करत नव्हती. तुम्ही समंजसपणे वागत नव्हता. हे सर्व भीतीमुळे होतं. आपली पाचावर धारण बसते. एक काळ असा होता की, तेव्हा माझी पत्नी टॅफी भीतीच्या भुताचा सामना करीत होती. घरात एकटी असली की, घाबरून ती सर्व दिवे लावून ठेवायची. हे कमी होतं म्हणून की काय, आम्ही अनपेक्षितपणे फडताळातून बाहेर उडी मारून, गंमत म्हणून एकमेकांना घाबरवायचो. नंतर माझ्या लक्षात आलं, निरुपद्रवी गंमत वाटणारी ती गोष्ट तिच्या मनातील भीतीच्या भुताला अजूनच खतपाणी घालत होती आणि माझ्याही मनात भीतीचं बीज पेरत होती.

आपण बोलत असलेल्या शब्दांकडेही, आपण लक्ष दिलं पाहिजे. कधीकधी तेही भीतीवर आधारलेले असतात. ''त्या गोष्टीमुळे मला मरणाची भीती वाटली.'', ''आज मला भयंकर काम आहे'' यांसारखी वाक्यं तर आपण सहज जाताजाता बोलतो. बोलणं परिणामकारक करण्याकरिता आपण 'भीती'चा वापर करतो. अशी वाक्यं सहजगत्या जरी बोलली गेली तरी त्यामुळे चुकीचे आध्यात्मिक नियम कार्यशील होतात.

प्रॉव्हर्ब्स ४:२३मध्ये म्हटलं आहे, ''तुमचं अंत:करण नेहमी कार्यरत ठेवा. तरच आयुष्यातील समस्या बाहेर राहतील.'' भीती बाहेरून आपल्या हृदयात प्रवेश करते. त्यामुळे तिला बाहेरच रोखणं ही आपली जबाबदारी असते. डोळे, कान, तोंड ही हृदयाची प्रवेशद्वारं आहेत. म्हणून आपण भीतिदायक शब्द किंवा प्रतिमांचा वापर करता कामा नये, त्यांच्याकडे लक्ष देता कामा नये. उदाहरणार्थ, रोज रात्री तुम्ही अकराच्या बातम्या बघत असाल, तर तुम्ही भीतीला बाहेर थोपवू शकणार नाही. उलट त्यामुळे भीतीची बीजं रोवून त्यांची मशागत केल्यासारखं होईल. जर तुम्ही जगभरात घडणारे खून, मृत्यू, गुन्हेगारी, अनर्थ यांच्या बातम्या सतत बघत, ऐकत राहिलात तर तुम्ही सैतानाला काम करायला कारण पुरवल्यासारखं होईल. आणि लवकरच तुम्ही रात्री सगळे दिवे लावून ठेवून जागत बसलेले दिसाल.

भीती एवढी धोकादायक का आहे?

अगदी जेनिसिसपासून रेव्हिलेशनपर्यंत पूर्ण बायबलमध्ये देव आपल्याला 'भिऊ नका' असा आदेश देत आहे. घाबरणं योग्य नाही, कारण भीती ही शत्रूला आपल्या सर्व, अगदी सगळ्या गोष्टींपर्यंत जायला मुक्तद्वार देते. मग शत्रू आपल्या आयुष्याचा खेळखंडोबा करतो.

भीती एखाद्याच्या आयुष्याची कशी धूळधाण करते, याचं उत्तम उदाहरण म्हणजे जॉबचा वृत्तान्त. जॉब हा धनाढ्य माणूस होता. तो प्रामाणिक, सन्माननीय आणि देवभक्त होता. त्याच्यावर देवाची कृपा होती, त्याला देवाचं संरक्षण होतं. (जॉब १:१०). पण आपल्या मुलांसाठी तो नेहमी देवापुढे बळी देत राहायचा (जॉब १:५). मुलांच्या संरक्षणासाठी असं बळी देणं आवश्यक आहे असं त्याला वाटे.

हे ओळखीचं वाटतं आहे ना? पालक म्हणून आपणही आपल्या मुलांसाठी कित्येकदा प्रार्थना केली आहे आणि त्या प्रार्थनेच्या मुळाशी आपण हे केलं नाही तर त्यांना काहीतरी होईल ही भीतीच तर होती. जॉब मुलांसाठी जे बळी देत होता तेही श्रद्धेने नव्हे, तर भीतिपोटीच देत होता. त्याच्या या कृतीने त्याने प्रत्यक्षात आपल्या मालमत्तेची आणि परिवाराची दारं शत्रूला उघडून दिली.

जॉब ३:२५मध्ये तो म्हणतो, ''ज्या गोष्टीला मी अतिशय घाबरत होतो, ती

आपत्ती अचानक माझ्यावर कोसळली. ज्या गोष्टीची मला भीती वाटत होती. तिने माझ्यावर चाल केली.'' भीतिपोटी जॉबने केलेल्या धार्मिक कर्मकांडांमुळे त्याच्या घरादाराचा विध्वंसच झाला. म्हणून भीती ही धोकादायक असते. आपण ज्या गोष्टींना घाबरतो, भीती आपल्याला त्यांच्याशीच जोडते.

आपल्याला नको असणाऱ्या गोष्टी भीतीमुळे आपल्याशी जोडल्या जातात याचं जॉबची कथा हे एक उदाहरण आहे. तसं ते इतर बाबतीतही घडतं. मृत्यूची भीती नीट हाताळली नाही, तर ती आपल्याला खरोखरच मृत्यूच्या दारात नेते. अपयशाचं भय आपला संबंध अपयशाशी जोडतं. जर तुम्हाला अकाली मृत्यूची भीती पोखरत असेल किंवा स्वत:ला एखादा प्राणघातक आजार होईल, असं भय तुमच्या मनात दबा धरून बसलं असेल, तर कालांतराने ते भय सत्यात उतरतं. भीती ही एवढी शक्तिशाली आहे.

भीतीच्या या संबंध जोडण्याच्या गुणधर्मामुळेच येशू लोकांना, न भिण्याचा आदेश सतत देत असतो. लोकांना ठाऊक नसणारी अजून एक गोष्ट येशूला माहीत आहे. ती म्हणजे भीती श्रद्धेला दूषित करते आणि देवाच्या शक्तीच्या प्रवाहात अडथळा निर्माण करते.

उपचार आणि उपदेश चालू असताना, येशूच्या धर्मोपदेशनाच्या वेळीही असे निर्णायक क्षण आले होते. तेव्हा त्याने लोकांना भयमुक्त होण्यास सांगितलं होतं. लूक ८:४९-५०मध्ये म्हटलं आहे, ''येशू हे बोलत असताना त्या प्रार्थनागृहाच्या अधिकाऱ्याच्या घरून एक माणूस आला आणि त्याला म्हणाला, 'तुझी मुलगी मरण पावली आहे. तू गुरुजींना तसदी देऊ नकोस.' पण जेव्हा येशूने ते ऐकलं, तेव्हा तो त्या अधिकाऱ्याला म्हणाला, 'घाबरू नकोस. श्रद्धा ठेव. ती पूर्ण बरी केली जाईल.''' येशूने त्यांना न घाबरण्याचा आदेश दिला. कारण त्या मुलीला जिवंत करण्यासाठी श्रद्धेची आवश्यकता होती आणि भीतीमुळे श्रद्धेला छेद गेला असता.

''थोडी भीती वाटलेली बरी असते,'' असं मी लोकांना म्हणताना ऐकलं आहे. मलाही तसंच वाटायचं. पण भीती ही कोणासाठीही, कोणत्याही दृष्टीने चांगली नसते. लोकांना कळत नाही, पण देव भीतीला इतर पापांच्या वर्गातच टाकतो. रेव्हिलेशन २१:८मध्ये म्हटलं आहे, ''पण भित्रे, अश्रद्ध, निंद्य, खुनी, व्यभिचारी पुरुष, चेटक्या, खोटारडे हे सर्व, आगीने आणि गंधकाने जळणाऱ्या त्या सरोवरात जातील आणि ते दुसऱ्या मृत्यूसारखंच असेल.'' लक्षात घ्या, नरकात जाणाऱ्या लोकांचे पहिले दोन वर्ग आहेत – भित्रे आणि अश्रद्ध.

ही दोन पापं एकत्र घेऊन जोडी बनवली आहे, त्यावरून स्पष्ट होतं की, आपण अश्रद्ध असल्याशिवाय भित्रे असू शकणार नाही. आपण जेव्हा घाबरतो तेव्हा आपण मूलत: हेच म्हणत असतो की, देव आमची काळजी घेऊ शकेल, आमचं रक्षण

करू शकेल, आमची तरतूद करू शकेल असा विश्वास आम्हाला वाटत नाही. हे चुकीच्या गोष्टींवर श्रद्धा ठेवण्यासारखं आहे आणि बायबल अश्रद्ध हृदयाला सैतान म्हणतं. (हिब्रूज ३:१२)

भीती हा चोर आहे आणि तो देवावरील आणि त्याच्या 'शब्दा'वरील आपला विश्वास चोरायचा प्रयत्न करतो. श्रद्धाळू असल्यामुळे आपली देवावर श्रद्धा आहे असं आपल्याला वाटतं. पण आपल्याला भीती वाटत असेल – मग ती कोणत्याही स्तरापर्यंत का असेना – तर देव म्हणतो की, आपली त्याच्यावर श्रद्धा नाही. भीती ही नेहमीच आपल्या भाविक म्हणून असलेल्या दर्जावर घाला घालतो.

थोडीशी भीती वाटली म्हणून काही बिघडत नाही, असा गैरसमज बाळगणाऱ्यांना मी सुचवतो, की त्यांनी थोडा वेळ काढून रेव्हिलेशन २१:८ वाचावं, म्हणजे भीतीची गणना, त्या उताऱ्यात निर्देश केलेल्या इतर पापांमध्ये केली आहे, हे त्यांना कळेल 'थोडीशी भीती' हा मुद्दा योग्य नाही.

थोडीशी भीती चालत असेल, तर थोडंसं खोटं, थोडासा व्यभिचार, थोडासा खून यांचं काय? जर थोडीशी भीती चालत असेल, तर थोडासा बाहेरख्यालीपणाही देवाला मान्य असला पाहिजे, बरोबर? साफ चूक! भीती ही इतर पापांप्रमाणेच आहे आणि ती कधीही सहन केली जाणार नाही.

भीतीवर जय मिळवण्यासाठीची मानसिकता

प्रतिकूल गोष्टींवर मात करणारी माणसं निर्भय असतात. त्यांच्या मनात सदैव देवाची जाणीव असते. देव आपल्याबरोबर आहे, तो कधीही आपल्याला सोडून किंवा टाकून जात नाही हे जेव्हा आपल्याला कळतं, तेव्हा भीती नाहीशी होते. निर्भय मानसिकता ही विजेत्याची मानसिकता असते. आपली मानसिकता जर जेत्याची असेल, तर आपल्याला कशालाही सामोरं जावं लागलं, तरी आपण जिंकणारच असा आपल्याला विश्वास वाटतो. आपल्या वतीने परिस्थिती हाताळण्याच्या देवाच्या क्षमतेची आपल्याला खात्री असते. याशिवाय भीतीचं निर्मूलन करण्यासाठी आपल्या दृष्टिकोनातून विशिष्ट बदल करावे लागतात.

देवाच्या आपल्यावरील प्रेमाची जाणीव व विश्वास

भीतीवर मात करण्यासाठी उचलायचं हे सर्वांत महत्त्वाचं पाऊल आहे. देवाचं तुमच्यावर प्रेम आहे, यावर तुमचा विश्वास नसेल, तर शत्रू तुम्हाला सहज फसवू शकतो. दोषारोप, अपराधी भावना, नालायकपणा या भावना निर्माण होण्यामागील हेतू आपण देवाच्या आपल्यावरील प्रेमावर शंका घ्यावी, हाच असतो. या नकारात्मक भावनांशी लढताना, याविषयी बायबल काय म्हणतं हे कळणं अतिशय महत्त्वाचं आहे.

पहिल्या जॉन ४:१६मध्ये म्हटलं आहे, "देवाच्या आपल्यावरील प्रेमाची आपल्याला जाणीव आहे आणि त्यावर आपला विश्वास आहे. देवच प्रेम आहे. जो प्रेमात राहतो, तो देवात राहतो आणि देव त्याच्यात राहतो." हे खरोखरच प्रभावी चरण आहे. देवाकडे प्रेम फक्त असतंच असं नाही, तर तो स्वत:च प्रेम आहे, हे आपण आपल्या हृदयात पक्कं केलं पाहिजे. देवाचं आपल्यावर प्रेम असतं आणि त्या प्रेमामुळे आपण कायमच त्याच्या हृदयात असतो. त्याच्या मनात सतत आपलाच विचार घोळत असतो आणि आपण सदैव त्याच्या हृदयात असतो. या ज्ञानाचं शस्त्र आपल्याजवळ असल्यामुळे, एवढंच नव्हे तर, तसं ते असल्याची पूर्ण खात्री आपल्याला असल्यामुळे याच्याविरुद्ध गोष्टी आपल्याला पटवणं शत्रूला अतिशय अवघड जातं.

देवाच्या आपल्यावरील प्रेमाच्या प्रकटीकरणाविषयी आपण जेवढा जास्त विचार करतो आणि ते आपल्या मनावर जेवढं जास्त बिंबवतो, तेवढ्या जास्त प्रमाणात, आपल्या आयुष्याच्या प्रत्येक क्षेत्रात आपली काळजी घेण्याच्या देवाच्या क्षमतेवरील आपला विश्वास वाढत जातो. आपल्या सर्व प्रकारच्या गरजा – आर्थिक, भावनिक, शारीरिक आणि आध्यात्मिक – देव भागवू शकतो. आणि तो भागवणारच, या विश्वासामुळे भीती नाहीशी होते. (१ जॉन ४:१८). प्रेम हा भीतीवरील उतारा आहे.

भविष्यात काय वाढून ठेवलं आहे, हे न कळणं, हे बहुधा भीतीचं मुख्य कारण असतं.

देवाशी व्यक्तिगत नातं नसलेले, त्याला नीट न ओळखणारे लोक भीतीला पात्र असतात आणि भीतीच्या अधीन होतात. कारण आपल्या भविष्यात काय आहे, याची त्यांना काहीच कल्पना नसते आणि त्याविषयी ते फारसे आशावादीही नसतात.

येशू ख्रिस्ताशी नातं नसलेल्या व्यक्तीच्या आध्यात्मिक स्थितीचं वर्णन एफेसिअन्स २:१२मध्ये केलं आहे :

> "त्या वेळी तुम्ही ख्रिस्तापासून विभक्त होता. (त्याच्यातील सर्व भागांपासून दूर) इस्राईल या राष्ट्राच्या हक्कांपासून पूर्णपणे संबंध तुटलेले, कायद्याच्या रक्षणाबाहेर टाकलेले होता. वचनाच्या पवित्र करारात (येशू ख्रिस्ताच्या) कोणताही वाटा नसलेले तिऱ्हाईत होता. (देवाच्या कराराचं ज्ञान नसलेले व त्यात कोणतेही हक्क नसलेले), (या सर्व गोष्टींचं स्मरण करा). तुम्हाला कोणतीही आशा नव्हती. (आश्वासन नव्हतं) तुम्ही देव नसलेल्या जगात होता."(ॲम्प्लि).

आताच्या काळात देव नसलेल्या जगात राहण्याची मी कल्पनासुद्धा करू शकत नाही. जेव्हा तुम्ही देवापासून तुटता तेव्हा त्याच्या करारानुसार मिळणाऱ्या

सर्व विलक्षण फायद्यांपासून तुम्ही वेगळे पडता. या फायद्यांमध्ये वैभवशाली, यशस्वी, समृद्ध भविष्याची आशा आणि आश्वासन – तेही फक्त स्वर्गातच नव्हे, तर पृथ्वीवरही – यांचा समावेश असतो. तुम्ही पृथ्वीवर असतानाही परिपूर्ण आयुष्य जगावं, अशी देवाची इच्छा असते.

देवाच्या राज्याचा भाग असलेल्या माणसांसाठी देवाची अतिशय विलक्षण योजना आहे. आपल्यासाठी कितीतरी चांगल्या गोष्टी घडणं अपेक्षित आहे. पण ज्यांना कसलीच आशा नसते, ते फक्त भविष्याची काळजीच करत बसतात. त्यामुळे त्यांच्या मनात भीती दाटते.

आपण जर देवाला ओळखत असू, तर आपल्याला भविष्याची चिंता करण्याची गरज नाही. याचं अजून एक कारण जॉन १६:१३ देतं. ते सांगतं, ''पवित्र आत्मा तुम्हाला भावी घटनांचं दर्शन घडवील.'' अंधाराबरोबर भीती येते. पण त्या मिट्ट अंधारात प्रकाश चमकू लागला की, भीती पोबारा करते. पवित्र आत्मा देणार असलेली आतली बातमी ही अंधाऱ्या खोलीतील विजेच्या बटणासारखी असते. एकदा का तुम्हाला तुम्ही कुठे जाणार आहात हे कळलं की, भीतीचं कारणच उरत नाही.

माझ्या भविष्यात काय लिहिलं आहे, त्याचं पूर्ण ज्ञान मला होऊ शकतं हे कळल्यावर माझ्या अंगावर रोमांच उभे राहिले. त्या स्थानापर्यंत देव मला नक्की कसं नेणार, हे मला ठाऊक नसलं, तरी त्यातून चांगलंच निष्पन्न होणार आहे. हे मला कळलं आहे.

भविष्यावर आपला अधिकार नाही या जाणिवेमुळेच भीती निर्माण होते

लोकांमध्ये भीतीसारख्या नकारात्मक भावना निर्माण होण्याचं मुख्य कारण आहे – अधिकारशून्यतेची, शक्तिहीनतेची जाणीव. याच्यावर उपाय काय? आपलं भवितव्य आपल्या बीजात आहे हे ओळखणं. देवाच्या 'शब्दा'चं बीज आपण आपल्या हृदयात रुजवतो, तेव्हा नक्की कोणतं पीक आपल्याला मिळणार आहे ते कळतं.

जे आपल्या हृदयात 'शब्दा'चं बी पेरत नाहीत, त्यांचं भविष्य अनिश्चित असतं. पृथ्वीवरील प्रत्येक गोष्ट पेरणी-कापणीच्या खात्रीलायक नियमानुसार घडत असते. (जेनेसिस ८:२२). हा एक आध्यात्मिक नियम आहे आणि त्याचे सकारात्मक किंवा नकारात्मक परिणाम नेहमीच दिसून येतात. जेव्हा योग्य बीज पेरलेलं असतं, तेव्हा भविष्य उज्ज्वल असणार हे अपेक्षितच असतं.

आर्थिक क्षेत्रातही पेरणी-कापणीचा नियम अखंड कार्यरत असतो. ''द्या आणि तुम्हाला परत मिळेल'' यासारखी तत्त्वं सर्वांच्याच बाबतीत खरी ठरतात. तुमचं आर्थिक भवितव्य सुरक्षित करायचं असेल तर त्याचा हाच मार्ग आहे – दाता व्हा!

आयुष्याच्या इतर कोणत्याही क्षेत्रात हेच खरं ठरतं. तुम्हाला वाटतं, त्यापेक्षा जास्त शक्ती तुमच्यात आहे.

तुमचं भविष्य तुमच्या बीजाच्या वेष्टनात गुंडाळलेलं आहे. मी तुम्हाला व्यवहारातील उदाहरण देतो. तुम्ही दुकानात जाऊन बियांचा खोका खरेदी केलात तर, त्या खोक्यावर तयार माल कसा दिसेल, त्याचं चित्र असतं. ते बीज तुम्ही जमिनीत पेरून त्याची मशागत केलीत तर काय होईल हे तुम्हाला अगोदरच ठाऊक असतं.

त्याचप्रमाणे, तुमचं भवितव्य देवाच्या 'शब्दा'च्या वेष्टनात गुंडाळलेलं असतं. तुम्ही सूचनाबरहुकूम वागलात, तर शेवटी काय होईल हे तुम्हाला चित्रावरून कळतं. देव मूलत: हेच सांगत असतो, "माझा 'शब्द' घ्या आणि रात्रंदिवस त्याचं मनन करून तो तुमच्या हृदयात भिनवा. तो वाचा. तो ऐका. त्याविषयी बोला. तो कृतीत उतरवा. तो तुमचा अंश बनू दे. तुमच्या हृदयाच्या मातीत अगदी खोलवर तो रुजवलात तर त्यातून तुमच्या उज्ज्वल भविष्याचा वृक्ष उगवेल."

स्वत:चं भवितव्य ठाऊक नसणारा माणूस स्वत:च्या हृदयात देवाचा 'शब्द' सोडून वेगळंच कुठलंतरी बी पेरत असतो. शेवटच्या दिवसात लोकांचं काय होईल, याचं उत्तम चित्र येशूने लूक २१:२६ मध्ये रंगवलं आहे. "पृथ्वीवर अरिष्ट कोसळणार या भीतीमुळे, भयामुळे, दहशतीमुळे माणसं मूर्च्छित होतील, त्यांच्या काळजाचे ठोके थांबतील आणि सारं अंतराळ डळमळू लागेल." (ॲम्प्लि)

मला वाटायचं की, या उताऱ्यात भीतीमुळे हृदयविकाराचा झटका येऊन मरण पावलेल्या लोकांचा उल्लेख केलेला आहे आणि तो त्याचाच एक भाग आहे अशी मला खात्री होती. पण देवाने स्वत: मला या उताऱ्याविषयी सांगितलं, "बेटा, मी इथे फक्त तेवढंच सांगत नाही. भीतीमुळे लोकांचं अवसान गळेल. आयुष्याचे मुद्दे माणसाच्या हृदयाच्या बाहेर असतील, माणसाच्या हृदयाच्या मातीत पीक येणार नाही. कारण तिथे भीतीचं वास्तव्य असेल." पण आपण जेव्हा देवाचा 'शब्द' आपल्या हृदयात ठेवतो व त्याचे भीतीपासून रक्षण करतो, तेव्हा आपल्याला चांगला परिणाम दिसून येतो. आपल्या भवितव्याच्या बाबतीत आपण अधिकारशून्य नाही.

जगातील इतरांच्या बाबतीत काय घडणार ते मला माहीत नाही. पण ज्यांना देवाचं प्रेम कसं असतं ते ठाऊक आहे, जे पेरणी-कापणीचा नियम अमलात आणतात, त्यांच्या बाबतीत काय घडणार, ते मी सांगू शकतो. आपल्याला देय असलेलं, आपल्या हक्काचं पीक आपल्याला नक्की मिळणार.

आपण श्रद्धापूर्वक जगलं पाहिजे

श्रद्धा ही सश्रद्ध माणसाची जीवनशैली आहे. तो पर्याय नाही. आपण श्रद्धेने जगलं पाहिजे. याचा अर्थ आपण जे बघतो, जी चव घेतो, जो स्पर्श करतो,

आपल्याला जी जाणीव होते, जो वास येतो त्या सर्व शारीरिक संवेदनांद्वारा आपण जगत नाही, तर आपण देवाच्या 'शब्दा'द्वारे जगतो. श्रद्धेने जगणं म्हणजे 'शब्दा'वर आपल्या आयुष्याचे अंतिम अधिकार सोपवणं.

आपण जेव्हा देवाचा 'शब्द' ऐकतो, तेव्हा आपल्याला देवाकडून श्रद्धा मिळते. आपण जेव्हा सैतानाचे शब्द ऐकतो, तेव्हा त्याच्याकडून आपल्याला भीती मिळते. म्हणजे आपण कोणाचे शब्द ऐकतो, त्यावरच सगळं अवलंबून आहे. आपल्याला श्रद्धेने जगायचं असेल, तर सैतानापेक्षा जास्त, आपल्याला देवाचं ऐकलं पाहिजे. हाच श्रद्धेने जगण्याचा अर्थ आहे.

हल्लीच्या बंडखोर, उद्दाम, भीतिदायक जगात भीतीपासून मुक्ती मिळवण्यासाठी एकाच गोष्टीला धरून ठेवलं पाहिजे. ती म्हणजे देवाचा 'शब्द'. तोच आपलं संरक्षण आहे, तोच मुक्ती आहे, तोच आपली सुरक्षितता आहे. या मुद्द्यांचा संबंध येतो तेव्हा त्या संबंधातील साम ९१चं मी रोज नियमितपणे मनन करतो. मी त्याचं निवेदन करतो. देवदूत हे माझे अदृश्य मदतनीस आहेत. येशू ख्रिस्ताद्वारा मला मिळणार असणारी मुक्ती हे देवदूतच मला देतात. मी 'शब्दा'वर विश्वास ठेवून, श्रद्धा ठेवून, त्याप्रमाणे कृती करून श्रद्धापूर्ण जीवन जगतो. तुमचं काय? देवाच्या न बदलणाऱ्या, स्थिर 'शब्दा'वरील तुमची दृष्टी तुम्ही जगाच्या काळज्यांनी गढूळ होऊ दिली आहे का? संशय, भीती, अविश्वासाच्या शब्दांनी तुमच्या हृदयात शिरकाव केला आहे का? तसं असेल तर त्या शब्दांची यादी करा. भीती सहन करणं म्हणजे श्रद्धा दूषित करणं. मृत्यूची ताकद आणि भीतीतून येणारं दास्य हे देवाने अगोदरच नष्ट केलं आहे. देवाच्या राज्यात, एक निर्भय भाविक म्हणून तुमचं स्थान मिळवा.

◆

विभाग चौथा

व्यसनाधीनतेवर विजय मिळवा

१९

वासनेविरुद्ध लढाई

वासना म्हणजे काय, तिचं उद्दिष्ट, तसंच आध्यात्मिक आणि व्यावहारिक दृष्टिकोनातून तिला पराभूत कसं करावं, हे समजलं तर विजय आपलाच आहे.

ती कधीही न शमणारी, कधीही तृप्त न होणारी लालसा आहे. देवाच्या 'शब्दा'च्या सीमेबाहेरील गोष्टींसाठीची ती 'भयंकर भूक' आहे. ती व्यसनाधीनतेमागील आवेग आहे. ती वासना आहे. ती आयुष्याचा विध्वंस करते.

बरेच लोक वासनेपासून सुटका करून घ्यायचा प्रयत्न करतात. पण तिच्यावर मात कशी करावी, याची त्यांना काहीच कल्पना नसते. ते इच्छाशक्तीच्या बळावर त्या सवयी मोडायचा प्रयत्न करतात. पण ते पुन्हापुन्हा त्या मोहाला बळी पडतच राहतात. आपल्या आयुष्यात देवाची शक्ती कार्यरत असल्याशिवाय त्या व्यसनाचा आकृतिबंध मोडणं कठीण असतं. वासनेपासून मुक्ती मिळवणं, हे अतिशय आव्हानात्मक काम आहे. पण ते अशक्य नाही. वासना म्हणजे काय, तिचं उद्दिष्ट तसंच आध्यात्मिक आणि व्यावहारिक दृष्टिकोनातून तिला पराभूत कसं करावं, हे समजलं तर विजय आपलाच आहे.

जरी बरेचसे भाविक त्यांच्या आयुष्यात वासनेशी संघर्ष करत असले तरी वासना हा विषय ख्रिश्चन वर्तुळात शिकवला जात नाही किंवा त्यावर चर्चाही होत नाही. वासनेमुळे संसार मोडले आहेत, मैत्री तुटली आहे. वासनेमुळे समाजाच्या नैतिकतेत, मूल्यांमध्ये तडजोडी कराव्या लागल्या आहेत. लोकांना मदतीची आवश्यकता असलेल्या निर्णायक मुद्द्यांवर व्याख्यानं द्यायचा मी निर्धार केला आहे आणि वासना हा नक्कीच त्यापैकी एक विषय आहे.

आपल्याला अपाय होईल, असं आपण वागावं यासाठी सैतानाचे प्रयत्न चालू

असतात. आपल्याला मोहात पाडायचे त्याचे हे डावपेच पटकन लक्षात येण्यासारखे नसतात. तो कावेबाजपणा करण्यात पारंगत आहे. वासनेची बीजं आपल्यात रुजवण्यात तो कधी यशस्वी होईल, ते आपल्याला कळणारही नाही. बरेचदा व्यसनाच्या मगरमिठीत गच्च आवळले जाईपर्यंत, कुठेतरी काहीतरी चुकत आहे हेही आपल्याला कळत नाही. मग वासनेच्या तावडीतून कायमचं कसं सुटायचं? त्यासाठी ती आपल्या आत कशी शिरते आणि तिला बाहेर कसं काढायचं, ते समजून घेतलं पाहिजे.

सर्वसामान्य लोकांवर प्रभाव पाडण्यासाठी मनोरंजनाच्या उद्योगाचं परिणामकारक अस्त्र शत्रू नेहमीच वापरत असतो. सिनेमा, टीव्हीचे कार्यक्रम, संगीत वगैरे मार्गांनी भीती, विषयवासना आणि इतर खंडीभर नकारात्मक भावना आपल्या मनामध्ये सहजच जमा केल्या जातात. याशिवाय, आपली मानसिकता, सवयी, वर्तणूक यांवर आपल्या सख्यासोबत्यांचाही प्रभाव पडतो. वय किती आहे, याने काहीही फरक पडत नाही. विशिष्ट शब्द आणि प्रतिमांना हृदयात प्रवेश मिळाला की, कोणीही वासनेच्या आहारी जाऊ शकतो.

विनाशक

वासनेचा एक आणि फक्त एकच हेतू असतो. तो म्हणजे आपल्याला आयुष्यभराकरिता देवाच्या कृपेला पारखं करणं. देवाची शक्ती आपल्यासाठी, आपल्यामध्ये आणि आपल्यातून कार्यशील व्हावी हे शत्रूला नको असतं. वासना त्या शक्तीला 'शॉर्ट सर्किट' करील, हे त्याला ठाऊक असतं. म्हणून तो जास्त मेहनत करून आपल्याला ते वासनामय विचार स्वीकारायला आणि त्यावर कार्य करायला लावतो. चोरणं, मारणं आणि नाश करणं हे त्याचं मुख्य उद्दिष्ट असतं.

वासना म्हणजे काय? देवाच्या इच्छेबाहेर असणारी, देवाच्या 'शब्दा'च्या मर्यादेपलीकडे असलेली एखादी तीव्र इच्छा म्हणजे वासना. वासना म्हणजे एखाद्या गोष्टीची पराकाष्ठेची भूक किंवा उत्कट इच्छा. गैरसमज करून घेऊ नका. तीव्र इच्छा ही स्वत: किंवा स्वत: होऊन वाईट नसते. खरंतर देवाने आपल्याला नैसर्गिक, निरोगी इच्छा दिलेल्या आहेत. उदाहरणार्थ, अन्नपाण्याची इच्छा, कोणीतरी आपल्यावर बिनशर्त प्रेम करावं, आपला स्वीकार करावा ही इच्छा. 'काम' हीसुद्धा एक नैसर्गिक इच्छा आहे. पण ही इच्छा जेव्हा विवाहबाह्य लैंगिक संबंधांचं रूप घेऊन त्या माणसाच्या विचारशक्तीवर प्राबल्य गाजवते, तेव्हा त्या नैसर्गिक इच्छेचं रूपांतर कामवासनेत होतं.

वासना ही फक्त लैंगिक संबंधापुरतीच मर्यादित नाही. ती आपल्या कोणत्याही इच्छेवर परिणाम करते. खाण्याच्या क्षेत्रात तर हे नेहमीच आढळून येतं. देवाने आपल्यात, खाण्याची नैसर्गिक इच्छा निर्माण केली आहे. ती आपल्या शारीरिक

गरजा तर भागवतेच; पण आपल्याला सुख, आनंदही देते. पण हीच इच्छा जेव्हा सर्वभक्षक बनते; आपल्या आरोग्यासाठी आवश्यक असतं त्यापेक्षा कितीतरी जास्त खाण्याची हाव आपल्यात निर्माण करते, तेव्हा तो अति खादाडपणा होतो. यात भूक नसताना खाणं, प्रमाणाबाहेर खाणं, आपल्याला अहितकर असलेलं अन्न त्याच्या चवीसाठी आणि अनावर इच्छा झाली म्हणून खाणं यांचा समावेश होतो. कामवासनेप्रमाणेच ही खाण्याची लालसाही आपल्या आरोग्याला अपायकारक असते. एवढंच नव्हे, तर ती प्राणघातकही ठरू शकते. हे सर्व पैसा, सत्ता, नातेसंबंध या बाबतीतही तितकंच खरं आहे. उचित संदर्भाला सोडून असणारी कोणतीही इच्छा ही वासनाच असते आणि ती घातकच ठरते.

वासनेचं रूपांतर पापात कसं होतं? जेम्स १:१५मध्ये म्हटलं आहे, "जेव्हा वासना निर्माण होते, तेव्हा ती पापाला जन्म देते. जेव्हा पाप त्याच्या अंतिम टप्प्यावर पोहोचतं तेव्हा ते मृत्यूला कारण होतं." हा क्रम अगदी स्पष्ट आहे. पहिली वासना निर्माण होते म्हणजेच ती हृदयात रुजवली जाते. तिचं पोषण होतं आणि अपरिहार्यपणे आपल्या आयुष्यात पाप उत्पन्न होतं आणि पापाचा गतिक्रम संपतो तेव्हा त्याचा शेवट आध्यात्मिक मृत्यूत होतो. साधंसरळ सांगायचं झालं तर आपल्याला मारून टाकणं हेच वासनेचं उद्दिष्ट आहे.

वासनेची प्रगती आपल्या आजूबाजूला स्पष्टपणे दिसून येते. जग वासनेनेच भरलेलं आहे. जगाच्या सध्याच्या परिस्थितीचा मथितार्थ सांगताना बायबल तीन प्रकारांचा उल्लेख करतं. डोळ्यांची वासना, शारीरिक वासना आणि जीवनाचा गर्व (१जॉन २:१६). आजच्या समाजाचे आदर्श आणि मूल्यं ही प्रत्यक्षात अपवित्र, पापी अशा क्षुधा आणि इच्छांना खतपाणी घालतात. अगदी टीव्हीवरील वास्तववादी कार्यक्रमांपासून (रिॲलिटी शो) ते लोकप्रिय संगीतापर्यंत पाहावं तिथे हेच दिसतं.

आपण सर्वांनीच वासनेच्या आहारी गेलेल्या कोणा ना कोणालातरी पाहिलेलं आहे. आयुष्यावर अंमल गाजवणाऱ्या वासनेला काबूत आणता न आल्यामुळे कदाचित कोणाच्या जवळच्या नातेवाइकाचा किंवा जिवलग मित्राचा मृत्यूही झाला असेल आगीला जळण्यासाठी लाकडाची आवश्यकता असते. तसंच वासनेचंही आहे. वासनेच्या तावडीत सापडलेली व्यक्ती पूर्णपणे संपून जात नाही, तोपर्यंत ती वासना स्वस्थ बसत नाही.

वासना निर्माण कशी होते?

वासना आपल्या हृदयात कशी शिरते, हे जर आपण जाणू शकलो तर सुरुवातीपासूनच आपल्याला तिच्यावर कारवाई करता येईल. जेम्स १:१४मध्ये एक गमतीदार विचार सांगितला आहे, "प्रत्येक माणसालाच मोहात पाडलं जातं, जेव्हा तो स्वतःच्या वासनेमुळेच ओढला जातो आणि त्याला भुरळ पडते." या अवतरणामुळे

एक गूढ उकललं जातं. सैतान आपल्याला वासनेच्या आहारी जाऊन तसं वागायला भाग पाडतो, या कल्पनेचं निराकरण यात केलं आहे. आपल्या आजूबाजूला अपवित्र प्रभाव पाडणाऱ्या गोष्टी असतात हे नाकारता येणार नाही. पण हे अवतरण स्पष्ट करतं की, एकदा का आपण आपल्या इच्छेने वासनेला आपल्या हृदयात प्रवेश करू दिला की, ती वासना आपली होते आणि लहान बाळाप्रमाणे आपण तिचं पालनपोषण करून तिला मोठं आणि ताकदवान बनवतो.

एकदा का वासना एखाद्या व्यक्तीच्या हृदयात शिरली की, त्या वासनेला आकर्षण वाटेल असे लोक, कल्पना, प्रतिमा, प्रसंग त्या व्यक्तीसमोर सादर करून सैतान त्या व्यक्तीला त्या वासनेच्या बीजाचं पालनपोषण करण्याच्या मोहात पाडतो. या गोष्टी म्हणजे एक प्रकारचं आमिष असतं. त्यामुळे ती व्यक्ती त्या वासनेनुसार वागायच्या मोहात पडते. त्या वासनेबरहुकूम वर्तन झालं, की पापचक्र क्रियाशील होतं. त्या पापाशी जुळलेलं तात्पुरतं सुख त्या व्यक्तीला आंधळं बनवतं आणि आपण मृत्यूशी टक्कर द्यायला जात आहोत, हे सत्य त्यांना दिसत नाही. अशा प्रकारे सैतान लोकांच्या आयुष्यांचा विध्वंस करतो. तो त्या गोष्टी सादर करायचं कधीच थांबवत नाही. त्यामुळे त्याच्या सूचनांचा प्रतिकार करून वासनेला आपल्या आत येण्याची संधी मिळू न देणं ही आपली जबाबदारी बनते.

मी नेहमी सांगत असतो की, ज्या गोष्टीकडे तुम्ही लक्ष द्याल, त्या गोष्टीची तुम्हाला इच्छा होईल. तुम्ही जे बघता, जे ऐकता, ज्याचं चिंतन करता – ते अमलात आणून – ते तुमच्या आयुष्याला पूर्णपणे आपल्या अधीन करून घेईल, तुमच्या आयुष्यावर मात करील. डोळे, कान आणि तोंड ही आपल्या हृदयाची तीन प्रवेशद्वारं आहेत. त्यातूनच वासना आपल्या आयुष्यात प्रवेश करते. तुम्ही सगळा वेळ कामभावनाविषयक संगीत ऐकत बसलात आलेख, चित्रं, आकृती, इत्यादींनी युक्त प्रतिमा (ग्राफिक इमेजेस) पाहत बसलात तर शेवटी तुमच्या मनात कामवासना निर्माण होईल. अश्लील वाङ्मय किंवा उघडउघड लैंगिक साहित्य या गोष्टींशी खेळणं परवडण्यासारखं नसतं. तुम्ही आतापर्यंत कधी या गोष्टी पाहिल्या नसतील, तर आता सुरुवात करू नका. अशा गोष्टी केल्याने तुमचा जीव आणि तुमचा आत्मा यांच्यात युद्ध सुरू होईल. आणि त्याचा निवाडा करणं तुमच्यासाठी कठीण होईल. (१ पीटर २:११).

प्रॉव्हर्ब्स ४:२३ निवेदन करतं, "तुमचं हृदय कार्यमग्न ठेवा म्हणजे आयुष्यातील वादविवादाचे मुद्दे त्याच्या बाहेर राहतील." हे आयुष्यातील वादविवादाचे मुद्दे म्हणजे आपल्याला चीत करण्याची संभाव्य शक्ती असणाऱ्या गोष्टी. ही शक्ती चांगली, वाईट कशीही असू शकते. 'हृदय' म्हणजे माणसाचं चैतन्य. आपण येशू ख्रिस्ताला आपला स्वामी, त्राता म्हणून स्वीकारलं की या चैतन्याचं पुनर्निर्माण होतं. हृदय हा प्रत्येक व्यक्तीचा न दिसणारा गाभा आहे. आपण त्यात रुजवलेल्या

बीजांना वाढवण्याची जबाबदारी हृदयावरच असते.

उदाहरणार्थ, आपण सतत देवाचा 'शब्द' वाचत राहिलो, त्याचं चिंतन करत राहिलो, त्याविषयी बोलत राहिलो, तर तो 'शब्द' आपल्या आत खोलवर मूळ धरू लागेल. शांती, आनंद, श्रद्धा आणि समृद्धी यांचं फळ आपल्याला मिळेल. देव आणि त्याचे कार्य करण्याचे मार्ग यांचं प्रतिबिंब असलेल्या मार्गाने आपण कृती करायला सुरुवात करू. ख्रिस्ताचं मन आपल्याला मिळू लागेल. त्याचप्रमाणे आपले डोळे, कान, तोंड (आपण बोलत असलेले शब्द) यांद्वारे आपण वासनेच्या बीजांना अपाल्या हृदयात शिरू दिलं, तर तीच गोष्ट नकारात्मक पद्धतीने होईल. आपल्याला सैतानाचं मन मिळू लागेल आणि देव नव्हे तर सैतान संतुष्ट होईल असं आपण वागायला लागू.

आपण डेव्हिडच्या जीवनाकडे पाहिलं, तर वासनेचा माणसाच्या हृदयात शिरकाव झाला, तर काय अनर्थ होतो त्याचं उदाहरण पाहायला मिळतं. दुसरा सॅम्युएल ११:१-४ मध्ये डेव्हिड आणि बाथशेबाचा वृत्तान्त आहे :

> "आणि असं घडलं. वर्ष संपल्यावर राजे युद्धावर जायला निघतात त्या वेळी डेव्हिडने जोअबला पाठवलं, त्याच्या सेवकांना आणि इस्राईलच्या लोकांना त्याच्याबरोबर पाठवलं. त्यांनी अम्मॉनच्या मुलांना मारलं आणि रब्बाहला वेढा घातला. डेव्हिड जेरुसलेमलाच थांबला. एका संध्याकाळी ती घटना घडली. डेव्हिड बिछान्यावरून उठला आणि राजवाड्याच्या छप्परावर गेला. तिथून त्याला एक स्त्री अंघोळ करताना दिसली. ती स्त्री अतिशय सुंदर होती. डेव्हिडने तिची चौकशी करायला सांगितलं. तेव्हा एक जण म्हणाला, "ती बाथशेबा तर नव्हे? एलिअमची कन्या आणि उरिआह द हिट्टीटची पत्नी?" डेव्हिडने दूत पाठवून तिला बोलावून घेतलं. ती त्याच्याकडे आली आणि तो तिच्याबरोबर झोपला."

या कथेत आपण पाहतो की, ज्या स्त्रीकडे लक्ष द्यायचा राजाला हक्क नव्हता, अशा स्त्रीवर त्याने आपली नजर थोडा जास्तच वेळ रेंगाळू दिली. बाथशेबा विवाहित होती. या प्रकरणाच्या वेळी डेव्हिड आणि बाथशेबाच्या आयुष्यात काय चाललं होतं ते आपल्याला माहीत नाही. पण आपल्याला ठाऊक आहे की, 'शब्द' सांगतो की डेव्हिडने त्या विवस्त्र स्त्रीला पाहिलं आणि तिचं सौंदर्य त्याच्या नजरेत भरलं. तो एवढा वासनेच्या आहारी गेला, की त्याने त्याच्या हृदयातील सर्व धार्मिक, सदाचरणाच्या प्रेरणांना पायदळी तुडवून तिला बोलावणं पाठवलं.

त्यानंतर घडलेल्या घटना म्हणजे चक्रीवादळच होतं. वासनेचं बीज रुजलं आणि कार्यरत झालं तर त्याची परिणती ज्या घटनाचक्रात होते, ते थांबवणं कोणाच्याही हातात नसतं. त्या संबंधामुळे बाथशेबा गरोदर राहिली. तिच्या नवऱ्याला

त्याबद्दल कळू नये म्हणून डेव्हिडने रणांगणावरच त्याचा काटा काढायला लावला. (२सॅम्युएल ११:१५). 'शब्दा'मध्ये म्हटलं आहे की, त्याने जे केलं, त्यामुळे देव त्याच्यावर नाराज झाला. (चरण २७) डेव्हिडला पश्चात्ताप झाला, तरी त्याच्या कर्माचे दूरगामी परिणाम झाले.

वासनेच्या विध्वंसक प्रभावाचं दुसरं उदाहरण आपल्याला डेव्हिडचा पुत्र ॲम्नॉनच्या बाबतीत पाहायला मिळतं. ॲम्नॉनच्या मनात आपली बहीण तमार हिच्याविषयी कामवासना जागृत झाली. "आणि त्यानंतर असं घडलं. डेव्हिडचा मुलगा अब्सलोम, याला गोरीपान बहीण होती. तिचं नाव होतं तमार. डेव्हिडचा मुलगा ॲम्नॉन याचं तिच्यावर प्रेम बसलं. ॲम्नॉनच्या मनात एवढी खळबळ माजली की, तो स्वत:च्या बहिणीसाठी – तमारसाठी – झुरू लागला. ती कुमारिका होती. त्यामुळे तिला काही करणंही त्याला कठीण वाटलं." (२सॅम्युएल १३:१-२)

ॲम्नॉनने आपल्या हृदयात वासनेचा शिरकाव होऊ दिला आणि नंतर त्याच्यात वासनेचा एवढा मोठा डोंब उसळला की, त्याने तिच्यावर बलात्कार करायलाही मागेपुढे पाहिलं नाही. (२सॅम्युएल १३:१४). त्यासाठी ॲम्नॉनला स्वत:च्या प्राणाची किंमत मोजावी लागली. त्याने जे केलं होतं, त्याचा सूड म्हणून त्याचा भाऊ अब्सलोम याने त्याला ठार मारलं.

सत्तेच्या वासनेपोटी अब्सलोमचा जीव गेला. वडिलांची सत्ता बळकावून स्वत: राजा होण्यासाठी त्याने डेव्हिड राजाच्या विरोधात बंड पुकारलं. त्यातच शेवटी अब्सलोम मारला गेला. (२ सॅम्युएल १८:१४-१५).

वासनाधीनतेतून झालेल्या कृतीमुळे डेव्हिडचे दोन मुलगे प्राणाला मुकले. माझ्या मते, जेव्हा डेव्हिड बाथशेबाच्या संदर्भात आपल्या पापी वासनांना शरण गेला, तेव्हाच ही पिढीजात वासना बीजरूपाने रुजवली गेली. वासनेला नेहमीच किमतीचं लेबल लावलेलं असतं.

मला आठवतं आहे, मी लहान असताना मलाही कामुक विचारांची बाधा झाली होती. स्त्रिया, लैंगिक संबंध, ते संबंध मी कसे हाताळावे याचं शिक्षण माझ्या कुटुंबीयांनीच मला बिनदिक्कतपणे दिलं होतं. त्यामुळे त्यासंदर्भात बऱ्याचशा चुकीच्या कल्पना घेऊनच मी मोठा झालो. मला जेवढं आठवतं आहे त्यानुसार, मी ज्या कुटुंबातून आलो आहे, त्यात सर्व पुरुषांच्या विवाहबाह्य भानगडी होत्या. अगदी काकांपासून चुलतभावांपर्यंत सगळेच एकतर अशा लैंगिक संबंधात गुंतलेले होते किंवा ते काय करणार आहेत, त्याविषयी लंब्याचौड्या बाता मारत असायचे. माझ्या कुटुंबातील मुलांना अगदी लहान वयापासून, असे संबंध ठेवायला उत्तेजन दिलं जात असे. एवढंच काय, माझे काही नातेवाईक मला सांगत असत, "बाबा रे! तू पंधरा वर्षांचा होईपर्यंत एकदाही ही मजा लुटली नाहीस तर आम्हीच तुला कोणाकडेतरी घेऊन जाऊ!"

आयुष्यात एका ठिकाणी मी हा पिढीजात चालत आलेला वासनेचा शाप थांबवायचा निर्धार केला. मी स्वत:लाच सांगितलं, "ज्या स्त्रीशी मी लग्न करीन, तिच्यावर मी प्रेम करीन, तिची काळजी घेईन आणि आम्हा दोघांच्यामध्ये तिसऱ्या कोणालाही येऊ देणार नाही." विवाहबाह्य संबंधांचे दुष्परिणाम मी पाहिले होते – दु:ख, वेदना, मोडलेले संसार. यांपैकी काहीही मला माझ्या घरात होऊ द्यायचं नव्हतं. माझ्या मुलांवर अशा गोष्टींचा दुष्परिणाम झालेला मला चालणार नव्हता.

मी कॉलेजमध्ये असताना बायबलचा अभ्यास करायला जात असे. तेव्हा एका व्यक्त्याने व्यभिचारावर भाषण केलेलं मला आठवतं. खरं सांगायचं तर तोपर्यंत मी तो शब्द ऐकलासुद्धा नव्हता. विवाहबाह्य संबंधात काही गैर आहे, हेही मला त्या दिवसापर्यंत ठाऊक नव्हतं. पण एकदा हे सत्य मला कळल्यावर मी याबाबतीत नव्याने विचार करायला सुरुवात केली. तेव्हा मला शोध लागला, की व्यभिचाराच्या मुळाशी वासना असते. विवाहपूर्व किंवा विवाहबाह्य लैंगिक संबंधांना देवाची मान्यता नसते. या विषयासंबंधी अशा प्रकारची माहिती मिळाल्यामुळे मला 'वासना' या संकल्पनेविषयी साक्षात्कार झाला आणि मी तिच्यावर विजय मिळवू शकलो.

अनिर्बंध आयुष्याचे परिणाम

तुम्ही पापाविरुद्ध योग्य ती पावलं उचलली नाहीत, तर नंतर पापच तुमच्याविरुद्ध पावलं उचलतं. सुरुवातीला निरुपद्रवी, आनंददायक वाटणारी एखादी गोष्ट लवकरच हाताबाहेर जाऊन तुम्हाला कधी गरगरवू लागेल ते सांगता येणार नाही. जेव्हा कामवासनांची वारंवार पूर्ती होत राहते, त्याविषयी पश्चात्ताप होत नाही किंवा त्यावर अंकुश लावण्याचा प्रयत्न केला जात नाही, तेव्हा ती व्यक्ती सहजच कामातुरतेच्या आहारी जाऊ शकते. तिचा स्वत:वरच ताबा राहात नाही.

कामातुरता ही इंद्रियांच्या उपभोगाशी संबंधित आहे. आपल्या हृदयात चुकीच्या गोष्टींना प्रवेश करू दिल्याचा तो परिणाम आहे. तिची व्याख्या करायची झाल्यास, कामातुरता म्हणजे स्वैराचार किंवा आत्मसंयमनाच्या बाबतीत केलेली हयगय, अनिर्बंध जीवन, अनीती. जेव्हा वासनेवर जोर येतो, त्यामुळे पापी मानसिकता वाढीला लागते आणि जीवात्म्यावर सत्ता गाजवू लागते तेव्हा कामातुरता निर्माण होते. कामातुरतेचं दुसरं वैशिष्ट्य म्हणजे ठरावीक वर्तनशैलीला लगाम घालण्याची असमर्थता. देवाच्या 'शब्दा'तील मूलभूत सत्याकडे दुर्लक्ष करून वासनेच्या आहारी जाण्यामुळे या दुष्टचक्राला सुरुवात होते.

लक्षात ठेवा, विषयवासना ही 'शब्दा'च्या विरोधात असणारी मानसिकता असते. आपल्या शरीराला आपण जे करायला सांगतो, तेवढंच ते करतं. जेव्हा एखाद्या व्यक्तीच्या आत्म्यावर (मन, इच्छा आणि भावना) विषयवासनेचा अंमल असतो, तेव्हा त्या व्यक्तीचं चैतन्य अतिशय दुर्बल होतं. त्यामुळे सातत्याने पोसलेल्या वासनेच्या

उर्मीला ती व्यक्ती लगेचच शरण जाते. याउलट आपण विषयवासनेची उपासमार केली – म्हणजे प्रतिमा, शब्द, संवाद वगैरेंसारख्या कामोत्तेजक गोष्टींनी आपल्या वैषयिक स्वभावाला पोसलं नाही – आणि देवाच्या 'शब्दा'ने आपल्या चैतन्याचं पालनपोषण केलं तर आपल्या कृती धार्मिक मानसिकतेने प्रेरित होतात.

आपलं आयुष्य वैषयिक भावनांच्या कह्यात जावं, असा देवाचा उद्देश कधीही नव्हता. गॅलॅशियन्स ६:८मध्ये म्हटलं आहे की, आपण जेव्हा विषयवासनेमध्ये पेरणी करतो, तेव्हा नीतिभ्रष्टतेचं फळ मिळतं. पण आपण जेव्हा चैतन्यामध्ये पेरणी करतो, तेव्हा आपल्याला चिरस्थायी जीवनाचं फळ मिळतं. वासनामय जीवनाचा अंत विनाशातच होतो, या सत्याला कोणतीही पळवाट नाही. असं असेल तर समजा, आपण वासनेच्या मार्गाने चालायला सुरुवात केली असेल, तर त्यातून मुक्त व्हायचा काही मार्ग आहे का?

मला वाटतं, प्रथम आपण स्वत:शीच प्रामाणिक असलं पाहिजे. आपल्या वासना कोणत्या क्षेत्रात दुबळ्या पडतात, ते आपण शोधून काढलं पाहिजे. आपला जेव्हा पुनर्जन्म होतो, तेव्हा आपल्या जिवाची नवनिर्मिती होते, पण आपला आत्मा तोच असतो. आपण नित्यनेमाने आपल्या मनात नवचैतन्य ओतलं पाहिजे. तरच आपण देवाची कार्यप्रणाली स्वीकारू शकू.

ठरावीक क्षेत्रात पाप करण्याकडे माणसाचा कल असतो. शत्रू तेच क्षेत्र हेरून आपल्याला मोहात पाडायला बघतो. त्याच्याकडे एक 'फाइल' असते, असं मी म्हणतो. त्या फायलीत त्याचं कुठे कुठे नियंत्रण आहे, याची माहिती असते. आपली बलस्थानं आणि कमकुवतपणा ओळखणं, त्याविषयी प्रामाणिक राहणं ही वासना आणि कामातुरतेच्या निर्मूलनाची पहिली पायरी आहे.

उदाहरणार्थ, अन्न ही तुमची कमजोरी असेल तर, त्याच गोष्टीचा वापर करून शत्रू तुमच्या निर्धाराला सुरुंग लावील आणि तुमच्या विषयवासनेवर ताबा गाजवील. ही गोष्ट लैंगिक संबंध, मादक पदार्थ, अनिर्बंध खर्चाची सवय आणि इतर व्यसनांच्या बाबतीतही लागू पडते. म्हणून तुम्ही स्वत:लाच विचारलं पाहिजे, "कोणत्या क्षेत्रात मी कमकुवत आहे?" त्या उत्तरावरूनच कोणत्या क्षेत्रात जास्त काम करावं लागेल, जास्त संरक्षणाची तरतूद कोणत्या क्षेत्रात आवश्यक आहे ते तुम्हाला कळेल.

वासना आणि कामातुरता यांनी आपला ताबा कोणत्या क्षेत्रात घेतला आहे, हे आपल्याला नक्की कळलं की, अतिशय वेगाने आपण निर्णायक कृती केली पाहिजे. त्या वासनेला उपाशी ठेवलं पाहिजे आणि त्याचवेळी आपल्या मनाला देवाच्या 'शब्दा'च्या अधीन होण्यासाठी भाग पाडलं पाहिजे. एक गोष्ट लक्षात ठेवा, कामातुरता ही अचानकच उद्भवत नाही, तर शत्रूची एखादी सूचना, एखादा विचार आपल्या मनात शिरला आणि आपण तो मनातून बाहेर घालवू शकलो नाही की, त्यातून

कामातुरतेची सुरुवात होते. आपल्या विचारांवर निर्बंध घालण्यात आपण अयशस्वी झालो तर आपण वासनेला दार उघडतो.

म्हणूनच, आपल्याला या क्षेत्रात विजयी व्हायचं असेल, तर आपल्या जीवनाच्या वैचारिक बाजूचं आपण जागरूकतेने रक्षण केलं पाहिजे. सैतान आपल्यावर वैषयिक विचार आणि प्रतिमांचा भडिमार करत असताना, आपण हातावर हात धरून बसून चालणार नाही. तर आपण त्याच्यावर प्रतिहल्ला चढवला पाहिजे.

दुसऱ्या कॉरिंथिअन्स १०:४-५मध्ये म्हटलं आहे, ''(कारण आपल्या संग्रामातील शस्त्रास्त्रं वैषयिक नाहीत तर देवामुळे मिळालेली शक्ती आहे, जी किल्लेही नेस्तनाबूद करू शकेल.) कल्पनेने उभं केलेलं चित्र आणि देवाच्या ज्ञानाविरुद्ध मान वर करून राहणाऱ्या उद्दाम गोष्टी फेकून द्या. ख्रिस्ताच्या आज्ञेनुसार प्रत्येक विचाराला कैद करा.''

''आपल्या विचारांवर नियंत्रण ठेवणं अशक्य आहे.'' असं आता कोणीतरी म्हणताना मी ऐकलं. हे साफ खोटं आहे. थोर देवभक्त ब्रदर केनेथ हॅगिन यांनी म्हटलं आहे, ''तुमच्या डोक्यावरून उडणाऱ्या पक्ष्यांना तुम्ही अटकाव करू शकत नाही. पण त्यांना तुमच्या केसात घरटं बांधायला तुम्ही नक्कीच विरोध करू शकता.'' दुसऱ्या शब्दात सांगायचं तर मनात विचार येत राहणारच; पण आपण त्यांचा स्वीकार करता कामा नये. प्रत्येक वेळी मनात विचार आला की, देवाचा 'शब्द' बोलून आपण विचार फेकून देऊ शकतो आणि मानसिक किल्ले नेस्तनाबूद करू शकतो.

व्यसनातून मुक्त होऊ इच्छिणाऱ्यांच्या बाबतीत तर, हे जास्तच महत्त्वाचं आहे. विरोधी विचार वेगाने आणि सततच येत राहणार, हे आपल्याला ठाऊकच आहे. याचा साधासरळ अर्थ हाच आहे की, आपण कबुलीजबाबाच्या बाबतीत तेवढ्या प्रमाणात जास्त आक्रमक झालं पाहिजे. दिवसातून पाचशे वेळा विचार टाकून द्यावे लागले तरी चालतील, जे करणं आवश्यक आहे ते करा. तोंड उघडा आणि देव काय म्हणाला, ते स्पष्टपणे बोलून वासनामय विचार रद्द करून टाका. त्याचा 'शब्द' सामर्थ्यशाली आहे आणि तो कधीच अयशस्वी होत नाही.

जसजसे तुम्ही नको असलेले विचार फेकून देत जाल, तसतशी काहीतरी प्रभावी घडायला सुरुवात होईल. तुम्हाला पराभूत करणाऱ्या मानसिकतेपासून सुटका करून घेणं हे तुमच्यासाठी सोपं होईलच. पण शिवाय, तुमचं मनही देवाच्या 'शब्दा'च्या तत्त्वांशी मिळतंजुळतं होत चाललेलं तुम्हाला जाणवेल. जेवढं जास्त तुम्ही 'शब्दा'चं पठण कराल, तेवढा जास्त तो तुम्हाला ऐकू येईल. त्यामुळे तो तुमच्या हृदयात रुजेल आणि तुमच्यात श्रद्धा निर्माण होईल. 'शब्द' तुमच्या जिवाचा आणि आत्म्याचा भाग होऊन जाईल, तेव्हा तुमच्या इच्छांमध्येही लक्षणीय बदल घडू लागेल.

रोमन्स १२:१-२ आपल्याला सल्ला देतं की, जगाच्या विचारशैलीनुसार न वागता आपल्या मनात नवचैतन्य भरून देवाला स्वीकारार्ह आहे, त्याची जी इच्छा

आहे त्यानुसार वागावं. वासना ही देवाचा भाग नाही, हे आपल्याला ठाऊकच आहे. देवाची परिपूर्ण इच्छा काय आहे, हे दर्शवण्यासाठी आपल्या विचारशैलीचं स्वरूप बदलून ती देवाशी मिळतीजुळती केली पाहिजे. मनात नवचैतन्य भरणं ही रोज करायची प्रक्रिया आहे. आपण सतत 'शब्दा'चं चिंतन करत राहिलो आणि त्यानुसार वागत राहिलो तर मनात नवचैतन्य भरलं जातं. प्रत्येक वेळी आपण वासनेचं न ऐकता देव काय म्हणतो, त्यानुसार वागत गेलो तर आपल्या मनाचं नूतनीकरण होतं. प्रत्येक मोहाला बळी पडायला आपण नकार दिला आणि देवाला आवडतं तेच केलं तर त्या प्रमाणात आपण पुढे जातो. तुम्ही 'शब्दा'ला अनुसरून वागत राहिलात, तर 'शब्दा'ने तुमचं मन संपृक्त होईल आणि देवाला संतोष होईल अशा प्रकारचं आयुष्य तुम्ही जगायला लागाल.

मी पूर्वी म्हटल्याप्रमाणे, व्यसनाला मुळापासून उखडून टाकणं आवश्यक आहे. खरंतर ही व्यसनमुक्तीची व्यावहारिक बाजू आहे. पण बरेच लोक तिकडे दुर्लक्ष करतात आणि नंतर आपण पुन्हा व्यसनात गुरफटत चाललो म्हणून आश्चर्य व्यक्त करतात. वासनेची भूक न भागवता तिची उपासमार करणं किती महत्त्वाचं आहे, यावर कितीही भर दिला तरी थोडाच. एखाद्या खाद्यपदार्थासाठी तुम्ही कासावीस होत असाल, तर त्या इच्छेला खतपाणी घालणाऱ्या सगळ्या वस्तू घरातून नाहीशा करा. आणि काहीही झालं तरी त्या पदार्थापासून लांब रहा. शारीरिक संबंध ही जर तुमची समस्या असेल, तर तुमच्या त्या जोडीदारांशी संपर्क तोडून टाका. गरज पडल्यास तुमचा फोन नंबर बदला. तुमच्या व्यसनाला पुष्टी देणाऱ्या व्यक्तींपासून, गोष्टींपासून स्वतःला अलग करा. ही व्यावहारिक पावलं उचलणं अत्यावश्यक आहे. यावाचून तुमचे आध्यात्मिक प्रयत्न निष्फळ ठरतील.

संयम – एक जीवनशैली

आता आपल्याला कळलं आहे की, कामातुरता हा वासनेचा परिणाम आहे आणि ती इंद्रियाच्या उपभोगाशी संबंधित आहे. संयम हा तिच्या उलट आहे. ते जीवात्म्याचं फळ आहे आणि अनिर्बंध आयुष्यावरील उतारा आहे. (गॅलॅशियन्स ५:२२-२३). आपण संयमाची जोपासना करण्यात हयगय केली तर कामातुरता आपल्या जीवनात कधी प्रवेश करील, ते कळणारही नाही.

आपण आत्मसंयमनाविषयी बोलत आहोत, तर त्याबाबतची खरी परिस्थिती अशी आहे की, कोणालाही मनापासून स्वतःवर निर्बंध घालावेसे वाटत नाहीत. पण आत्मसंयमन आवश्यक आहे, कारण तसे निर्बंध नसतील तर कामातुरतेचा शिरकाव होतो. अपायकारक इच्छांवर ताबा मिळवण्यासाठी आवश्यक त्या गोष्टी रोजच्या रोज केल्या पाहिजेत.

माझ्याविषयी सांगायचं झालं, तर खाण्याच्या बाबतीत मला आत्मसंयमन अंगी

बाणवावं लागलं. एक काळ असा होता की, गोड खाण्यावर माझं अजिबात नियंत्रण नव्हतं. खासकरून ॲपल पाय. एक अख्खं 'पाय' मी एका बैठकीत खात असे. पुढे पुढे तर अशी वेळ आली की, पाहिजे तेव्हा हाताशी असावं म्हणून मी घरात सगळीकडे 'पाय' दडवून ठेवत असे. शेवटी एक दिवस 'पाय' खाल्ल्यानंतर माझा अख्खा पाय भयंकर दुखायला लागला. भरपूर प्रमाणात माझ्या पोटात जात असणारी साखर, माझ्या शरीराकडून आपली किंमत वसूल करू लागली होती. माझ्या लक्षात आलं, की ॲपल पाय खाण्याच्या माझ्या वासनेवर जर मी नियंत्रण ठेवलं नाही तर माझं आरोग्य धोक्यात होतं. मला लगेचच आहारनियंत्रणाला सुरुवात करावी लागली. पौष्टिक अन्न खाणं आणि काही पदार्थांच्या चवीत तडजोड करणं सोपं नव्हतं. मग मी व्यापक दृष्टीने विचार केला. देवाची माझ्या आयुष्याविषयीची इच्छा उत्कृष्टपणे पूर्ण करण्यासाठी मी जिवंत राहावं, असं देवाला वाटत होतं. भरपूर प्रमाणात गोड पदार्थ व आरोग्याला घातक असणारे इतर पदार्थ खाण्याने माझं आयुष्य वाढणार नव्हतं की आजारांपासून माझं संरक्षण होणार नव्हतं. आयुष्याच्या काही क्षेत्रात संयम पाळता न आल्यामुळे कितीतरी लोकांचा अकाली मृत्यू झाला आहे. मला त्यात माझा समावेश होऊ द्यायचा नव्हता. याच कारणामुळे, माझ्या आयुष्यातील या कमकुवतपणाच्या क्षेत्रात आवश्यक त्या तडजोडी मी केल्या.

माझ्या अचानक लक्षात आलं, की स्वातंत्र्य मिळण्यासाठी, तुम्हाला स्वतंत्र व्हावंसं वाटणं आवश्यक आहे. प्रत्येकाला किंमत चुकवायची इच्छा असतेच असं नाही. वासनांमधून उपजलेली व्यसनं सोडणं वाटतं तेवढं सोपं नाही. कुठल्याही अडचणींना न जुमानता अशा वर्तणुकीचं निर्मूलन करायचं असेल, तर तुम्ही खंबीर आणि वचनबद्ध असलं पाहिजे.

तर मग, तुमच्यात बदल घडवून आणणं तुम्हाला कितपत निकडीचं वाटतं? जीवनाच्या कोणत्या क्षेत्रात तुम्ही पुन्हापुन्हा घसरत असता? कोणत्या क्षेत्रात तुमच्या हृदयात वासना झिरपली आहे आणि तिने तुमचे विचार दूषित केले आहेत? या सर्व प्रश्नांची उत्तरं प्रामाणिकपणे शोधा. वासनामुक्तीच्या प्रक्रियेत तुम्हाला मदत करण्याची देवाला विनंती करा. देव तुम्हाला नक्की मदत करील.

तुमचं आयुष्य वासनेच्या आहारी जाऊ देऊ नका, असं माझं तुम्हाला आग्रहाचं सांगणं आहे. एक थोर उद्दिष्ट मनात ठेवून देवाने तुम्हाला निर्माण केलं आहे – वासनामय कल्पना किंवा वागणूक यापेक्षा कितीतरी पटीने वरचढ असणारं उद्दिष्ट. देवाच्या मार्गाने तुमची समृद्धी व्हावी, तुम्ही यश अनुभवावं यासाठी देवाची योजना असते. वासनेविरुद्धची लढाई जिंकण्यासाठी निर्धार लागतो. पण त्याचं फळ तेवढंच मोलाचं असतं.

◆

२०

स्वार्थावर मात

देवाची शक्ती पूर्ण क्षमतेने आपल्या जीवनात कार्यरत होण्यासाठी स्वार्थाचा अडथळा येतो.

कठीण परिस्थितीवर विजय मिळवण्यासाठी एक गुरुकिल्ली आहे. बरेच लोक ती विचारात घेत नसले तरी तो यशाचा महत्त्वाचा घटक आहे. या ग्रहावरील सर्वांत प्रबळ शक्तींपैकी ती एक शक्ती आहे आणि तिच्यामुळे आपल्याला यशाची हमी मिळते. ती गोष्ट आहे प्रेम. जर आपल्या प्रेमाची वाटचाल नीट असेल, तर आपले नातेसंबंध, अर्थव्यवस्था, कुटुंब आणि वैयक्तिक जीवनातही आपल्याला अभूतपूर्व यश मिळेल. देवाची शक्ती पूर्ण क्षमतेने आपल्या जीवनात कार्यरत होण्यासाठी स्वार्थाचा अडथळा येतो, म्हणून प्रेमाचा अनिर्बंध अंमल चालण्यासाठी आपण स्वार्थाचा बंदोबस्त केला पाहिजे.

प्रेम आणि स्वार्थ ह्या, पृथ्वीवरील दोन अतिशय प्रबळ शक्ती आहेत. आपण ज्या ज्या गोष्टी करतो त्याला या दोनपैकी एक शक्ती इंधन पुरवत असते. पाप हे स्वार्थावर आधारित आहे. तर प्रेम हा देवाच्या 'शब्दा'ची तत्त्वं आणि त्यापासून मिळणारा लाभ यांचा पाया आहे. प्रेमाचा अंमल नसेल तर देव त्याच्या योजना सिद्धीस नेऊ शकत नाही. आणि स्वार्थाशिवाय सैतानाची कारस्थानं साकार होऊ शकत नाहीत.

पहिला कॉरिंथिअन्स १३ हा बायबलचा प्रेम अध्याय आहे. कारण त्यात प्रेमाच्या सर्व वैशिष्ट्यांचं वर्णन केलं आहे. एवढंच नव्हे, तर देवाचं प्रेम कशातून व्यक्त होतं आणि कशातून होत नाही याची स्पष्ट रूपरेषा त्यात दिली आहे. ४-८ या चरणांमध्ये म्हटलं आहे, "प्रेम सहनशील असतं. प्रेम दयाळू असतं. प्रेम असूया करत नाही की बढाया मारत नाही. प्रेम अहंमन्य नसतं. प्रेम उद्धट नसतं.

प्रेम आपमतलबी नसतं. प्रेमाला चटकन राग येत नाही. प्रेम इतरांच्या चुकांचा हिशेब ठेवत नाही. पापामुळे प्रेमाला आनंद होत नाही. तर सत्यामुळे ते हर्षित होतं. ते नेहमीच रक्षण करतं, नेहमीच विश्वास ठेवतं. ते आशावादी असतं. प्रेमात चिकाटी असते. प्रेम कधीच असफल होत नाही.'' (एनआयव्ही)

मी वारंवार या उताऱ्याचा आधार घेत असतो; कारण माझी प्रेमाची वाटचाल कशी असावी याचं भान तो जागृत ठेवतो. एखाद्या घटनेकडे किंवा व्यक्तीकडे मी चुकीच्या दृष्टिकोनातून बघतो किंवा त्यासंबंधी माझ्या मनात नकारात्मक भावना उद्भवतात त्या वेळी मी स्वत:ला १ कॉरिंथिअन्स १३ची आठवण करून देतो. तो सश्रद्ध जीवनाचा पक्का पाया आहे.

देवाची वृत्ती ज्यात प्रतिबिंबित होते असं बायबलवर आधारित, खरं प्रेम म्हणजे काय? असं प्रेम म्हणजे मूलत: बिनशर्तपणे स्वत:ला अर्पण करणं. आपण कितीही दुखावले गेलो असलो, तरी कोणत्याही अटीवाचून त्या दुखावणाऱ्या व्यक्तीला क्षमा करणं. ज्यांनी तुमच्यावर अन्याय केला, तुम्हाला दुखावलं, तुम्हाला क्रोधित केलं त्यांच्यावरही प्रेम करणं. मनात किंतू न ठेवता प्रेम करणं आणि हे सगळं तुम्हाला वाटतं म्हणून नाही, तर देवाची आज्ञा म्हणून करणं.

अस्सल प्रेम हे आपल्या आधी दुसऱ्यांच्या गरजा भागवतं. कोणत्याही गोष्टीचा स्वत:ला फायदा करून घेण्याऐवजी दुसऱ्याचा फायदा कसा होईल ते बघतं. खरं तर या विषयावर बोललेलं बऱ्याच लोकांना आवडत नाही. कारण ते त्यांना स्वत:च्या आयुष्याचं निरीक्षण करून स्वत:चे उद्देश, कृती यांचं परीक्षण करायचं आव्हान देतं.

पहिल्या कॉरिंथिअन्स १३:८मध्ये म्हटलं आहे, ''प्रेम कधीच असफल होत नाही.'' (एनआयव्ही). प्रेम कधीच अयशस्वी होत नाही, कारण देवच प्रेम आहे, (पहा : १जॉन ४:१६). आणि देवाला कधीच अपयश मिळत नाही. वेगवेगळ्या भाषांत बोलण्यापासून ते भविष्यवाणीपर्यंत सगळ्या गोष्टी कधी ना कधी नामशेष होतील. पण प्रेम अमर आहे. ती सर्वोत्कृष्ट शक्ती आहे.

देवाच्या राज्याचा कारभार प्रेमच कसं चालवतं, त्याबद्दल मॅथ्यू २२:३५-४०मध्ये येशू म्हणतो :

> ''त्यांच्यातील एक जण वकील होता. त्याने येशूची परीक्षा पाहण्यासाठी त्याला प्रश्न विचारला, ''प्रभुजी, धर्मशास्त्रातील सर्वश्रेष्ठ आज्ञा कोणती?'' येशूने त्याला सांगितलं, ''परमेश्वर तुझा स्वामी आहे. तू त्याच्यावर आपल्या हृदयाचं, आत्म्याचं, मनाचं सर्वस्व ओतून प्रेम कर. ही परमेश्वराची सर्वश्रेष्ठ आणि पहिली आज्ञा आहे. दुसरी आज्ञाही यासारखीच आहे. तू स्वत:वर

करतोस तसं प्रेम शेजाऱ्यावरही कर. या दोन आज्ञांवरच सगळं धर्मशास्त्र आणि द्रष्ट्या पुरुषांची शिकवण आधारलेली आहे.''

आपल्याजवळ जे काही आहे, आपल्या अंतरंगात जे काही आहे त्यापासून प्रथम आपण देवावर प्रेम केलं पाहिजे आणि त्यानंतर आपण स्वत:वर करतो तसं शेजाऱ्यावर प्रेम केलं पाहिजे. या दोन आज्ञांमध्ये 'शब्दा'तील सर्व नियम आणि तत्त्वांचा समावेश होतो.

गॅलॅशियन्स ५:२२-२३मध्ये प्रेमाच्या वाटचालीचे घटक प्रकट केले आहेत : "प्रेम, आनंद, शांती, सहनशीलता, सौजन्य, भलेपणा, श्रद्धा, विनम्रता, संयम ही जीवात्म्याची फळं आहेत. त्यांच्या विरुद्ध कोणताही नियम नाही.'' प्रेमाच्या सावलीत चालणं म्हणजे काय, त्याचं वर्णन ही वैशिष्ट्यं करतात. म्हणूनच आपल्या आयुष्यात प्रेमाचा विकास किती होत आहे, याचं मोजमाप करायचं असेल तर हे गुण आपल्यात किती प्रमाणात प्रकट झाले आहेत, यावरून ते निश्चित करता येतं.

यासाठी स्वत:लाच प्रश्न विचारा : 'माझ्याकडे आत्मसंयमन आहे का? मी सहनशील आणि दयाळू आहे का? मी श्रद्धाळू आहे का?' प्रेमाच्या एखाद्या विभागाची तुमच्या आयुष्यात कमतरता असेल, तर तुमच्या प्रेमाच्या चालीचा समतोल ढासळलेला आहे आणि कुठेतरी स्वार्थ शिरलेला आहे, असं समजा.

स्वार्थाचं मूळ

स्वार्थाची सुरुवात सैतानापासून झाली. पूर्वी तो लूसिफर म्हणून ओळखला जात असे. स्वर्गातून हद्दपार होण्यापूर्वी लूसिफर हा देवाने निर्माण केलेला सर्वांत सुंदर देवदूत होता. तो मुख्य देवदूत होता. स्तवनं, पूजा आणि स्वर्गातील संगीताशी संबंधित सर्व गोष्टींवर देखरेख करण्याची जबाबदारी त्याच्यावर होती. पण नंतर लूसिफर प्रत्येक गोष्टीत अतिरेक करू लागला. तो स्वत:ला खूप मोठा समजू लागला. देवाच्या इच्छेला कमी लेखून तो स्वत:ची, स्वत:च्या योजनांची, स्वत:च्या इच्छांची, स्वत:च्या प्रयत्नांची प्रशंसा करू लागला.

स्वार्थाने बिघडण्यापूर्वी लूसिफरचं स्थान काय होतं, याचं चित्र इझिकेल २८:१४-१७मध्ये रंगवलं आहे. 'सर्व व्यापणारा उत्साही देवदूत' असं देवाने त्याचं वर्णन केलं आहे. पण त्याची नीतिभ्रष्टता उघडकीला आल्यावर लगेचच त्याची स्वर्गातून हकालपट्टी झाली. कारण प्रेम आणि स्वार्थ एकत्र राहू शकत नाहीत. लूसिफरच्या स्वार्थी हेतूंमुळे स्वर्गातील प्रेममय वातावरण अपवित्र झालेलं देवाला चाललं नसतं.

लूसिफर एवढा परिपूर्ण, सुंदर आणि निर्दोष होता की, अहंकार आणि गर्वाने

त्याच्यात प्रवेश केला. त्यामुळे त्याचं सर्व लक्ष देवावरून उडून स्वत:वरच केंद्रित झालं. त्याला एवढी घमेंड झाली की, इसाया १४:१३-१४मध्ये त्याने जाहीर केलं, "माझं सिंहासन मी देवाच्या ताऱ्यांच्याही वर असलेल्या स्थानावर ठेवीन... मी सर्वांत श्रेष्ठ असेन." तो स्वत:तच मश्गूल होऊन गेला. एवढंच नव्हे, तर त्याने स्वर्गातील एक तृतीयांश देवदूतांना फितवून त्यांनाही स्वत:तच गुंतून जायला लावलं. पण त्या स्वार्थामुळेच त्याचा सर्वनाश झाला. शेवटी तो देवापासून तोडला गेला. त्याचप्रमाणे, जेव्हा तुम्ही सर्वच गोष्टींचे केंद्रबिंदू होता, तेव्हा तुम्ही तुमच्या आयुष्यात पापासाठी पार्श्वभूमी तयार करता. स्वार्थ हे सैतानाचं वैशिष्ट्य आहे, देवाचं नव्हे. फक्त प्रेमच स्वार्थी भावनांना शमवू शकतं.

प्रेम विरुद्ध स्वार्थ

देवाच्या वैशिष्ट्याचं प्रतिबिंब असलेलं प्रेम आणि वैषयिक, भावनिक प्रेम या दोन प्रकारांतील फरक जाणून घेणं महत्त्वाचं आहे, असं मला वाटतं. जगाची प्रेमाची कल्पना ही स्वार्थावर आधारलेली असते. ते प्रेम म्हणजे आपण सिनेमा-नाटकात आणि टीव्हीवरील कार्यक्रमात बघतो, ते प्रेम असतं. हे भावनांतून जन्मलेलं असतं आणि त्याला मोबदला, परतफेड, मान्यता यांची अपेक्षा असते. ते म्हणतं, "तुम्ही जोपर्यंत माझ्यासाठी अमूक एक गोष्ट कराल तोपर्यंत मी तुमच्यावर प्रेम करणार." जोपर्यंत सगळं चांगलं चाललं आहे, तोपर्यंत मी तुमच्यावर प्रेम करणार. त्यात अटी पूर्ण करण्याची अपेक्षा असते. ते स्वार्थी आणि वैषयिक असते. त्यामुळे दुर्दैवाने त्याला हवं ते मिळालं नाही की, ते लगेचच विरून जातं.

भावनिक, स्वार्थी प्रेमाचं आपल्या सर्वांना परिचित असलेलं उदाहरण म्हणजे वैवाहिक नातं. माझ्यामते, आजकाल घटस्फोटाचं प्रमाण एवढं वाढलं आहे त्यामागील मुख्य कारण आहे, लोकांचं खऱ्या प्रेमाबद्दलचं अज्ञान. प्रेमाबद्दलच्या विलक्षण कल्पना, खोट्या अपेक्षा आणि मुख्य म्हणजे स्वार्थ; या सगळ्या गोष्टी उराशी कवटाळून ते लग्नबंधनात उतरतात. त्यांना माहीत नसतं की, प्रेम ही भावना नाही, तर तो एक निर्णय आहे. देवाच्या आदर्शानुसार घेतलेल्या प्रेमाच्या निर्णयामुळे, आपल्या भावना काहीही असल्या तरी विवाहबंधनाशी वचनबद्ध राहण्याची क्षमता आपल्याला प्राप्त होते.

स्वार्थाची व्याख्या अशी करता येईल : स्वार्थ म्हणजे 'इतरांची कदर न करता... स्वत:कडेच... प्रमाणाबाहेर लक्ष पुरवणं...' आत्मनिष्ठता, आपमतलबीपणा.

स्वार्थी माणूस स्वत:साठीच जगतो. स्वत:चाच फायदा बघतो. देवाच्या इच्छेची पर्वा न करता स्वत:चे हितसंबंध जपतो. त्याला जे हवं असतं आणि त्याला ज्याची हाव असते, ते सर्व मिळवणं, हेच त्याच्या दृष्टीने महत्त्वाचं असतं. वाटेल ती किंमत देऊन स्वत:ला हवं ते करणं यावरच त्याचं पूर्ण लक्ष केंद्रित झालेलं असतं.

स्वार्थाचं मूळ आहे भीती. त्यामुळे स्वार्थी माणसं भित्री असतात. आपण कुठेतरी कमी पडू, या मनात खोलवर दडलेल्या भीतीचा परिणाम म्हणजे स्वार्थ. ते शत्रूच्या तावडीत सहजगत्या सापडतात. कारण मी म्हणतो त्याप्रमाणे ते 'स्वसंरक्षण' करत असतात. एखाद्या बाबतीत त्यांच्या गरजा भागवण्यासाठी देवावर विश्वास ठेवण्याऐवजी ते स्वत:च्या क्षमतांवर विसंबून राहतात. त्यांना वाटतं, देवापेक्षा जास्त चांगला मार्ग त्यांनाच ठाऊक आहे – त्यांची स्वत:ची पद्धत. कोणीतरी आपला गैरफायदा घेईल किंवा एखाद्या व्यवहारात आपण गोत्यात येऊ, या भीतीच्या दडपणाखाली हे स्वार्थी लोक वावरत असतात. त्यामुळे त्यांच्याकडे जे काही थोडंफार आहे, त्याला ते चिकटून बसतात, प्राणपणाने त्याचं रक्षण करतात.

स्वार्थ हा फक्त मूर्त गोष्टींपुरताच मर्यादित नसतो. स्वार्थी माणूस म्हटला की, त्याच्या मालकीच्या वस्तूंच्या बाबतीत कंजूषपणा करणारा माणूस डोळ्यांपुढे येतो. हा स्वार्थाचा नेहमी आढळणारा प्रकार असला तरी एखादा माणूस भावनांच्या बाबतीतही स्वार्थी असू शकतो. स्वत:ची भौतिक साधनं, वस्तू इतरांना वापरू न देणं हे जेवढं स्वार्थीपणाचं आहे, तेवढाच स्वार्थ स्वत:चा वेळ दुसऱ्यासाठी खर्च करण्याची तयारी नसणं किंवा एखाद्या गरजवंताला मदत करावीशी न वाटणं यात आहे. कोणत्याही वेळी कोणत्याही बाबतीत तुमचं लक्ष फक्त स्वत:वरच केंद्रित झालेलं असेल तर तिथे स्वार्थच डोकावत असतो.

स्वार्थाचा परिणाम असलेल्या इंद्रियोपभोगांचं वर्णन गॅलेशियन्स ५:१९-२१मध्ये केलं आहे. लैंगिक पाप, व्यक्तिपूजा, जादूटोणा, तिरस्कार, संघर्ष आणि अशाच तऱ्हेचं इतरही आचरण स्वार्थाच्या पायावर उभारलेलं असतं. म्हणूनच ते सोडू म्हटलं तरी सुटत नाही. जिथे स्वार्थ असतो, तिथे आनंददायक बाबींचं संरक्षण करण्याची धडपड दिसते. आपण स्वार्थी असलो, तर आपल्याला ज्यामुळे चांगलं वाटतं, त्याची आपण जोपासना करतो. मग भले आपल्या सवयी आणि कृतींमुळे आपल्याला किंवा इतरांना अपाय होवो, आपण त्याची पर्वा करत नाही. स्वार्थी लोक फक्त त्या क्षणाचा विचार करतात. ते मागचापुढचा विचार करत नाहीत की व्यापक दृष्टीने बघत नाहीत.

मी मागे म्हटल्याप्रमाणे, मला रागाने बेभान होण्याची गंभीर समस्या होती. एका क्षणात माझा भडका उडत असे आणि मी लोकांच्या मनाला लागेल असे बोलत असे. माझी खरडपट्टी काढणाऱ्या लोकांना, घटनांना मी रागाच्या उद्रेकाने प्रतिसाद देत असे. मी माझ्या वर्तणुकीचं बारकाईने निरीक्षण करायला लागलो, तेव्हा माझ्या लक्षात आलं की, मी स्वार्थीपणाने वागत होतो. हो. दुसऱ्याला शिव्याशाप देऊन माझ्या वासना तृप्त होत होत्या. पण समोरची माणसं दुखावली जात होती. आणि ती तर माझीच माणसं होती. त्या वेळी ते माझ्या लक्षात आलं नाही. पण माझ्या रागाच्या मुळाशी भीती होती – माझं कोणावर नियंत्रण नसण्याची. रागाचे

उद्रेक ही स्वसंरक्षणाची अभिव्यक्ती होती. बऱ्याच गोष्टींवर माझा ताबा नाही असं दर्शवणाऱ्या परिस्थितीमुळे मी भेदरलो होतो.

आत्मसंयमन विकसित करायचं ध्येय मी निश्चित केलं. माझं तोंड बंद ठेवण्यासाठी काही मार्गदर्शक तत्त्वं अमलात आणायला सुरुवात केली. इतर लोक दुखावतील असे रागाचे शब्द माझ्या तोंडून निघू नयेत, म्हणून मी तोंडात छोटंसं काहीतरी ठेवीन असं देवाला सांगितलं. माझ्या आयुष्यातील या स्वार्थावर विजय मिळवण्यासाठी मी वचनबद्ध होतो.

इतरांशी बोलताना, वागताना, इतरांविषयी विचार करताना तुम्हाला तुमच्यात स्वार्थ आढळतो का? तुमच्या वासनांमुळे तुमच्या आध्यात्मिक प्रगतीत अडथळा येतो का? सुधारणेला नेहमीच वाव असतो. देवाच्या प्रेमाचा अभ्यास करत असताना माझ्या लक्षात आलं की, गॅलॅशियन्स ५:१९-२१मध्ये वर्णन केलेल्या स्वार्थी कृत्यांवर जीवात्म्याचं फळ असलेल्या प्रेमाने तोडगा काढता येईल. ते कसं करता येईल त्याचा मी विचार करू लागलो. ते जाणीवपूर्वक घेतलेल्या निर्णयामुळे घडतं. प्रत्येक पाप, वासनेचं प्रत्येक कृत्य हे स्वार्थाशी जोडलेलं असतं. देवाच्या प्रेमाने आपण तो स्वार्थ नाहीसा करू शकतो. प्रेमात कधीही स्वार्थ नसतो.

जे घडतं ते उगीचच घडत नाही

आपल्या आयुष्यातील बऱ्याच नकारात्मक गोष्टींमागचं कारण असतं – आपण काही नियमांच्या विरुद्ध जाणं. तसं जायची निवड आपणच करतो आणि या निवडीमुळे शेवटी आपण चुकीच्या मार्गाने जातो. ऐकायला कटू वाटलं तरी हे सत्य आहे. सैतान फक्त एवढंच करू शकतो. आपल्या आयुष्यात आपण त्याला जिथपर्यंत येऊ देऊ तिथपर्यंतच तो शिरकाव करू शकतो. म्हणजेच आपल्या आयुष्यात ढवळाढवळ करण्याची संधी त्याला कुठपर्यंत द्यायची ते आपल्याच हातात असतं. जे घडतं ते उगीचच घडत नाही.

असं म्हटलं जातं की, पृथ्वीवर दोन नियम सदासर्वकाळ कार्यरत असतात, यांचा उल्लेख प्रकरण १४मध्ये आला आहे. याची प्रत्येकाने जाणीव ठेवली पाहिजे. ते नियम आहेत – येशू ख्रिस्तामधील जीवनाच्या पवित्र आत्म्याचा नियम आणि पाप-मृत्यूचा नियम. या दोन्हींपैकी कोणताही नियम कार्यशील झाला, की एखादी घटना घडून येते. आपण येशू ख्रिस्तातील जीवनाच्या नियमानुसार वागत असलो, तर आपल्याला प्रेमाचं फळ मिळतं. पण आपण जर पाप-मृत्यूच्या नियमाने चालत असलो तर त्याचा परिणाम असतो स्वार्थ.

या दोन नियमांचा अर्थ असा आहे की, त्यांच्यामुळे निर्माण झालेलं प्रेम आणि स्वार्थ यांतून अनुक्रमे श्रद्धा व भीती निष्पन्न होते. म्हणून तुमच्या आयुष्यात स्वार्थाचं

अस्तित्व आहे का, हे पाहायचं असेल, तर तुम्हाला कसली भीती वाटते का, ते शोधा. त्याचप्रमाणे तुमच्या हृदयात श्रद्धा असेल तर तुमच्या आयुष्यात देवाचं प्रेम आहे याचा तो पुरावा आहे.

येशू ख्रिस्तामधील जीवनाच्या पवित्र आत्म्याच्या नियमामुळे आपण अगोदरच पाप-मृत्यूच्या नियमातून मुक्त झालो आहोत. (रोमन्स ८:२). याचा साधासोपा अर्थ असा आहे की, ख्रिस्ताच्या नियमाच्या सर्वश्रेष्ठ शक्तीमुळे आपण स्वार्थ आणि भीतीच्या गुलामगिरीतून मुक्त झालो आहोत. ख्रिस्ताचा नियम हा पाप-मृत्यूच्या नियमापेक्षा उच्च दर्जाचा आहे. आपल्याला तो फक्त कार्यान्वित करायचा आहे. त्यासाठी देवाच्या प्रेमात चालणं आणि वासना पूर्णपणे सोडून देणं एवढंच करणं पुरेसं आहे. येशू ख्रिस्तातील जीवनाच्या पवित्र आत्म्याचा नियम आपल्याला स्वार्थातून कायमचं मुक्त करील.

स्वार्थाला पराभूत करण्यासाठी दोन विशिष्ट गोष्टी करणं आवश्यक आहे. पहिली गोष्ट म्हणजे देवाची जाणीव विकसित करणं आणि दुसरी म्हणजे परिपूर्ण प्रेमाच्या झोताने आपल्या हृदयातील भीतीला बाहेर घालवणं. जेव्हा हे दोन्ही घटक कार्यशील असतात, तेव्हा स्वार्थाला थाराच मिळू शकत नाही.

देवाची जाणीव विकसित करणं ही महत्त्वाची गुरुकिल्ली आहे. कारण तिच्यामुळेच आपण स्वसंरक्षणाच्या प्रकारातून बाहेर येतो. सुरुवातीला जेव्हा देवाने मानवजात निर्माण केली, तेव्हा त्याने स्वतःचं जीवन त्यांना दिलं. ते देवातून बाहेर आले आणि त्याच्याशी जोडलेले राहिले. ॲडम आणि इव्हला सदैव देवाची जाणीव होती आणि त्याच्या अखंड सोबतीचा फायदाही त्यांना मिळत होता.

दुर्दैवाने सैतानाला देव आणि त्याच्या परिवाराचे संबंध बिघडवायचे होते म्हणून त्याने ॲडम-इव्हला देवावरचं लक्ष काढून, सर्व लक्ष स्वतःवरच केंद्रित करायला लावायचा प्रयत्न केला आणि त्यात तो यशस्वीही झाला. शत्रूच्या सूचनांना आणि मोहाला बळी पडल्यामुळे काय महत्त्वाचं आहे, देवाने काय सांगितलं आहे, यावरचं ॲडम आणि इव्हचं लक्ष ढळलं. एकदा त्यांचं लक्ष दुसरीकडे गेल्यावर त्यांची देवाची जाणीव जाऊन त्यांना फक्त स्वतःची जाणीव उरली. याचा परिणाम असा झाला की, तोपर्यंत त्यांना फक्त ईश्वरपिताच ठाऊक होता, तरी आता त्यांना त्याच्यासमोर जायलाही लाज वाटू लागली.

ॲडम आणि इव्हच्या स्व-जाणिवेमुळे ती दोघं स्वसंरक्षणाच्या जाळ्यात अडकली. त्यापूर्वी त्यांना आपल्या विवस्त्रतेची जाणीव नव्हती. पण त्यांना स्वतःची जाणीव झाल्याझाल्या त्यांनी स्वतःला अंजिराच्या पानांनी झाकून लज्जारक्षण करायचा प्रयत्न केला. (जेनिसिस ३:७). त्यापूर्वी आपल्या गरजा भागवण्यासाठी काम करायचा विचारही त्यांच्या मनात आला नव्हता. ती दोघं पूर्णपणे देवावर अवलंबून

होती. हवं असलेलं सारं काही त्यांना देवाकडून मिळत होतं. त्यासाठी त्यांना कसला विचार करावा लागत नव्हता की कसली काळजी करावी लागत नव्हती. पण जेव्हा त्यांना स्वत:ची जाणीव झाली, तेव्हा एकंदर परिस्थितीच बदलून गेली. ईश्वरपित्याशी असलेला त्यांचा संबंध तुटला आणि त्यांच्यात स्वार्थ उत्पन्न झाला.

अ‍ॅडम आणि इव्हचं जे झालं ते पाहिल्यावर देवाशी आपला दुवा सदैव जोडलेला असणं का महत्त्वाचं आहे ते स्पष्ट होतं. देवाच्या 'शब्दा'च्या सान्निध्यात आपण शक्य तेवढा वेळ राहिलो, तर सैतानाची कुजबुज कानाआड करण्याची शक्ती आपल्याला प्राप्त होते. 'शब्दा'मुळेच आपला आशावाद जागृत होतो. आपण त्याचं मनन, पठण करण्यात हयगय केली, तर आपल्यात स्वार्थाचा शिरकाव व्हायचा धोका असतो. आपलं सर्व लक्ष स्वत:करून हटून देवावर केंद्रित व्हावं अशी देवाची इच्छा असते.

मॅथ्यू ६:३१-३२मध्ये आपण जीवनाकडे कसं बघावं, त्याचं उत्तम उदाहरण दिलं आहे, "म्हणून, आमची भूक कशी भागेल? आमची तहान कशी शमेल? आम्हाला वस्त्रं कशी मिळतील? – याची चिंता करत बसू नका. (अश्रद्ध माणसंच अशा गोष्टींची काळजी करत बसतात.) तुम्हाला या सगळ्या गोष्टींची गरज आहे हे त्या ईश्वरपित्याला ठाऊक आहे."

विशेषकरून आपल्या गरजा भागवण्याची वेळ येते, तेव्हा स्वसंरक्षणाचा मुद्दा स्पष्टपणे पुढे येतो. आजच्या जगात अर्थव्यवस्था आणि तरतुदीच्या संदर्भात लोकांची भीती ही पूर्वी कधीही नव्हती एवढी वाढली आहे. आपण काळजी घेतली नाही, तर आजूबाजूला घडणाऱ्या गोष्टीत आपण गुंतून जाऊ आणि आपल्याला सर्व काही उपलब्ध करून देणाऱ्या देवावरून आपलं लक्ष उडेल. कमतरतेच्या, अभावाच्या भीतीतून स्वार्थ जन्माला येतो आणि तो साठेबाजी, कृपणता या रूपाने व्यक्त होतो.

या उताऱ्यात देव काय म्हणतो ते – आपली अन्न, वस्त्र व इतर तरतुदीची गरज देवाला ठाऊक आहे आणि याच्या विरुद्ध अर्थाचा एकही विचार आपण स्वीकारता कामा नये – आपण लक्षपूर्वक वाचलं तर आपल्याजवळची साधनासामग्री खुशाल दान करू शकतो. कारण आपण जेव्हा देतो तेव्हा आपल्याला हवं ते मिळणार, हे आपल्याला कळलेलं असतं. स्वत:च्याच जाणिवेत मग्न न राहता देवाची जाणीव ठेवणं म्हणजे काय, याचं हे एक उदाहरण आहे. कधी तुमच्यात स्वार्थ डोकावत आहे असं वाटलं, तर लगेचच तुमचं लक्ष पुन्हा देवाकडे वळवा आणि देवाच्या उपस्थितीची जाणीव ठेवून वागा.

स्वार्थावर मात करायचा दुसरा मार्ग म्हणजे परिपूर्ण प्रेमाला तुमच्या आयुष्यात कार्यशील होऊ देणं. या मुद्द्याकडे आपण या अगोदर पाहिलं असलं तरी पुन्हा एकदा पाहू या. "प्रेमात भीती नसते. उलट परिपूर्ण प्रेम भीतीची हकालपट्टी करतं.

कारण भीतीत छळ असतो. जो घाबरतो तो प्रेमात परिपूर्ण होत नाही.'' (१ जॉन ४:१८). भीती आणि स्वार्थ हातात हात घालून जातात. त्यामुळे जर परिपूर्ण प्रेम भीतीची हकालपट्टी करू शकत असेल तर स्वार्थालाही जावंच लागेल.

जेव्हा 'शब्दा'त 'परिपूर्ण' प्रेम असा उल्लेख होतो, तेव्हा त्याचा अर्थ असतो विकसित, परिपक्व प्रेम. आपण आपलं प्रेम परिपूर्ण कसं करू शकतो? आनंद, शांती, सहनशक्ती, सौजन्य, भलेपणा, श्रद्धा, विनम्रता, संयम या जीवात्म्याच्या फळांची मशागत करून आपण प्रेम परिपूर्ण करू शकतो. 'सरावाने माणसाला परिपूर्णता येते,' हे वचन तुम्ही ऐकलं असेलच. तुम्ही इतरांवर प्रेम करण्याचा, स्वत:वर ताबा ठेवण्याचा, त्याचप्रमाणे सहनशील, दयाळू, सौजन्यशील होण्याचा सराव केलात तर देवाच्या प्रेमात तुमचा जास्त विकास होईल. हळूहळू तुम्ही देवाच्या प्रेमात परिपक्व होत जाल आणि ते तुमच्या आयुष्यात परिपूर्ण होईल. तुमच्या अंतरंगात हे ईश्वरनिष्ठ प्रेम जेवढं वाढीस लागेल, तेवढी तुमची देवाची जाणीव वाढत जाईल. तुम्ही नि:स्वार्थी व्हाल. इतरांना सुखी करण्यासाठी धडपडू लागाल, वेगवेगळे मार्ग शोधू लागाल.

देवाचं प्रेम परिपूर्ण करण्याची संधी आपल्याला अनेकदा मिळत असते. माझ्यामते, याचसाठी आपण इतरांशी संबंध वाढवावेत, अशी देवाची इच्छा असते. या संबंधांमध्ये वेळोवेळी आव्हानात्मक परिस्थिती निर्माण होत असते. खरंतर त्या वेळी आपण देवाच्या प्रेमात विकसित होतो. म्हणून आव्हानांपासून दूर पळण्याऐवजी त्यांची गळाभेट घ्या आणि तुमच्या 'प्रेमाच्या स्नायूं'ची ताकद वाढवा.

देवाचं प्रेम आपल्या अंतरंगात पूर्णत्वाला नेण्याचं हे तत्त्व फक्त जिवलग व्यक्तीपुरतंच मर्यादित नसतं, तर ते आपली मुलंबाळं, सहकारी, मित्रमैत्रिणी यांच्याशी असलेल्या नात्याच्या संदर्भातही लागू होतं. जास्त प्रेमळ बनण्याच्या संधीही आपल्या आयुष्यात येतच असतात. लक्षात ठेवा, प्रेम कधीही अपयशी होत नाही.

देवाच्या प्रेमात एवढी ताकद आहे की, शत्रूने आपल्यावर सोडलेलं कोणतंही अस्त्र ते टिकू देत नाही. जर राग, वैताग, निराशेने तुम्हाला घेरलं असेल, तर त्यावरील उपाय आहे उत्कटतेने प्रेम करणं. जर आपण अशा प्रकारे जगायला सुरुवात केली, तर सैतानाच्या सर्व योजना ढासळतील. तो तुम्हाला दिवाळखोर, आजारी बनवू शकणार नाही की संघर्ष, कटुता, क्षमाशीलतेचा अभाव या साऱ्यांच्या ओझ्याने तुम्हाला वाकवू शकणार नाही. ताणतणाव तुमच्या आयुष्यात पायसुद्धा ठेवू शकणार नाहीत, कारण हे सर्व तुमच्या बाबतीत होणार नाही, हे तुम्हाला उमजेल. तुम्हाला जेव्हा प्रेमाची जाणीव असेल, तेव्हा तुम्ही म्हणाल, ''देवा, तू माझी काळजी घेतोस म्हणून माझ्या सर्व चिंता मी तुझ्यावर सोडतो.''

मी हा प्रेमाचा प्रवास कित्येक वर्षं करत आहे. माझ्या आयुष्यावर देवाच्या

प्रेमाचा किती प्रभाव पडला आहे, याचं मी शब्दात वर्णन करू शकत नाही. फक्त स्वार्थ सोडल्यामुळे आणि प्रेमाला प्राधान्य दिल्यामुळे माझे नातेसंबंध आणि जबाबदाऱ्या साध्यासोप्या झाल्या आहेत. आपण सश्रद्ध असल्यामुळे देवाचं प्रेम आपल्या अंतरंगात कार्यरत आहे. देवाचं येशूवर जे प्रेम आहे, तेच प्रेम आपल्यावरही आहे. येशूसारखीच आपलीही प्रेम करण्याची क्षमता आहे. जर तुमच्या जीवनात नात्याच्या किंवा आर्थिक संदर्भात किंवा अगदी व्यवसायातही संघर्ष चालू असतील तर जाणीवपूर्वक, जबाबदारीने तुमचा दृष्टिकोन बदला. देवाचं प्रेम, तुम्हाला तुमच्या स्वत:पासून दूर नेऊ इच्छितं. त्याला साहाय्य करा. तरच तुम्ही स्वार्थाच्या भुतावर विजय मिळवू शकाल. तुमचं आयुष्य नक्कीच बदलून जाईल.

◆

निष्कर्ष

विजयाकडे नेणारं परिवर्तन करायची वेळ आली आहे

आध्यात्मिक दृष्टिकोनातून आपण आपल्या आयुष्याचं व्यवस्थापन केलं पाहिजे. जेव्हा आपण आपल्या जीवात्म्यावर प्रभुत्व मिळवू शकतो, तेव्हा आत्म्यावर आणि शरीरावर ते आपोआपच मिळतं.

बदल सोपा नसतो. मी हे खात्रीपूर्वक सांगू शकतो. कारण एवढ्या वर्षांत माझ्या आयुष्याच्या वेगवेगळ्या क्षेत्रात मला बऱ्याच तडजोडी कराव्या लागल्या आहेत आणि ते मला खूप कठीण गेलं आहे. अगदी खाण्याच्या सवयीपासून ते संतापाच्या हाताळणीपर्यंत स्वत:त बदल करताना, तोपर्यंत सवयीचं झालेलं आरामशीर आयुष्य सोडून नवीन काहीतरी स्वीकारणं किती अवघड आहे, ते माझ्या लक्षात आलं. पण देवाकडून उत्कृष्ट गोष्टी मिळवण्याकरिता आपल्यात बदल करणं अपरिहार्य आहे. एक व्यक्ती या नात्याने आपण वाढत आहोत, विकसित होत आहोत, याचा तो पुरावा आहे. आपण जेव्हा आपल्या मनात संजीवन भरण्यासाठी कटिबद्ध असतो, तेव्हाच खरे आणि चिरस्थायी बदल होतात.

जर तुम्ही मोठे होत असाल, तर तुमच्यात परिवर्तन होतच असणार, जेव्हा परिवर्तन होत नाही तेव्हा वाढ खुंटलेली असते. जेव्हा एखादी गोष्ट आपल्या वाढीला, प्रगतीला खीळ घालते, तेव्हा ती बदललीच पाहिजे. मी असं सांगितलं की, लोक अस्वस्थ होतात. खास करून वर्षानुवर्षं ज्या वागणुकीची सवय झालेली असते, त्यात बदल करायला लोक सहसा तयार नसतात. अंगवळणी पडलेल्या साचेबद्ध वर्तणुकीच्या विरुद्ध जाणं हे खरोखरच अवघड असतं. तरीसुद्धा परिवर्तन हे अपरिहार्य असतं. सृष्टीतही मोसमाप्रमाणे पानगळ आणि नवी पालवी फुटणं, हे

बदल होतच असतात ना! त्यामुळे तुम्ही स्वीकारा वा नाकारा, बदल हे सदैव होतच राहणार.

या बदलांना कारण असणाऱ्या पाच गोष्टी आपण पाहू या. संसार, आर्थिक व्यवस्थापन, शारीरिक आरोग्य, मुलांचं संगोपन या सर्व क्षेत्रांत त्या लागू पडतात. तुम्ही न चुकता या अमलात आणल्यात तर त्या क्षेत्रात चिरस्थायी बदल झालेले तुम्हाला आढळून येतील.

बदलाची सुरुवात कुठे करावी ते देवाच्या 'शब्दा'त दिलं आहे. आपल्या विचारात परिवर्तन करून ते योग्य मार्गावर कसे आणावेत यासाठीचा विश्वसनीय संदर्भग्रंथ तोच आहे. परिवर्तन प्रक्रियेला सुरुवात कशी करावी आणि ती चालू कशी ठेवावी, याचं सूत्र ॲम्प्लिफाइड बायबलमधील रोमन्स १२:१-२मध्ये सांगितलं आहे :

> "बांधवांनो, देवाच्या कृपेने मी तुम्हाला कळकळीची विनंती करतो की, पवित्र (एकनिष्ठ, ईश्वरभक्तीला वाहून घेतलेला) आणि देवाला संतुष्ट करणारा जिवंत स्वार्थत्याग म्हणून तुमच्या शरीराचं (तुमचे सर्व अवयव आणि नैसर्गिक शक्ती सादर करून) निर्णायक समर्पण करा. ही तुमची रास्त (तर्कशुद्ध, बुद्धिवान) सेवा आणि आध्यात्मिक उपासना असेल. जग वागतं (आजच्या काळात) त्याप्रमाणे (बाह्य, वरवरच्या रितीला जुळेल असं बेतलेलं) वागू नका. मनाचं (पूर्ण) नूतनीकरण (नवे आदर्श, नव्या दृष्टिकोनाद्वारे) करून तुमचं स्वरूप बदला, ज्यायोगे देवाची चांगली, स्वीकारार्ह आणि परिपूर्ण इच्छा काय आहे, ते तुम्हाला सिद्ध (तुमच्या स्वत:साठी) करता येईल. एवढंच नव्हे तर चांगली, स्वीकारार्ह आणि परिपूर्ण (देवाच्या दृष्टीने, तुमच्यासाठी) अशी महत्त्वाची बाब काय आहे, हेही तुम्ही सिद्ध करू शकाल."

गंमत म्हणजे भक्तांना, त्यांची शरीरं देवाला समर्पित करायची गळ घालून पॉलने या उताऱ्याची सुरुवात केली आहे. आपण आपल्या शरीराचं काय करतो, हे देवाला महत्त्वाचं वाटतं, हे यावरून स्पष्ट होतं. जेव्हा आपण जिवंतपणी आपल्या शरीराचं समर्पण करतो, तेव्हा आपण म्हणत असतो, "देवाच्या 'शब्दा'च्या विरोधात जाणाऱ्या गोष्टींसाठी मी माझ्या शरीराचा वापर होऊ देणार नाही."

उताऱ्याचा हा भाग व्यभिचार, लैंगिक अनीती वगैरेसारख्या शारीरिक पापांशी संबंधित व्यसनांच्या संदर्भात आहे. जेव्हा आपण निषिद्ध लैंगिक संबंधात सहभागी होतो, तेव्हा आपण मूलत: देवाचं वसतिस्थान भ्रष्ट करत असतो. देव आपल्या आत राहतो. आपलं शरीर हे आपलं नसून देवाचं आहे. जेव्हा आपण लैंगिक पाप करतो, तेव्हा आपण आपल्या शरीराचे गुन्हेगार असतो. (१कॉरिंथिअन्स ६:१३,१८)

मनात नवचैतन्य आणणं आणि आपण आपल्या शरीराचं काय करतो, या दोन

गोष्टींच्या परस्परसंबंधावर पॉल जोर देत आहे. मन सांगेल तेच शरीर करतं. ते स्वतंत्रपणे कार्य करत नाही. त्यामुळे जे काही आपण विचार कसा करतो, यावर हुकमत गाजवतं. तेच शेवटी आपण आपल्या शरीराचं काय करतो, यावरही हुकमत गाजवतं. प्रेषित पॉल ख्रिश्चनांशी बोलत होता. याचा अर्थ वासनांवर ताबा मिळवू न शकणाऱ्या, चर्चमधील लोकांना तो मार्गदर्शन करत होता, हे उघड आहे. आज काही बदललं आहे का? काहीही नाही. आजही लोक, अगदी सश्रद्धसुद्धा देवाची आराधना करण्यापेक्षा व्यसनांची, अपवित्र गोष्टींची उपासना करण्यासाठी आपल्या शरीराचा उपयोग करत आहेत. त्यामुळे मानसिकतेत बदल करणं अत्यावश्यक आहे.

तो पुढे सांगतो की, आजच्या जगात लोक जसं वागतात, त्याचं अनुकरण आपण करता कामा नये. बदलाच्या संदर्भात हा सर्वांत महत्त्वाचा मुद्दा आहे. वस्तुस्थिती ही आहे की, आजच्या जगाने देवाच्या 'शब्दा'च्या विरोधात असणाऱ्या कल्पनांना कवटाळलं आहे. आजच्या समाजाचे आदर्श, मूल्यं ही देवाच्या इच्छेच्या अगदी विरुद्ध टोकाची आहेत. आपल्यापैकी बरेच जण तशीच मानसिकता बाळगत लहानाचे मोठे झाले आहेत. आईवडील, मित्रमैत्रिणी, सहकारी या सर्वांचाच आपल्या विचार करण्याच्या पद्धतीवर, आपल्या श्रद्धांवर प्रभाव पडलेला असतो. आपल्यातील इतर काही लोक धार्मिक वातावरणात वाढलेले असतात. म्हणजे ते चर्चला नियमितपणे जातात. पण 'शब्दा'ची तत्त्वं रोजच्या जगण्यात आचरणात कशी आणावीत, ते त्यांना कळलेलं नसतं.

जीवनाच्या वेगवेगळ्या बाबींच्या संदर्भात आपण भौतिक कल्पनांनी वेढलेले असतो, त्या आपल्या मनावर बिंबवल्या गेलेल्या असतात. त्यामुळेच आपली विचारसरणी योग्य स्थानावर आणण्यासाठी 'शब्दा'कडून सतत नवीन ज्ञान मिळत राहणं अत्यावश्यक ठरतं. जगाबरहुकूम वागण्याऐवजी आपल्या मनाचं नूतनीकरण करून स्वत:चं स्वरूप बदलण्यावर लक्ष केंद्रित केलं पाहिजे. एखाद्या गोष्टीचं नूतनीकरण करणं म्हणजे तिची पुनर्रचना करणं किंवा पुन्हा नवीन करणं.

ॲडम आणि इव्हने ईडनच्या उद्यानात पाप करण्यापूर्वी देवाचं जीवन त्यांच्या मनांवर बिंबवलं गेलं होतं. ती दोघं आपला जीव, आत्मा आणि शरीराद्वारे देवाशी जोडली जाऊ शकत होती. मना केलेल्या झाडाचं फळ खाऊन त्यांनी देवाची अवज्ञा केली आणि ती दोघं शापाशी जोडली गेली. त्यांच्या मनावर पाप-मृत्यूच्या नियमाचं सावट पडलं आणि ती भावनेच्या आहारी गेली. त्याचा प्रभाव त्यांच्या विचारशक्तीवरही पडला.

तथापि, येशू ख्रिस्ताद्वारे आपण शापित विचारसरणीच्या कचाट्यातून मुक्त झालो आहोत. शांती, समग्रता आणि देवाशी एकवाक्यता ही मनाची मूळ स्थिती असते. आपल्या मनाला, ती स्थिती पुन्हा मिळवून देण्याची क्षमता असलेल्या

शक्तीशी आपण आता पुन्हा जोडले जाऊ शकतो. हे नूतनीकरण 'शब्दा'च्या पुलामुळे शक्य होतं.

आपल्या विचारसरणीत बदल करून ती देवाच्या 'शब्दा'शी समांतर करावी. त्यामुळे आपण 'शब्द' पाहू शकतो, आपल्याला त्याचे आकलन होऊ शकते. एवढंच नव्हे, तर आपण आपल्या आयुष्यात 'शब्द' आचरणात आणू शकतो. यालाच देवाची पूर्ण इच्छा काय आहे, ते स्वत:साठी सिद्ध करणं, असं म्हणतात. आपल्या मनात संजीवन भरलं की, देवाचा 'शब्द' हेच सत्य आहे आणि तोच आपला अंतिम आधार आहे, याबद्दल आपली खात्री पटते आणि आपल्याला निश्चित वाटतं.

मनात नवचैतन्य आणणं ही एकदाच करायची गोष्ट नाही, तर ती आयुष्यभर चालू राहणारी प्रक्रिया आहे. मनाला नवीन ज्ञानाची ओळख करून देणं, एवढ्यापुरतंच ते मर्यादित नाही. जुन्या मोहाला बळी न पडणं हा मनाच्या नूतनीकरणाचा पुरावा आहे. कारण आता विचारशैली बदललेली असते, कल्पना नवीन असतात, त्या विवक्षित क्षेत्राबद्दलचा दृष्टिकोनही बदललेला असतो. पूर्वीचा मोह आताच्या या बदललेल्या मानसिकतेची बरोबरी करू शकत नाही. पण आपण पूर्वीचीच विचारपद्धती कायम ठेवल्यास कितीही जास्त प्रमाणात नवीन ज्ञान आपल्याला मिळालं, तरी खरं परिवर्तन घडून येणार नाही. फक्त शिकण्याने बदल होत नाही, तर आपण जे शिकलो ते अवगत करून त्यानुसार वागण्यानेच बदल घडत असतात.

व्यसनांवर विजय मिळवण्याचा प्रयत्न करताना देवाच्या 'शब्दा'ने मन सतत संस्कारित करत राहिलं पाहिजे, हे बरेचदा लोकांच्या लक्षात येत नाही. तसंच, सुधारणा दिसू लागल्यावर 'शब्दा'साठी खर्च करायच्या वेळात कपात केली तरी चालेल, असं मानणं ही स्वत:चीच फसवणूक असते. खरंतर उर्वरित आयुष्यभर हे मनाचं नूतनीकरण निर्धारपूर्वक करत राहिलं पाहिजे.

बदलाच्या पाच पायऱ्या

मायकल जॅक्सन एक गाणं गायचा – 'मॅन इन द मिरर'. त्यात म्हटलं आहे की, आरशात बघा आणि स्वत:पासूनच सुरुवात करा. आपल्या आयुष्यात आणि आपल्या भोवतालच्या जगात बदल घडवून आणायला भाग पाडा. आपल्या प्रतिबिंबाकडे पाहिलं की, आपण नक्की कसे दिसतो, ते स्पष्टपणे आपल्याला कळतं. पण आपण कसे दिसत आहोत, हे आपण बघू शकलो नाही, तर आपले केस विंचरायला हवे आहेत का, आपल्याला प्रसाधनाची आवश्यकता आहे का, याविषयी आपण काहीच खूणगाठ बांधू शकणार नाही. आपला चेहरा नीट करण्यासाठी आपण आरशात बघतो. त्याचप्रमाणे 'शब्दा'च्या आरशातून स्वत:कडे बघितलं पाहिजे. आपण कुठे आहोत, त्याची पूर्ण जबाबदारी घेऊन स्वत:त आवश्यक ते बदल घडवून आणले पाहिजेत.

पहिली पायरी : जबाबदारी

परिवर्तनाची पहिली पायरी आहे, जबाबदारी. ही सर्वांत कठीण पायरी आहे. तिच्यापुढे कोणत्याही सबबी टिकाव धरू शकत नाहीत. परिवर्तनाच्या संदर्भात जबाबदारी किती महत्त्वाची आहे, हे सांगायला शब्द अपुरे पडतील. आपल्या जीवनातील सध्याची परिस्थिती हा आपण घेतलेल्या निर्णयांचा परिणाम आहे. त्यासाठी आपण देवाला, आपल्या जोडीदाराला, शेजाऱ्याला, व्यवसायातील वरिष्ठांना किंवा इतर कोणालाही दोष देऊ शकत नाही. जोपर्यंत आपण त्याची पूर्ण जबाबदारी घेत नाही, तोपर्यंत आपला आपल्यावर ताबा असत नाही. त्यामुळे आपण बदल घडवून आणण्यास असमर्थ असतो.

"मी माझी आणि माझ्या आयुष्याची पूर्ण जबाबदारी स्वीकारतो," असं एखादा माणूस म्हणतो, तेव्हा काय होतं? त्याच्या बोलण्याचं सार असतं, "माझ्यात बदल घडवून आणण्याची मी पूर्ण जबाबदारी घेतो." पण तो इतरांवर दोषारोप करणं चालू ठेवतो, तेव्हा आयुष्यात चांगलं फळ मिळण्यासाठी आवश्यक त्या तडजोडी करायची त्याची तयारी नाही, हेच तो दर्शवत असतो. आपल्या आयुष्याच्या नाटकात आपण निभावलेल्या भूमिकेची जबाबदारी घेण्यापेक्षा बाहेरच्या कोणालातरी दोष देणं सोपं असतं.

काही वर्षांपूर्वी मादक पदार्थाच्या सेवनाचं व्यसन असलेल्या एका तरुणाचा मी सल्लागार-मदतनीस होतो. काही काळाने तो त्यातून पूर्णपणे बाहेर आला. त्याचं सगळं व्यवस्थित चाललं होतं. अचानक तो काही दिवस गायब झाला. त्या काळात पुन्हा तो व्यसनाकडे वळला. तो पुन्हा चर्चमध्ये आला, तेव्हा मला म्हणाला की, तो माझ्यावर चिडला होता. तो पुन्हा व्यसनाकडे वळला, त्याला मीच जबाबदार होतो म्हणे. मला धक्का बसला. त्याच्या म्हणण्याचा अर्थ होता, "मी स्वतःत बदल करायचं नाकारत आहे, हा तुमचा दोष आहे." वास्तविक त्याच्या व्यसनाला इतर कोणी नसून तो स्वतःच जबाबदार होता.

जेव्हा भलतंच काहीतरी होऊन बसतं, तेव्हा आणखी एकाला दोष देण्याकडे आपला कल असतो. तो म्हणजे सैतान. आपल्याला ठाऊक आहे की, सैतान खरोखरच अस्तित्वात असतो. आपलं आयुष्य उद्ध्वस्त करायच्या प्रयत्नात तो सदैव असतो. 'चोरा, मारा, सर्वनाश करा' हे त्याचं ब्रीद असतं. पण आपण त्याच्या आमिषाला बळी पडलो नाही, तर तो काहीही करू शकत नाही. पण स्वतःच निर्माण केलेल्या परिस्थितीसाठी सैतानाला दोष देणारे कितीतरी लोक मी पाहिले आहेत. कोणत्यातरी स्तरावर आपली परवानगी असल्याशिवाय शत्रू आपल्या आयुष्यावर अतिक्रमण करू शकत नाही. समजा, त्याने तसा प्रयत्न केलाच, तर देवाच्या 'शब्दा'चे अधिकार वापरून आपण त्याला पळवून लावू शकतो.

आर्थिक क्षेत्रात लोक सैतानाला त्याच्या अपराधांच्या तुलनेत जास्त दोष देतात. वास्तविक स्वत:च्या चुकीच्या सवयींमुळे बरेच लोक आर्थिक कोंडीत सापडलेले असतात. आपल्या बँकेची खाती आपण नीट तपासली, तर आपल्या लक्षात येईल की, या समस्येचं मूळ अतोनात खर्च करायचं व्यसन आणि ऐपतीबाहेरचा खर्च हेच आहे. आपण कमावतो त्यापेक्षा जास्त खर्च केला, तर आपण गोत्यात येतो. आपल्या चुकीच्या निर्णयांसाठी सैतानाला दोष देता येणार नाही.

वैवाहिक जीवनाच्या, कुटुंबाच्या बाबतीतही हेच होत असं. ''माझ्या वैवाहिक जीवनाची जी परिस्थिती आहे, त्याला मीच जबाबदार आहे. माझी मुलं असं वागतात, त्याला मी जबाबदार आहे. माझ्या स्वार्थामुळेच माझी ही अवस्था झाली आहे,'' असं म्हणा आणि बघा कशी प्रभावशाली घटना घडते ते. आपल्या अवस्थेसाठी इतरांना दोष देण्यात अर्थ नाही.

जबाबदारी म्हणजे व्यवस्थापन. आध्यात्मिक दृष्टिकोनातून आपण आपल्या आयुष्याचं व्यवस्थापन केलं पाहिजे. जेव्हा आपण आपल्या जीवात्म्यावर प्रभुत्व मिळवू शकतो, तेव्हा आत्म्यावर आणि शरीरावर ते आपोआपच मिळतं.

देवाचा 'शब्द' दुधारी तलवारीपेक्षाही जास्त धारदार आहे, जीव आणि आत्मा यांमधील रेषासुद्धा तो दुभंगू शकतो, याविषयी हिब्रूज ४:१२मध्ये सांगितलं आहे. या उताऱ्यावरून आपण असा निष्कर्ष काढू शकतो की, फक्त देवाचा 'शब्द'च माणसाच्या अंतरंगात खोलवर शिरू शकतो. माणसात खरंखुरं परिवर्तन घडवून आणणारी ती एकमेव गोष्ट आहे.

मॅथ्यू १२:३५मध्ये म्हटलं आहे की, माणसाच्या आत असणाऱ्या भांडारावरून बाहेर काय घडणार ते ठरतं. जर तुमच्या हृदयात चांगल्या गोष्टी भरलेल्या असतील, तर तुमच्या आयुष्यात चांगल्याच गोष्टी प्रकट होतील. पण तुमच्या हृदयात जर भौतिक, अपवित्र गोष्टींची भरताड झाली असेल, तर तुमच्या आयुष्यात तशाच गोष्टी येत राहतील. तुमच्या अंतरंगात जो खजिना भरला असेल, तोच शेवटी बाहेरही दिसतो. हे तत्त्व जबाबदारी आणि आयुष्याच्या व्यवस्थापनात कुठे बसतं? आपल्या हृदयात बीजं पेरण्याची जबाबदारी आपली आहे. त्या बीजांवरूनच, आपल्या आयुष्यावर त्यांचा काय परिणाम होणार, हे निश्चित होतं. परिवर्तन घडण्यासाठी आपण देवाच्या 'शब्दा'चं बीज आपल्या जीवात्म्यात रोवलं पाहिजे. त्यातच आपलं अंतरंगापासून बाह्यांगापर्यंत परिवर्तन करायची शक्ती त्यातच असते.

आपला जीव किंवा हृदय हे आपल्या अस्तित्वाचा गाभा आहे. म्हणूनच आपण आपल्या या भागाची काळजी कशी घेतो, यावर आपलं भविष्य ठरतं. आपल्या आध्यात्मिक आयुष्याचं योग्य व्यवस्थापन करण्यासाठी पुढील पाच गोष्टी करणं आवश्यक आहे.

प्रार्थनेच्या वेळाचा योग्य उपयोग करा

आपण देवाशी जोडलेले असलो पाहिजे. रोज त्याच्या संपर्कात राहण्यासाठी संकल्पित कामाच्या यादीत प्रार्थना ही वरच्या क्रमांकावर असली पाहिजे. देवाच्या उपस्थितीत केलेल्या प्रार्थनेद्वारे आणि त्याच्या संगतीत घालवलेल्या वेळामुळे आपण आपल्या जिवात रोजच्या रोज नवचैतन्य भरत असतो.

मी जेव्हा पहाटे प्रार्थना करत, 'शब्द' वाचत, भजनं-स्तवनं गात देवाच्या सहवासात वेळ घालवतो; तेव्हा मी अंतर्यामी ताजातवाना होतो. देवाबरोबरच्या या प्रार्थनेच्या काळात मला एवढी शक्ती मिळते की, काहीही अंगावर आलं तरी ते शिंगावर घेण्याएवढा आत्मविश्वास मला मिळतो. लक्षात ठेवा, प्रार्थना हे स्वगत नसून तो संवाद असतो. याचा सोपा अर्थ असा की, तुम्ही देवाशी बोलणं जेवढं महत्त्वाचं आहे, देवाला तुमच्याशी बोलू देणंही तेवढंच महत्त्वाचं आहे. कित्येक गोष्टी तुम्हाला सांगाव्यात, अशी त्याची इच्छा असते. त्यामुळे तुमच्या आत्म्याला नवचैतन्य मिळेल आणि तुमच्या आयुष्याला योग्य दिशा मिळेल. देवासोबतच्या प्रार्थनेच्या वेळाच्या या महत्त्वाच्या बाजूकडे दुर्लक्ष करू नका.

हृदयाला जपा

तुमचं हृदय हे सुपीक जमिनीसारखं आहे. त्यात काहीही पेरलं तरी ते उगवतं. मी त्याची बागेशी तुलना करतो. त्यात योग्य बी पेरलं, तर इष्ट फळ मिळतं. त्याच धर्तीवर तुमच्या हृदयाच्या बागेत तण वाढणार नाही याची तुम्ही काळजी घेतली पाहिजे. तुम्ही नेहमी तुमच्या हृदयात कोणत्या गोष्टींना प्रवेश देता? तुम्ही जे पाहता, जे ऐकता ज्याविषयी बोलता त्या सर्व भौतिक गोष्टींमुळे तुमचा जीवात्मा दूषित होतो आणि 'तुम्हाला वाईट फळ' मिळतं का? की तुम्ही तुमचे डोळे, कान, तोंड देवाच्या 'शब्दा'ला समांतर ठेवून जीवात्म्याचं फळ मिळवता? तुमच्या जीवनाच्या सर्व गोष्टी हृदयात उत्पन्न होत असतात. म्हणून तुमच्या हृदयावर अपवित्र गोष्टींचा प्रभाव पडणार नाही, याची दक्षता घ्या.

नाती जपा

आपण ज्या लोकांच्या सहवासात असतो, त्यांचा प्रभाव आपल्यावर पडण्याची दाट शक्यता असते. म्हणूनच ज्या लोकांची जीवनशैली, नैतिकता आणि मूल्यं देवाच्या आदर्शानुसार नसतात, त्यांची संगत टाळा अशी सूचना 'शब्द' देत असतो. याचा अर्थ असा नाही की, तुम्ही सर्वांशी प्रेमाने वागू नका. पण आध्यात्मिकदृष्ट्या अनुरूप नसणाऱ्या व्यक्तींशी जास्त सलगी करू नका. संबंधांचं योग्य व्यवस्थापन केलं नाही, तर आपल्यावर दुष्परिणाम होण्याचा संभव असतो. कोणाशी किती संबंध ठेवावे याच्या निवडीला आपणच जबाबदार असतो.

‘शब्द’ आत्मसात करण्याची जबाबदारी घ्या

शरीर सुस्थितीत ठेवण्याकरिता आपण अन्न खातो. त्याप्रमाणे आपल्या जीवात्म्यालाही योग्य आहार दिला पाहिजे. तो आहार फक्त देवाच्या ‘शब्दा’तूनच मिळतो. देवाच्या ‘शब्दा’पासून मिळणारं पोषण रोज देऊन आपण जीवात्म्याला बळकट केलं पाहिजे.

आपण आपली विचारशैली एकतर ‘शब्दा’शी मिळतीजुळती होईल अशी विकसित करत असतो किंवा आपण जगाप्रमाणे विचार करत असतो. अधलंमधलं असं काही नसतंच. दोन्ही मानसिकता शब्द आणि प्रतिमा यांच्या माध्यमातून येतात. जगातील शब्द आपली विचारपद्धती ठरवतात तर देवाच्या ‘शब्दा’तील शब्द आपली मानसिकता ठरवतात. याचाच अर्थ, आपण आपल्या मनाला काय खाद्य पुरवतो त्यावर आपलं वैचारिक जीवन ठरतं. आपल्या जीवात्म्याचं पोषण करण्यासाठी आपण ‘शब्दा’च्या सान्निध्यात किती वेळ घालवतो, त्याचं प्रतिबिंब आपल्या तोंडातून बाहेर पडणाऱ्या शब्दांत दिसतं. दुर्दैवाने, खाली बसायची, बायबल उघडायची, ते वाचायची, त्याचं मनन करायची सक्ती देव आपल्यावर करत नाही. ‘शब्दा’साठी आपण किती वेळ द्यायचा, ही पूर्णपणे आपली जबाबदारी असते.

स्तवन आणि पूजेच्या वेळाची जबाबदारी घ्या

स्तवन आणि उपासना या फक्त रविवारी चर्चमध्ये जाऊन करायच्या गोष्टी नसून ती जीवनशैली असली पाहिजे. देवाचं स्तोत्र म्हणणं म्हणजे कसलातरी धार्मिक व्यायाम नव्हे आणि उपासना म्हणजे देवासमोर धिम्या गतीने गात असलेलं गाणं नव्हे. देवाविषयीच्या कृतज्ञतेची अभिव्यक्ती म्हणजे स्तोत्र. त्यामुळे देवाने बोललेलं आपल्याला ऐकू येऊ लागतं. उपासना म्हणजे देवाने आपल्याला दिलेल्या आदेशाचं पालन. आपल्या देवाशी असलेल्या जिव्हाळ्याच्या नात्यातून ती जन्माला येते.

स्तवन हे चर्चमधील सभांपुरतंच मर्यादित नाही. खरंतर, तुम्ही कुठेही तोंड उघडून देवाची स्तुती करू शकता. त्याने तुमच्यासाठी ज्या काही विलक्षण गोष्टी केल्या, त्या स्पष्टपणे सांगा आणि त्याचे आभार माना. तुमच्या आयुष्यात त्याचं जे स्थान आहे, त्याबद्दल त्याचं स्तवन करा. गाऊन, नाचून, टाळ्या वाजवून मोठ्या आवाजात देवाचं स्तवन केलंत, तर शत्रू दुर्बल होऊन जातो. शिवाय त्या स्तवनामुळे त्या परिस्थितीत देवाची शक्ती प्रवाहित होते. खास देवाच्या स्तवनासाठी म्हणून रोज थोडा तरी वेळ बाजूला काढा. याचा परिणाम म्हणून तुमच्या जीवात्म्याला काय ऐकू येतं तिकडे लक्ष द्या. देव तुम्हाला जे काही करायला सांगेल ते करून त्याची उपासना करा.

आपल्या आयुष्यात, जबाबदारी घेण्याबरोबरच आणखी काही गोष्टी करणं आवश्यक आहे. त्यांच्याविषयी बोलू या.

दुसरी पायरी : तुमच्या श्रद्धांचा पुनर्विचार करा

मी अगोदरही बोललो आहे की, देवाच्या 'शब्दा'च्या विरुद्ध असणाऱ्या श्रद्धा आणि मानसिकता आपल्या मनावर बिंबवलेल्या असतात. आपल्या श्रद्धा काय आहेत आणि आपण त्या का मानतो, याचं बारकाईने मूल्यमापन केल्याशिवाय परिवर्तन घडूच शकणार नाही. उदाहरणार्थ, जर विषयवासना ही तुमची समस्या असेल, तर तुमची मानसिकता तशी कशामुळे झाली. तुमच्या या दोषाकडे दुर्लक्ष करणाऱ्या कोणत्या भावनेला, विचाराला तुम्ही तुमच्या जीवात्म्यात शिरू देता, या प्रश्नांची उत्तरं तुम्ही शोधली पाहिजेत.

एखादी वर्तणूक देवाच्या 'शब्दा'नुसार चुकीची आहे, असं तुमच्या लक्षात आलं की, तुमची जुनी श्रद्धा टाकून त्याजागी सत्याची स्थापना करायचा निर्धार करा. देवाचा 'शब्द' त्याविषयी काय सांगतो ते शोधा आणि खोट्या गोष्टीवर विश्वास ठेवण्याऐवजी सत्याला धरून रहा.

तिसरी पायरी : जुन्या गोष्टी टाकून द्या

ही पायरी जास्तच आव्हानात्मक आहे. कारण ती आनंददायक, उपभोग्य गोष्टींपासून दूर जायला भाग पाडते. लोक म्हणतात, धार्मिक वृत्तीने जगणं, हे कंटाळवाणं असतं आणि आपण जेव्हा येशू ख्रिस्ताला अनुसरतो तेव्हा आपण बऱ्याच गोष्टींना मुकतो. पण प्रत्यक्षात मात्र देवाच्या आज्ञा पाळल्यामुळे पाप आणि अवज्ञेचे दुष्परिणाम तसंच क्षोभ, गोंधळ यांना आपण मुकतो. या गोष्टींना मुकायला मला काहीही वाटणार नाही.

तुमच्या जुन्या गोष्टींना सोडायला लावायची बळजबरी देव तुमच्यावर करणार नाही. तुमच्या आयुष्यावर अंमल गाजवणाऱ्या वासनांच्या आहारी जायला प्रतिकार करणं, हा शेवटी तुमचा वैयक्तिक निर्णय आहे. हा निर्णय तुम्ही घेतलात, म्हणजे अर्धी लढाई तुम्ही जिंकल्यासारखंच आहे. आनंदाची गोष्ट म्हणजे जर तुम्हाला त्यातून खरोखरच बाहेर पडायचं असेल तर देव तुम्हाला मदत करील.

आध्यात्मिक परिपक्वता ही तुम्ही किती वर्षं पापमुक्त होत आला आहात यावरून किंवा तुम्ही किती काळ चर्चचे सदस्य आहात, त्यावरून ठरत नसते. तुम्ही सातत्याने जे निर्णय घेता त्यावरून आणि ते निर्णय 'शब्दा'शी जुळणारे आहेत का, यावरून ती ठरते. त्याचप्रमाणे कठीण प्रसंगी आपण 'शब्दा'चा आधार कसा घेतो, यावरूनही आपला परिपक्वतेचा स्तर ठरतो. आपल्या निर्णयांवरून आपण एखाद्या क्षेत्रात कसे विकसित होत आहोत तेही कळते.

चौथी पायरी : तुमच्या नवीन विचारपद्धतीचं पुनरावलोकन करा

आपल्या मनात प्रवेश करणाऱ्या नव्या संकल्पनांचा आपण सतत करत

असलेला विचार आणि मनन यांचा अपरिहार्य परिणाम म्हणजेच आपल्यातील बदल. ही तत्त्वं आपल्या डोळ्यांसमोर राहतील, आपल्या कानांवर पडतील अशी ठेवून त्यांची पुन्हापुन्हा उजळणी करण्यासाठी रोज वेळ काढणं महत्त्वाचं आहे. सत्याच्या साहाय्याने आपण मनाचं नूतनीकरण करत राहिलो आणि आपण आत घेत असलेल्या नव्या माहितीचं पुनरावलोकन करत राहिलो तर आपण आपल्या जुन्या मानसिकतेकडे पुन्हा वळण्याची शक्यता कमी होते.

पाचवी पायरी : तुमचे विचार उच्च स्वरात दुमदुमू द्या

विचार उच्च स्वरात दुमदुमणं म्हणजे खरंतर ते मोठ्याने उच्चारणं. हा श्रद्धेचा, विश्वासाचा कबुलीजबाब आहे आणि त्यामुळे देवाच्या 'शब्दा'तील सत्याच्या पायावर आपलं हृदय स्थिर करायला मदत होते. रोमन्स १०:१०मध्ये म्हटलं आहे, "हृदयामुळे माणूस सदाचरणी होतो. आणि तोंडाने कबुलीजबाब देऊन तो पापविमोचन करतो." देवाच्या 'शब्दा'च्या कबुलीजबाबामुळे आपण मोक्षाच्या मार्गावर चालू लागतो. आपलं मन पुन्हा शांती, समग्रता आणि देवाशी एकसंधता असलेल्या स्थानी जातं. प्रत्येक वेळी 'शब्दा'चा उच्चार केला की, तो आपल्या कानात शिरतो व हृदयात स्थिरावतो. कबुलीजबाबाद्वारेच आपण आपल्या मनावर अतिक्रमण करणारे अपवित्र विचार टाकून देऊ शकतो.

शब्दांतूनच विचार उत्पन्न होतात. त्यामुळे बोलण्याची पद्धत बदलून तुम्ही तुमच्या प्रबळ विचारधारेत परिवर्तन करू शकता. आपण कसे अपयशी ठरलो आहोत, आपल्या आयुष्याचा कसा विचका झाला आहे, याविषयी वारंवार बोलत राहण्यापेक्षा तुम्हाला काय व्हायचं आहे आणि कुठे पोहोचायचं आहे, त्याविषयी बोला. तुम्ही कदाचित तिथपर्यंत पोहोचला नसाल, पण तुम्हाला आयुष्यात काय हवं आहे हे बोलत राहाल, तर कधी ना कधी ते वास्तवात येईलच.

एखाद्या वर्तणूक समस्येवर किंवा व्यसनमुक्तीसाठी तुमचा संघर्ष चालू असेल तर तुम्ही त्यातून मुक्त झाल्याचं फक्त चित्र बघण्याऐवजी मोठ्याने म्हणा, "मी व्यसनातून मुक्त झालो आहे. माझा जीव, आत्मा, शरीर समृद्ध झालं आहे. मी जुन्या सवयींमध्ये अजिबात अडकलेलो नाही." बदलाच्या प्रक्रियेत तोंडाचाही सहभाग होतो तेव्हा त्याचे चांगले परिणाम होण्याचा वेगही वाढतो.

तुम्ही सध्या कोणत्याही समस्येला सामोरं जात असलात तरी हातपाय गाळू नका. अजून वेळ गेलेली नाही. व्यसनं, वाईट सवयी, चुकीच्या मानसिकता यासारख्या तुमच्या समस्या देवाच्या 'शब्दा'समोर टिकाव धरू शकणार नाहीत. एकंदर परिस्थिती कदाचित गोंधळाची, अव्यवस्थेची आहे, असं वाटेल. पण अव्यवस्थेतून सुव्यवस्था करण्यात देव पटाईत आहे. तुम्हाला क्षणभरासाठीही

सैतानाकडून पराभूत व्हायची गरज नाही. या सगळ्या प्रक्रियेत कदाचित तुम्ही रडकुंडीला याल, पण सतत त्याविषयी स्पष्टपणे, मोठ्याने बोलत रहा आणि पहा, तुम्ही कसे त्यातून बाहेर येता ते!

तुम्ही बदलता आहात! तुमच्यात परिवर्तन होत आहे. देवाच्या 'शब्दा'च्या शक्तीमधील विश्वासाला मुक्त करा; म्हणजे तुमच्यात अंतर्बाह्य बदल होतील. तुम्ही जिंकला आहात! तुम्ही विजयी आहात!

◆